கங்கை கொண்ட சோழன்

திகைப்பூட்டும் சோழ வரலாற்று மர்மங்கள்

ஜெகாதா

சத்யா

Title:
Gangai Konda Cholan
Jakatha

ISBN: 978-93-92474-51-4
Title Code : Sathyaa - 041

நூல் தலைப்பு
கங்கை கொண்ட சோழன்

நூல் ஆசிரியர்
ஜெகாதா

முதற்பதிப்பு
ஜூலை 2023

விலை : ₹ 350

பக்கம் : 266

Printed in India

Published by
Sathyaa Enterprises
No.137, First Floor,
Choolaimedu,
Chennai - 600 094.
044 - 4507 4203

Email
sathyaabooks@gmail.com

உள்ளே...

1. காதற்கோயிலும் பரவை நாச்சியாரும் — 5
2. கடற்போர்களின் மாதண்ட நாயகன் — 10
3. திருமணத் தூது போரில் முடிந்தது — 18
4. கங்கை கொண்ட சோழீஸ்வரர் கோயில் — 24
5. முடிசூட்டு விழாவும் பிராமண ஆதிக்கமும் — 41
6. கங்கை கொண்ட சோழன் குறித்த கல்வெட்டுகளும் செப்பேடுகளும் — 46
7. மகனையும் தந்தையையும் பறி கொடுத்த இராஜேந்திரச் சோழன் — 62
8. முடிகொண்ட சோழபுரம் ஆன பழையாறை நகர் — 68
9. அகழ்வாராய்ச்சியில் இராஜேந்திர சோழன் அரண்மனை — 72
10. சோழர் காலத்து நில உடைமைகளும் நிலக்கொடைகளும் — 86

11.	தந்தையும் தனயனும் கட்டமைத்த சோழப் பேரரசு	91
12.	கடற்போரில் கடாரம் கொண்டான் விருது பெற்றான்	109
13.	வைரக் கிரீடம் கவர்ந்த ராஜேந்திர சோழன்	112
14.	குடிப்பெருமை உச்சம் கண்ட கங்கை கொண்ட சோழன்	117
15.	இராஜேந்திர சோழன் வழிபாடு செய்த சமாதி	143
16.	இராஜேந்திர சோழனுக்கு முந்தைய மன்னர்கள்	145
17.	வேளத்து பெண்டாட்டியர் சிறப்பு	172
18.	சோழர்களின் பள்ளிப் படைக் கோயில்கள்	184
19.	சமயப் பூசல்களும் சமூகப் பதற்றங்களும்	207
20.	இராஜேந்திர சோழனின் ஆட்சிச் சிறப்பு	229

1. காதற்கோயிலும் பரவை நாச்சியாரும்

இடைக்காலச் சோழர் வரலாற்றிலே ஒரு மன்னனும் ஆடலழகி ஒருத்தியும் காதல் கொண்டு காதலுக்கோர் அரிய இலக்கணத்தை வகுத்திருந்தனர்.

அந்த மன்னன் புகழ்மிக்க ராஜராஜ சோழனின் அருந்தவப் புதல்வன் இராஜேந்திர சோழன்; அந்தக் காதல் மங்கை திருவாரூர் பரவை என்னும் ஆடல் கலையரசி.

சிலப்பதிகாரம் எனும் மகா காவியம் சோழ நாட்டிலே புகழ்மிக்க வணிகன் கோவலன் என்பவனுக்கும் நாட்டியப் பேரொளி மாதவி என்னும் ஆடலழகிக்கும் இடையே உள்ள கள் நுரை பொங்கும் காதலைப் பாடுகின்றது.

சிலப்பதிகார ஒப்புவுயர்மிக்க காதலிலும் மேலாக சோழ நாட்டை ஆண்ட இராஜேந்திர சோழனுக்கும் திருவாரூர் பரவைக்குமான காதலை கல்வெட்டுகள் புகழ்ந்து கூறுகின்றன.

கண்கவர் அழகிலும் ஆடலிலும் பாடலிலும் சிறந்தவள் சிலப்பதிகார மாதவி. திருவாரூர் பரவை என்பவளோ ஆடல், பாடல், அழகு இவற்றில் மட்டுமின்றி திருப்பணிகள் பல செய்வதிலும், ஆலயங்களுக்குப்

பொன்னையும் பொருளையும் வாரி வழங்குவதிலும் நிகரற்றவளாகத் திகழ்ந்தாள்.

திருவாரூர் பரவை எடுத்த கற்றளிக்கு குடமுழுக்கு விழா நடந்தபோது, அவளது காதலன் சோழ மன்னன் இராஜேந்திர சோழன் அவளைத் தன் அருகில் வீற்றிருக்கச் செய்து தேரில் பவனி வந்தான்.

அக்காதலர்கள் இருவரும் இறைவனை தரிசித்த இடத்தில் அவர்கள் காதல் என்றென்றும் அமரஜோதியாக நின்று நிலவ மன்னன் குத்து விளக்கு இரண்டினைக் காதல் தீபமாக எரிய வைத்தான்.

திருவாரூர் வீதிவிடங்கர் கோயிலைக் கற்றளியாக்கி அக்கோயில் குடத்திலும் வாய்மடையிலும் நாலு நாசியிலும், உள்குடத்திலும் பொன் வேய்ந்ததோடு நின்று விடவில்லை.

கர்ப்ப அறையின் கதவுகளுக்கும் மண்டபத் தூண்களுக்கும் 42000 பலம் எடையுள்ள செம்பினால் தகடு சாத்தி அழகுப்படுத்தினான்.

1,55,579 பலம் எடையுள்ள பிரம்மாண்டமான 28 குத்துவிளக்குகள் வைத்தான். ஏராளமான ஆயிரக்கணக்கான எடைகளுள்ள ஆபரணங்கள், 428 முத்துக்கள், 7 மாணிக்கக் கற்கள், 36 வைரக் கற்கள், எண்ணற்ற மரகதக் கற்கள், வெள்ளிப் பாத்திரங்கள் ஆகியவற்றைப் பரிசளித்தான்.

பாவை விளக்குகள் - ஒன்றின் பெயர் பச்சைப் பாவை உமை நங்கை என்றும், மற்றொன்றின் பெயர் பாவை சாயாமுலை நங்கை எனப்பெயர் கூறப்பட்டிருக்கிறது.

அன்னதானத்திற்குப் பல வேலி நிலங்கள் அளித்தான். சிலப்பதிகார மாதவியோ மன்னன் முன் நடனமாடி தன் முத்துமாலையை விலைக்கு வாங்கிய கோவலனைக் காதலித்தாள்.

ஆனால், இராஜேந்திரன் பரவை ஆகியோர் காதலோ, காதலிக்கு கோயில் கட்டுமளவு உயர்ந்திருந்தது.

விழுப்புரம் அருகே பரவை ஈஸ்வரமுடையார் ஆலயம் அமைத்து அவ்வூருக்குப் பரவைபுரம் என்றும் பெயர் வைத்தான். இவர்கள் காதல் விலைக்கு வாங்கப்பட்டதல்லவே.

இறந்து போன காதலிக்கு சமாதி எழுப்பிய வரலாறுகள் உண்டு.

ஆனால், உயிரோடு இருக்கும்போதே தன் உண்மைக் காதலை அவள் கண்டு களிக்கமாறு அழியாக் கோயில் கட்டினான் இராஜேந்திரன்.

காதலுக்கோர் கோயில் - பரவை ஈஸ்வரமுடையார் கோயிலென்றான். சிலப்பதிகார மாதவிக்கு கோவலன் கோயில் கட்டவில்லை. மாறாகக் கண்ணகிக்குத்தான் ஒரு சேர மன்னன் கோயில் கட்டினான்.

ஆனால், திருவாரூர் மாதவிக்கோ (பரவை) அவள் காதலனே கோயில் கட்டிக் கும்பிட்டிருக்கிறான். அதுமட்டுமா இராஜேந்திர சோழன் இறந்த பின்னர் அவன் பெயரில் திருவாரூர் ஆலயத்தில் இராஜேந்திர சோழன் திருமண்டபம் அமைத்துப் பரவை தன் காதலனின் கற்பனையில் மிதந்தாள்.

இராஜேந்திர சோழனும் பரவையும் மட்டும் தங்கள் காதலைப் பரிமாறி அழியாச் சின்னமாக ஆக்கவில்லை. இவனுக்குப் பின் வந்த மன்னர்கள் எல்லாம் இவர்கள் காதலைப் போற்றினர்; புகழ்ந்தனர்.

அதனால் இவர்கள் காதல் எவ்வளவு உயர்ந்ததாக இருந்தது என்பதை நன்குணர முடியும். தேவரடியார் பெண் ஒருத்தியிடம் மன்னன் கொண்ட காதலை அம்மன்னன் மட்டுமின்றி அவன் வழி வந்தோரெல்லாம் ஏற்றுக் கொண்டு வரலாற்றுச் சின்னமாக ஆக்க நினைத்திருக்கிறார்கள் என்றால் இதைவிடச் சிறந்த காதல் வேறு ஏது?

இராஜேந்திர சோழனுக்குப் பின் ஆட்சிக்கு வந்த அவனது மகன் முதலாம் இராஜாதிராஜன் தன் தந்தைக்கும் அவர் காதலி பரவைக்கும் திருவாரூர் ஆலயத்தில் திருமேனிகள் எடுத்துச் சிறப்பித்து வழிபாட்டிற்கு நிவந்தங்கள் அளித்தான்.

அவனுக்குப் பின் ஆட்சிக்கு வந்தவன் தம்பி 2ஆம் இராஜேந்திரனும் தன் தந்தைக்கும் பரவைக்கும் திருமேனிகள் எடுத்து பரவைபுரத்தில் பரவை ஈஸ்வரமுடையார் ஆலயத்தில் எழுந்தருளிவித்து வழிபாட்டிற்கும் திருவிழாவிற்கும் நிவந்தங்கள் அளித்திருக்கின்றான் என்பதெல்லாம் வரலாற்றில் மிகவும் குறிப்பித்தக்கது.

இராஜேந்திரனின் மற்றொரு மகனான அதிராஜேந்திரனின் கல்வெட்டு இவ்வூரில் சிவதர்ம மடம் ஏற்படுத்தி, அபூர்விகளும் மகான் களும் உணவுண்ண நிவந்தங்கள் அளித்ததைக் கூறுகிறது.

அச்சிதைந்த கல்வெட்டில் இராஜேந்திர சோழ விண்ணராழ்வார் கோயிலும் குறிப்பிடப்பட்டிருக்கிறது. எனவே, பரவை புரத்தில் இராஜேந்திர சோழனால் எடுக்கப்பட்ட பரவை ஈஸ்வரமுடையார் கோயில் மட்டுமல்ல, இராஜேந்திர சோழனுக்காக எடுக்கப்பட்ட கோயிலும் ரவை புரத்தில் இருந்திருக்கிறது.

இராஜேந்திர சோழனின் மக்கள் நால்வரும் தன் தந்தை ராஜேந்திர சோழன் பரவை காதலை ஆதரித்ததோடு மட்டுமின்றி வரலாற்றிலும் நின்று நிலவும்படி செய்திருக்கின்றனர்.

தஞ்சை மாவட்டம் நன்னிலம் வட்டத்தில் அமைந்த ஊர் திருப்பனையூர். இவ்வூர்க் கோயில் முதலாம் குலோத்துங்க சோழனால் எடுக்கப்பட்டது. அதுவும் இராஜேந்திரன் - பரவை காதலின் நினைவாக எடுக்கப்பட்டதே.

இவ்வூர் கல்வெட்டுக்களில் முக்கியமானதும் பெரும்பாலானதும் காலத்தால் முந்தைய முதலாம் குலோத்துங்கன் கல்வெட்டுக்களே.

இந்தக் குலோத்துங்க சோழன் இராஜேந்திரனின் மகள் வயிற்றுப் பேரனாவார். இவன் கீழைச் சாளுக்கிய மன்னன் என்றாலும் வளர்ந்தது சோழ நாட்டில் தன் தாய்வழிப் பாட்டன் அரண்மனையில்தான் என கலிங்கத்துப்பரணி மூலம் தெரிய வருகிறது.

இவனுக்கும் தன் தாய்வழிப் பாட்டனின் பெயரான இராஜேந்திரன் என்ற பெயர் உண்டு என்பதை பல கல்வெட்டுக்கள் கூறுகின்றன. இவனும் இராஜேந்திரன் - பரவை காதலைப் போற்றி மதித்தான் என்பது தெரிய வருகிறது.

பாட்டனாருக்கான கோயில் எழுப்பப்பட்டுள்ள திருப்பனையூர் என்ற ஊர், கங்கை கொண்ட சோழப் பனையூர் எனக் கல்வெட்டுக்களில் காணப் படுகிறது.

இவ்வூர் வாய்க்கால்களின் பெயர்கள்கூட இராஜேந்திர சோழன் வாய்க்கால் என்றுதான் அழைக்கப்பட்டன.

இவ்வூர் கல்வெட்டுக்கள் அனைத்தும் இவ்வூர் உடையார் அழகிய தேவர் கோவிலில் காணப்படுகின்றன. அழகிய சோழன் என்பது முதலாம் இராஜேந்திர சோழனின் பெயர்.

இவ்வூர் குலோத்துங்கன் கல்வெட்டுக்கள் அனைத்தும் ஊராரும் சபையாரும் இறையிலியாக நிலம் கொடுக்கப்பட்ட செய்திகளைக் கூறுகின்றன.

கங்கை கொண்ட சோழப் பனையூரிலே உடையார் அழகிய தேவராகிய இராஜேந்திர சோழனுக்கும் அணுக்கி பரவையாருக்கும்தான் முதலாம் குலோத்துங்க சோழனால் கோயில் எடுக்கப்பட்டது.

※

2. கடற்போர்களின் மாதண்ட நாயகன்

பிற்காலச் சோழர் வரலாற்றில் முதலில் மகத்தான மன்னனாக அறியப்பட்ட இராஜராஜ சோழனின் சாதனைகளுக்கு பின்புலமாக இருந்தவன் அவரது மைந்தன் இராஜேந்திரச் சோழன் என்றால் மிகையில்லை.

பஞ்சவன மாராயன் என்ற பெயருடன் ராஜராஜ சோழனின் மாதண்ட நாயகனாக இருந்து படையெடுப்புகளை நடத்தி எதிரிகளைக் கட்டுக்குள் வைத்திருந்தான்.

இன்றைய குடகு பகுதிகளில் தங்கியிருந்து சாளுக்கிய நாடு, கேரளா நாடுகளை அடக்கினான். அதனால்தான் இராஜராஜ சோழன் அமைதி யான முறையில் தஞ்சையில் ஆட்சி அதிகாரம் செய்ய முடிந்தது. எனவே, ராஜேந்திரச் சோழனின் சாதனைகள் என்பது ராஜராஜ சோழன் காலத்திலிருந்தே துவங்கிவிட்டது என்று கூறலாம்.

இராஜராஜ சோழனின் கடல் தாண்டிய போர்களும் வெற்றிகளும் இலங்கையோடு முடிந்துவிடும் நிலையில், அவரது புதல்வன் இராஜேந்திர சோழன் இந்தியா மட்டுமல்லாமல் கடல் தாண்டிச் சென்று பல நாடுகளை வென்று புதிய தலைநகரை நிர்ணயித்து தமிழர் வரலாற்றில் ஓர்

உன்னதமான இடத்தைப் பெற்றவர் என்பது சந்தேகமில்லை. இந்தியத் துணைக்கண்டம் பார்த்த மகத்தான பேரரசர்களில் ஒருவர் இராஜேந்திர சோழன்.

ஆயிரம் ஆண்டுகளுக்கு முன்பே அன்றைய தமிழ்நாட்டிலிருந்து புறப்பட்டு இந்தியாவையும் கீழை நாடுகள் சிலவற்றையும் வெற்றி கொண்ட சோழ மன்னனாகத் திகழ்ந்தவன் இராஜேந்திர சோழன்.

இராஜராஜ சோழனின் மகனான முதலாம் இராஜேந்திரன் இராஜராஜ சோழனின் ஆட்சிக் காலத்தில் 1012 லேயே இணை அரசனாக அறிவிக்கப் பட்டான்.

மதுராந்தகன் என்ற இயற்பெயரைக் கொண்டிருந்த அவன் அன்று தான் அபிஷேக நாமமாக இராஜேந்திரன் என்ற பெயரைப் பெற்றான்.

சோழப் பேரரசனாக இராஜராஜ சோழனும், இராஜேந்திர சோழன் இளவரசனாகவும் இரண்டரை ஆண்டுகள் செயல்பட்டனர்.

இதன்பின் 1014ல் ராஜராஜ சோழனின் மறைவுக்குப் பிறகு, சோழ நாட்டின் மன்னனாக முடிசூடிக் கொண்டான் ராஜேந்திர சோழன். அன்றிலிருந்து கி.பி.1024வரை இராஜேந்திர சோழனே சோழப் பேரரசராகத் திகழ்ந்தார்.

ராஜராஜசோழன் மறைந்தபோது தற்போதைய தமிழ்நாடு, ஆந்திராவின் சில பகுதிகள், மைசூர் ராஜ்யத்தின் சில பகுதிகள், இலங்கை உள்ளிட்ட பகுதிகளை ராஜேந்திர சோழனுக்கு விட்டுச் சென்றான்.

இராஜராஜ சோழன் காலத்திலேயே சோழ நாட்டுக்குத் தெற்கேயும் மேற்கேயும் உள்ள அனைத்து நாடுகளையும் தந்தையும் மகனும் வென்றிருந்தார்கள்.

தான் மன்னனாக முடிசூடிய பின்னர் வடநாடுகளைநோக்கி தன் பார்வையைத் திருப்பினான். மேலைச் சாளுக்கியர்கள்தான் அப்போதைய சோழர்களுக்கு பெரிய தொல்லையாக இருந்தார்கள். முதலில் அவர்களை வெற்றி கொண்டான்.

பின்னர் இன்றைய மத்திய பிரதேசம், சட்டீஸ்கர், மேற்கு வங்கம், வங்கதேசம்வரை சென்று அவர்களை வெற்றி கொண்டான். இதனால் பெரும் செல்வம் கிடைத்ததோடு அவனுடைய ஆளுமையும் இந்தியா

முழுக்க தெரிய வந்தது. நாடுகளைப் பிடித்து ஆட்சி செய்வது இராஜேந்திர சோழனின் நோக்கமாக இல்லை என்பது தெரிய வருகிறது.

மேற்கண்ட படையெடுப்புகள் அனைத்தும் ராஜேந்திர சோழனின் படைத்தளபதிகள் மேற்கொண்ட போதிலும், தற்போதைய ஒடிசா வரை ராஜேந்திர சோழன் தன் படையுடன் சென்றான்.

அங்குள்ள மகேந்திரகிரீஸ்வர் கோயில் கல்வெட்டில் அவனுடைய வெற்றிகள் குறிப்பிடப்படுகின்றன.

கடல் கடந்த படையெடுப்புகள் ராஜேந்திர சோழனின் புகழைப் பெரிதும் பறைசாற்றுகின்றன.

ராஜேந்திரச் சோழனின் கப்பற்படை, அந்தக் காலக்கட்டத்தில் உலகிலேயே மிகச்சிறந்த கப்பல் படையாக இருந்தது.

இந்தக் கப்பற்படையின் மூலம் மலேசிய தீபகற்பம், இந்தோனேசியத் தீவுகள் உட்பட கிழக்காசிய நாடுகளின் பெரும் பகுதியை ராஜேந்திர சோழன் வெற்றி கொண்டான். இதற்கு முன்பாக இராஜராஜ சோழன் ஈழ மண்டலப் படையெடுப்பை நடத்தியிருக்கிறான். மாலத்தீவை வென்றிருக்கிறான்.

ஆனால், ராஜேந்திரச் சோழன் வங்கக் கடலைக் கடந்து 1025ல் ஸ்ரீவிஜய நாட்டை (தற்போதைய இந்தோனேசியப் பகுதி) வென்றான்.

தற்போதைய மலேசியாவின் ஒரு பகுதியாகக் கூறப்படும் கடாரத்தை யும் வென்றான். கடாரத்திற்குப் பல கப்பல்களை அனுப்பி ஸ்ரீமாற விஜயோத்துங்க வர்மனை அடக்கினர். அங்கிருந்து பெரும் எண்ணிக்கை யிலான யானைகள் உட்பட பல பரிசுகள் சோழ சாம்ராஜ்யத்துக்குக் கொண்டு வரப்பட்டது.

கி.பி. 1017, 1018ல் நடந்த ஈழப் போரில் வெற்றி பெற்ற ராஜேந்திர சோழன், ஈழநாட்டு மன்னர்களின் முடியையும், பாண்டிய மன்னர்கள் கொடுத்து வைத்திருந்த இந்திர முடியையும் கைப்பற்றியதாக கரந்தைச் செப்பேடுகள் கூறுகின்றன.

நீர் மேலாண்மையில் ராஜேந்திர சோழன் பெரும் கவனம் செலுத்தி னான். அவனுடைய ஆட்சிக்காலத்தில் மக்கள் சுதந்திரமாக இருந்தார் கள். வணிகர்களுக்கு கடல் கொள்ளையர்களின் தொல்லைகள் நீங்கின.

பெண்கள் அதிகாரிகளாக இருந்தார்கள். அவர்களுக்கு நிலவுடமை இருந்தது.

இராஜேந்திர சோழனின் கல்வெட்டுகள் கிட்டதட்ட 12 துறைமுக நகரங்களைக் குறிப்பிடுகின்றன. அவை பெரும்பாலும் மலேயத் தீபகற்பம், சுமத்திரா, நிகோபர் தீவுகளைச் சேர்ந்தவை.

கடல் கடந்து சென்று அந்நாட்டு மன்னர்களை அடக்கிய பிறகு ராஜேந்தர சோழன் அந்த நாடுகளை தன் நாட்டோடு இணைத்து ஆட்சி செய்யவில்லை.

மாறாக, செல்வங்களைச் சேர்ப்பது வணிகர்களின் நலன்களைப் பாது காப்பது ஆகியவையே இந்தப் படையெடுப்புகளின் நோக்கமாக இருந்தன.

அக்காலக் கட்டத்தில் ஐசோலே ஐநூற்றுவர் மணி நகரம் ஆகிய வணிகக் குழுவினரின் கப்பல்கள் கடற்கொள்ளையர்களால் தாக்கப்பட்ட நிலையில் இந்த வெற்றிகளின் மூலம் அந்தந்த நாட்டு மன்னர்கள் இந்தக் கப்பல்களுக்கு பாதுகாப்பு அளிக்கத் துவங்கினர்.

படையெடுப்புகள் மட்டுமல்லாமல் ராஜேந்திரச் சோழன் காலத்தில் நிர்வாகமும் மிகச்சிறப்பாக அமைந்திருந்தது.

நிலப்பிரபுக்கள், விவசாயிகள், தொழிற் குழுக்கள் ஆகியோரது நலனைப் பாதுகாக்கும் மன்னனின் உரிமைகளைப் பாதுகாக்கவும் அதிகார வர்க்கம் உருவாக்கப்பட்டது.

நன்கு பயிற்சி பெற்ற வீரர்களைக் கொண்ட படை ஒன்று உருவாக்கப் பட்டது. நாட்டின் எல்லைகளைப் பாதுகாத்ததோடு புதிதாகக் கைப்பற்றும் நாடுகளிலும் இந்நிலை ஏற்படுத்தப்பட்டது.

பிற்காலச் சோழர்கள் மேற்கொண்ட போர்களின் பட்டியல் நீளமானது.

ஸ்ரீமாற வல்லப பாண்டியனை எதிர்த்து குடமூக்கு போர்க்களத்தினை விஜயாலயச் சோழன், ஆதித்தசோழன்,பல்லவர், சங்கர், மகதர் முதலியோர் மேற்கொண்டனர்.

திருப்புறம்பியம் போர்க்களம், சோழர் வரலாற்றில் புகழ் பெற்றது.

இந்த யுத்தக் களம் இரண்டாம் வரகுண பாண்டியனை எதிர்த்து ஆதித்தசோழனும் பல்லவர்களும் போரிட்டனர்.

முதலாம் பராந்தகனின் மகன் ராஜாதித்த சோழன் தக்கோலம் போரில் கங்கர் பூதுகன், ராஷ்டிர கூடமர் 3ம் கிருஷ்ணனுடன் போரிட்டான்.

ஈழ மன்னன் மற்றும் ராஜசிம்ம பாண்டியனை எதிர்த்து, முதலாம் பராந்தகன் வென்று போர்க்களத்தில் கடும் யுத்தம் புரிந்தான்.

வல்லம் போர்க்களத்தில் வாணன் 11 பிருதி விபதியை எதிர்த்து முதலாம் பராந்தக சோழன் போரிட்டான்.

புகழ்பெற்ற சேவூர் போரில் வீரபாண்டியனை எதிர்த்து இரண்டாம் பராந்தகன் போரிட்டான்.

காந்தளூர்ச் சாலை யுத்தத்தில் அமரபுயங்க பாண்டியனை எதிர்த்து ராஜராஜ சோழனும், சேரன் பாஸ்கர ரவிவர்மனை எதிர்த்து ராஜேந்திர சோழனும் போரிட்டனர்.

கல்யாணபுரம் போர்க்களத்தில் முதலாம் ராஜாஜிராஜன் சாளுக்கியர் சோமேஸ்வர ஆகல மல்லனை எதிர்த்துப் போரிட்டான்.

கொப்பம் போர்க்களத்தில் இராஜராஜசோழன் சாளுக்கியரை எதிர்த்துப் போரிட்டான். இரண்டாம் ராஜேந்திரன் சோமேஸ்வர மல்லனை எதிர்த்துப் போரிட்டான்.

பேராற்றங்கரைப் போரில் இரண்டாம் ராஜேந்திரன் சாளுக்கியரை எதிர்த்துப் போரிட்டான்.

கம்பளி யுத்தத்தில் முதலாம் ராஜேந்திரன் சாளுக்கியர் - சோமேஸ்வர ஆகல மன்னனுடன் போரிட்டான்.

கொல்லாபுரம் யுத்தத்தில் முதலாம் ராஜாஜிராஜன் சாளுக்கியர் சோமேஸ்வர ஆகல மன்னனுடன் போரிட்டான்.

முடக்காறு போர்க்களத்தில் இரண்டாம் ராஜேந்திரன் சாளுக்கியர் சோமேஸ்வர ஆகல மன்னனுடன் போரிடடான்.

கூடல் சங்கமத்தில இரண்டாம் ராஜேந்திரன் சாளுக்கியருடன் போரிட்டான்.

முதலாம் குலோத்துங்கன் நங்சரி யுத்தக்களத்தில் ஆறாம் விக்கிர மாதித்தனுடன் போரிட்டான்.

விழிஞம் போர்க்களத்தில் முதலாம் குலோத்துங்கன் சேர மன்ன னுடன் போரிட்டான்.

கோட்டாறு கலிங்கப் போரில் முதலாம் குலோத்துங்கன் சேர மன்னனு டன் போரிட்டான்.

முதலாம் குலோத்துங்கன் தென் கலிங்கப் போரில் வீமன் மன்னனு டனும் வட கலிங்கப் போரில் கூட கலிங்க மன்னனுடனும் போரிட்டார்.

ஈழ யுத்தத்தில் முதலாம் ராஜராஜன் ஐந்தாம் மகிந்தனுடனும், முதலாம் ராஜேந்திரன் ஐந்தாம் மகிந்தன் மகன் காசியபனுடனும், முதலாம் ராஜாதிராஜன் கியசா வல்லபனுடனும் முதலாம் குலோத்துங்கன் விசயபாகு 1 உடனும் இரண்டாம் ராஜேந்திரன் வீரசலாமேகனுடனும் போரிட்டார்.

வேங்கி நாட்டுப் போரில் ராஜராஜ சோழன் கீழைச் சாளுக்கியன் அம்மராசனுடனும், 7ம் விசயாதித்தனுடனும், முதலாம் குலோத்துங்கன் சாளுக்கிய விக்கிரமாதித்தனுடனும் போரிட்டான்.

பாண்டி நாட்டுப் போரில் ராஜராஜசோழன் அமர புயங்கனுடனும் மானா பரணனுடனும், முதலாம் குலோத்துங்கன் வீர கேரளனும் சுந்தரபாண்டியனுடனும், இரண்டாம் குலோத்துங்கன், சடையவர்மன், சீவல்லபன், மாறவர்மன் மற்றும் சுந்தரபாண்டியனுடனும் போரிட்டனர்.

கொடும்பாளூர் மற்றும் அதனைச் சுற்றியுள்ள பகுதிகளை ஆண்ட இருக்குவேளிர் குலத்தைச் சேர்ந்த சிற்றரசர்தான் பூதி விக்கிரம கேசரி என்ற கொடும்பாளூர் பெரிய வேளார் ஆவார்.

இவர் முதலாம் பராந்தக சோழன் மற்றும் சுந்தரசோழன் காலங்களில் போரில் சோழப்படைகளுக்கு தலைமை வகித்துள்ளார்.

இவருடைய இயற்பெயர் பூதி என்பவதாகும். போர்த் திறமையால் விக்ரம கேசரி என்று வழங்கப்பட்டுள்ளான். தென்னவன் இளங்கோவேள் என்றும் அழைக்கப்பட்டிருப்பதாக கல்வெட்டுகளின் மூலம் தெரிகிறது.

கொடும்பாளூர் வம்சம் தொன்றுதொட்ட இருங்கோவேள் வம்சமாக

கருதப்படுகிறது. சிலப்பதிகாரத்தின் காலத்திலிருந்தே கொடும்பாளூர் நகரம், கொடும்பை என்ற பெயருடன் புகழ் பெற்றிருந்திருக்கிறது.

இருக்கு வேளிர் குலத்தின் முக்கிய நகரமாக இருந்த இது பழங் காலத்தில் இருக்குவேளூர் என்ற பெயர் கொண்டிருந்திருக்கிறது.

இந்த சிற்றரசர்கள் வம்சம் பிற்கால பல்லவர் ஆட்சியின் தொடக்கக் காலத்திலும் கொடும்பாளூர் பகுதியை ஆட்சி புரிந்து வந்துள்ளனர்.

பல்லவ அரசன் முதலாம் நரசிம்ம வர்மன் கி.பி.642ல் வாதாபி நகர் மீது படையெடுத்து வந்தபோது கொடும்பாளூர் வம்சத்தைச் சேர்ந்த செம்பியன் வளவன் என்பவன் பல்லவனுக்கு உதவியாக போர் புரிந்தான்.

மேலும், கொடும்பாளூர் மூவர் கோவிலில் காணப்படும் கல்வெட்டுக் களில் பரதுர்கமர்த்தனன் என்ற கொடும்பாளூர் வம்சத்தைச் சேர்ந்த சிற்றரசர் பெருமைமிக்க வாதாபியை வென்றவன் என்று காணப்படுகிறது. இந்தச் சான்றுகள் பிற்கால பல்லவர்களுடனான இவர்களது தொடர்பை தெரியப்படுத்துகிறது.

கொடும்பாளூர் இருக்கு வேளிர்களுக்குப் பல்லவர்களுக்கு கீழே சிற்றரசர்களாக இருந்த முத்தரையர்களுக்கும் பெண் எடுத்து பெண் கொடுக்கும் சொந்தம் இருந்திருக்கின்றது.

எட்டு மற்றும் ஒன்பதாம் நூற்றாண்டுகளில பாண்டியர்கள் மற்றும் பல்லவர்களின் ஆதிக்கப் போட்டிகள் சோழ மண்டலத்தில் அதிகரித்தன.

ஆகவே, இருக்கு வேளிர்கள் மெல்ல பலத்தை அதிகரித்துக் கொண்டு வந்த சோழர்களுடன் நட்புறவு கொண்டனர்.

ஒன்பதாம் நூற்றாண்டில் (879-880) திருப்புறம்பியத்தில் நடைபெற்ற போரில் சோழர்கள் பல்லவர்கள் உதவியுடன் பாண்டியர்களை முறியடித்த பிறகு கொடும்பாளூர் அரசர்கள் சோழ அரசுடன் தம்மை இணைத்துக் கொண்டனர்.

அதன்பிறகு கொடும்பாளூர் வேளிர் வம்சம் திருமண உறவுகள் மூலம் சோழ அரசுடன் தமது உறவை வலுப்படுத்திக் கொண்டனர். முதலாம் ஆதித்த சோழனின் மற்றொரு மகனாகிய கன்னர தேவன் கொடும்பாளூர வம்சத்தைச் சேர்ந்த பூதி மாதேவ அடிகள் என்ற பெண்ணைத் திருமணம்

செய்திருந்தான். பூதி விக்கிரமகேசரி முதலாம் பராந்தக சோழனின் இரு மகளிரில் ஒருவரான அனுபமாதேவி என்பவரைத் திருமணம் செய்திருந்தான்.

கொடும்பாளூர் வம்சத்தைச் சேர்ந்த தென்னவன் இளங்கோவேள் என்பவரின் மகள் பூதி ஆதிக்கப் பிடாரி என்பவளை முதலாம் பராந்தகனின் மக்களில் ஒருவரான அரிகுலகேசரி திருமணம் செய்திருந்தான்.

சுந்தரசோழன், உத்தமசோழன் மற்றும் முதலாம் இராஜராஜ சோழன் காலங்களில் கொடும்பாளூர் வேளிர் சோழ அரசியலில் மிகப்பெரிய பதவிகளில் இருந்துள்ளனர்.

சுந்தர சோழர் காலத்தில் நடைபெற்ற ஈழ படையெடுப்பின்போது கொடும்பாளூர் பூதி விக்கிரம கேசரிக்கு தம்பி முறை உடைய பராந்தகன் சிறிய வேளாண் சோழப் படைகளுக்கு தலைமையேற்றுச் சென்று போரில் மரணமடைந்து, ஈழத்துப்பட்ட பராந்தக சிறிய வேளான் என்று பட்டம் பெற்றான்.

பூதி விக்கிரம கேசரி, வீரபாண்டியனுன் நடந்த போரில் சோழப் படைகளுக்கு ஆதித்த கரிகாலனுடன் தலைமையேற்று சென்று போரில் வெற்றி பெற்றார்.

பூதி விக்கிரம கேசரி சோழ மன்னனின் மகளான அனுபமையை மணந்தவர். கொடும்பாளூரை ஆண்ட சமராபிராமன் என்பவரின் மகன். கற்றளி மற்றும் வரகுணை என்று இரு மனைவிகளும், பராந்தக வர்மன், ஆதித்திய வர்மன் என்று இரண்டு மகன்கள் இவருக்கு இருந்ததையும் கல்வெட்டுகள் தெரிவிக்கின்றன.

முதலாம் பராந்தக சோழன் கி.பி. 910ல் மதுரையைக் கைப்பற்றுவதற்கு முன் கொடும்பாளூர் அரசனான விக்கிரம கேசரியுடனான போரில் மூன்றாம் இராஜசிம்ம பாண்டியன் வெற்றி பெற்றான்.

*

3. திருமணத் தூது போரில் முடிந்தது

காந்தளூர் சாலை போருக்கான காரணம் குறித்துக் கூறப்படும் கதைகளில் இதுவும் ஒன்று.

மாமன்னன் ராஜராஜசோழனும் சேர மன்னன் பாஸ்கர ரவிவர்மனும் நட்பால் நாட்டை ஆண்டு கொண்டிருந்தனர். அப்போது சேரமன்னன் தன் மகளுக்கு வரன் தேடும் தகவல் வந்தது.

ராஜராஜசோழன் தன்னுடைய மகன் ராஜேந்திர சோழனுக்கு சேர நாட்டின் மன்னன் பாஸ்கர ரவிவர்மனுடைய மகளை மணம் முடிக்க விரும்பினார்.

இதற்காக நேரம் பார்த்துக் காத்திருந்த ராஜராஜ சோழன் தன்னுடைய நாட்டின் தூதுவராக யாரை அனுப்பினால் சரியாக இருக்கும் என பலவாறு யோசித்து சிறப்பாகச் செயல்படும் தூதுவன் சங்கரத்தேவனை சேர நாட்டுக்கு பரிசுப்பொருட்களுடன் அனுப்பி அம்மன்னனின் மனதை அறிந்தும், மனம் நன்றாக இருந்தால் தன்னுடைய விருப்பத்தைக் கேட்டு விட்டு வருமாறும் அனுப்பி வைத்தார். ஆனால் சேர நாட்டு மன்னனோ பாண்டிய நாட்டுடன் உறவு கொண்டு சோழநாட்டை அழிக்க வேண்டும் என உள்ளுக்குள் ஒரு திட்டம் தீட்டிக் கொண்டிருந்தார்.

சங்கரத்தேவன் சேர நாட்டுக்குச் சென்ற நேரத்தில் அங்கு மிகப்பெரிய விழாவை பாஸ்கர ரவிவர்மன் நடத்திக் கொண்டிருந்தார். அந்நாட்டுக்கே உரித்தான யானைகள் ஊர்வலம் நடந்து கொண்டிருந்தது.

அப்போது அங்கிருந்தவர்களிடம் அலங்கரிக்கப்பட்ட ஒரு யானையைச் சுட்டிக்காட்டி யானை மீது ஒருவர் இருக்கிறாரே அவர் யார் என சங்கரத்தேவன் கேட்க, சேர நாட்டு இளவரசியை மணம் முடிக்க உள்ள பாண்டிய நாட்டு இளவரசர் அமர புஜங்க பாண்டியன் எனக் கூறினர்.

ஒரு நொடியில் இடிந்துபோய், ராஜராஜனின் மனதை நினைத்து வருந்திய தூதுவன் சங்கரத்தேவன் அங்கிருந்த படைவீரர்களிடம் சோழ நாட்டு தூதுவனாக வந்த விபரத்தைச் சொன்னதும், சேரநாட்டுத் தளபதிக்கு தகவல் சென்றதும், அப்படியே தூக்கிக் கொண்டு போய் விருந்தினர்கள் தங்கும் இடத்தில் சிறை வைத்தான்.

அன்று இரவு தூதுவன் சங்கரத்தேவன் சிறை வைக்கப்பட்டதை அறிந்த சேர மன்னன், உடனடியாக காந்தளூர் சாலை பகுதியில் கொண்டு போய் சிறை வைக்க உத்தரவிட்டார்.

இதற்கிடையில் தூது போன சோழ நாட்டின் தூதுவனையும் காண வில்லை. தகவல் ஏதும் வரவில்லை என்பது குறித்து ராஜராஜன் தன் மகன் இராஜேந்திர சோழனிடம் பேசிக் கொண்டிருந்தார். அப்போது வந்த தகவலைக் கேட்டு அதிர்ச்சியடைந்தார் ராஜராஜன்.

கடல் கொள்ளையில் ஈடுபட்ட ஒரு சேரநாட்டைச் சேர்ந்த வீரனைப் பிடித்து விசாரித்தபோது சங்கரத்தேவன் சிறை வைக்கப்பட்ட தகவலைக் கேட்டு கொந்தளித்தார்.

உடனடியாக இராஜராஜ சோழன் தன் படையினை திரட்டிக் கொண்டு முதலில் பெரும் தொல்லையைக் கொடுத்து வந்த மதுரையை ஆளும் பாண்டியர்களைத் தாக்கி அமர புஜங்க பாண்டியனை சிறைப் படுத்தி, மதுரையைத் தன் வசப்படுத்திக் கொண்டு பின்னர் சேர நாட்டை யும் வென்றார்.

சேர நாட்டில் காந்தளூர்ச் சாலையில் சிறை வைக்கப்பட்ட சங்கரத் தேவனை மீட்டு, அங்கிருந்த படைக்கலன்களைத் தயாரிக்கும் கூடத்தை யும் அழித்து ஒழித்தது சோழப்படை.

பாண்டிய நாட்டை வென்று சேர நாட்டுக்குச் சென்றபோது அங்கிருந்தவர்கள் வாய் பிளந்து நின்றனர். போரில் பொது மக்களின் சொத்துக்களுக்குச் சேதம் ஏற்படாமல் எப்படி சோழப் படையினர் சேர நாட்டைக் கைப்பற்றினர் என எண்ணி வியந்தனர்.

பின்னர் சேர நாட்டில் ராஜராஜன், ராஜேந்திர சோழன் சங்கரத் தேவன் ஆகியோர் அவையில் வீற்றிருந்தபோது, போரில் சிறைபிடிக்கப் பட்ட சேர நாட்டின் மன்னன் பாஸ்கர ரவி வர்மனை வரவழைத்து மீண்டும் அவரிடமே நாட்டை ஆளும் பொறுப்பை வழங்கினார். அப்போது அவர் வெட்கி தலைகுனிந்தார்.

தான் செய்த செயலை எண்ணி மனம் வருந்தியபோது, எனக்கு தாங்கள் என்ன தண்டனை கொடுத்தாலும் ஏற்றுக் கொள்வதாக பாஸ்கர ரவிவர்மன் கூறினார்.

என்னுடைய சோழநாட்டின் பிரதிநிதியாக வந்த தூதுவனை நீ சிறைப்பிடித்து கொடுமைப்படுத்தி அவமானப்படுத்தியதற்கு பலனாக உன் சிம்மாசனத்தின் அருகிலேயே சங்கரத்தேவனுக்கும் ஒரு சிம்மாசனம் அமைத்து அதில் ஒருநாள் முழுவதும் அமர வை என்று உத்தரவிட்டார் ராஜராஜ சோழன்.

இதைக்கேட்டு தூதுவனாக சென்ற சங்கரத்தேவனும் சேரநாட்டு மன்னனும் சேரநாட்டு மக்களும் இப்படி ஒரு மன்னனா என எண்ணி வியந்தனர்.

நண்பனாக இருந்த சேரமன்னன் நமக்கு துரோகத்தை நினைத்துள் ளார். அவர் மூலம் பாண்டியர்களையும் சேரர்களையும் ஒரே நேரத்தில் நாம் வென்றுள்ளோம். சேர நாடு எனப்படும் கேரளத்தின் மீதிருந்த பகையைத் தன் அன்பாலேயே அளந்து அழித்தவர் ராஜராஜ சோழன்.

எனவே, தன்னுடைய வெற்றியைப் பதிவு செய்ய விரும்பி கேரளத்தை அளந்ததன் நினைவாக தஞ்சை பெரிய கோயிலில் கேரளாந்தகன் வாயிலை 90 அடி உயரத்தில் மூன்று மாட கோபுரத்துடன் எழுப்பினார் மாமன்னர் ராஜராஜ சோழன். அன்று எழுப்பப்பட்ட இந்த நுழைவு வாயில் இன்றும் விமான கோபுரத்துக்கு ஈடாக கம்பீரமாக காட்சியளிக் கிறது.

●

காந்தளூர்ச் சாலைப் போர், சோழப் பேரரசன் இராஜராஜசோழன் ஆட்சிப் பொறுப்புக்கு வந்த பிறகு மேற்கொண்ட முதலாவதும் மிக முக்கியமான போரும் ஆகும்.

கி.பி. 10ம் நூற்றாண்டில் இந்தப் போரானது முதலாம் இராஜராஜ சோழனுக்கும் சேர மன்னன் முதலாம் பாஸ்கர ரவிவர்மனுக்கும் இடையில் நடந்தது.

காந்தளூர்ச் சாலை என்பது இன்றைய கேரள மாநிலத்தில் திருவனந்த புரத்துக்கு அருகில் வலிய சாலா என்னும் இடம் என்று ஆய்ந்தறியப் பட்டுள்ளது.

இந்த இடம் முற்காலத்தில் ஒரு போர்ப்பயிற்சி கல்விக் கூடமாக இருந்தது. இங்கு பயிற்சி பெற்ற வீரர்கள் போர்த்திறன் மட்டுமல்லாது புத்திக்கூர்மையிலும் சிறந்து விளங்கியுள்ளனர்.

போர்க்கலைகள் மட்டுமின்றி போர் நுட்பங்களும், வியூகங்களும் கற்பிக்கப்பட்டு வந்துள்ளன. தனுர் வேதம் எனப்படும் வில் வித்தை பயிற்சி, களறிப் பயிற்சி, வர்மம் ஆகிய போர்க்கலைகள் போதிக்கப் பட்டுள்ளன. இவற்றோடு ராஜாங்க நிர்வாகமும் பயிற்றுவிக்கப்பட்டு வந்துள்ளது.

இச்சாலையின் போதகர்கள் சட்டர்கள் என அழைக்கப்பட்டுள்ளனர். இச்சாலையின் தலைமைச் சட்டர் பொறுப்பு, மதிப்புமிக்க ஒன்றாய் திகழ்ந்துள்ளது. தலைமைச் சட்டருக்கு ஓர் அரசனுக்குரிய மரியாதை வழங்கப்பட்டுள்ளது. இதிலிருந்து இச்சாலையின் முக்கியத்துவத்தை உணர்ந்து கொள்ள முடியும்.

இங்கு பல்வேறு சிறுசிறு நாடுகளைச் சேர்ந்த சிற்றரசர்களும் படைத் தளபதிகளும் இளவரசர்களும் பயிற்சி பெற்றுள்ளனர். அக்காலக் கட்டத்தில் நடந்த பல முக்கிய அரசியல் நடவடிக்கைகளிலும், போர் களிலும் இச்சாலையின் பயிற்சி முக்கிய விளைவுகளை ஏற்படுத்தியதாகச் சொல்லப்படுகிறது.

கி.பி. 985ம் ஆண்டில் சோழப் பேரரசின் ஆட்சிப் பொறப்புக்கு வந்தவர் ராஜராஜசோழன். இவருடைய தந்தை சுந்தரசோழன் ஆவார். காந்தளூர் சாலைப் போர் ராஜராஜனின் முதல் போராகப் போற்றப் படுகிறது.

பாஸ்கர ரவிவர்மனின் காலக்கட்டம் கி.பி. 962லிருந்து கி.பி. 1019வரை. இவருடைய ஆட்சியில் சேர நாடு, குடமலை நாடு, வேணாடு, கொங்கு நாடு ஆகிய பகுதிகளை உள்ளடக்கியது. அதாவது இன்றைய கேரளத்தின் கோழிக்கோட்டிலிருந்து திருவனந்தபுரம் வரை உள்ள பகுதி.

மிக நீண்ட ஆட்சிக்காலம் உடைய சேர மன்னன் பாஸ்கர ரவிவர்மன். 58 ஆண்டு காலம் இவர் ஆட்சி புரிந்தார். இவருடைய ஆட்சிக் காலத்தில் தான் சேர நாட்டில் காந்தளூரில போர்ப்பயிற்சி பள்ளி செயல்பட்டு வந்துள்ளது.

முற்காலச் சோழர்கள் வீழ்ச்சிக்குப் பின் உறையூரில் சிற்றரசர்களாகக் குறுகியிருந்த சோழர்கள், விஜயாலய சோழன் காலத்தில் கி.மு. 9ம் நூற்றாண்டில்தான் எழுச்சி பெற்றனர்.

அவர் முத்தரையர்களை வீழ்த்தி தஞ்சையைக் கைப்பற்றி தஞ்சை சோழப் பேரரசை தோற்றுவித்தார். இதன் பிறகு பெரும் செல்வாக்குடன் வளர்ந்த சோழ சாம்ராஜ்யம் பராந்தகச் சோழன் காலத்தில் ராஷ்டிரக் கூடர்களின் நடந்த தக்கோலம் போரில் வீழ்ச்சியை சந்திக்க தொடங் கியது.

இப்போரில் பராந்தகனின் மகன் ராஜாதித்தன் கொல்லப்பட்டார். பராந்தகனின் இறப்புக்குப் பின் அவருடைய இளைய மகன் கண்ட ராதித்தன் ஆட்சிப் பொறுப்புக்கு வந்தான். இவனது காலத்தில் சோழப் பேரரசு மேலும் பலவீனமடைந்தது.

சுந்தரசோழன் ஆட்சிக் காலத்தில்தான் சோழநாடு மீண்டும் எழுச்சி பெறத் தொடங்கியது. அவரது மூத்த மகன் ஆதித்த கரிகாலன் மர்மமான முறையில் கொலை செய்யப்பட்டார். சேர, பாண்டிய ஈழநாட்டுக் கூட்டணியும் காந்தளூர் சாலையின் போர்ப் பயிற்சியும் இந்தக் கொலைக் கான பின்னணி எனக் கூறப்படுகிறது.

தொண்டை நாடு, கொங்கு நாடு, பாண்டிய நாடு ஆகிய பகுதிகளைக் கைப்பற்றிய ஒரு வலுவான அரசாக மாறிப் போயிருந்த சோழப் பேரரசுக்கு பெரும் அச்சுறுத்தலாக இருந்தது சேர நாட்டில் இயங்கி வந்த காந்தளூர்ச் சாலையாகும்.

நுட்பமான போர்த் தந்திரங்கள், தற்காப்புக் கலைகள், தாக்கும் நுட்பம் ஆகியவை அங்கு பயிற்றுவிக்கப்பட்டு வந்துள்ளது.

அந்தக்காலக் கட்டத்தில் இதுபோன்ற போர்ப் பயிற்சி கூடங்கள் அண்டை நாடுகள் எங்கும் செயல்படவில்லை. தன் அண்டை நாட்டில் ஒரு போர்ப் பயிற்சிக்கூடம் செயல்படுவது சோழ நாட்டின் பாது காப்புக்கு உகந்தது அல்ல என்று கருதியதால் ராஜராஜன் இப்போரை மேற்கொண்டார் எனவும் சொல்லப்படுகிறது.

ஆனால், தன் சகோதரனான ஆதித்த கரிகாலனின் கொலையில் பின்னணியில் இருந்து செயல்பட்டது காந்தளூர்ச் சாலையில் பயிற்சி பெற்ற வீரர்கள்தான் என்பதால் அதற்குப் பழிவாங்கும் நடவடிக்கை யாகவே இந்தப் போர் மேற்கொள்ளப்பட்டதாகவும் ஒரு கூற்று உண்டு.

முதலில் ராஜராஜன் சேர நாட்டிற்கு தன் தூதுவரை அனுப்பி பேச்சு வார்த்தை நடத்த முயன்றான். ஆனால், அவ்வாறு அனுப்பி வைக்கப் பட்ட சோழ நாட்டுத் தூதுவரை சேர மன்னன் முதலாம் பாஸ்கர ரவி வர்மா சிறை பிடித்தார். இதுதான் ராஜராஜன் உடனடியான படை யெடுப்புக்கான காரணமாகவும் கூறப்படுகிறது.

ராஜராஜனுக்கும் பாஸ்கர ரவிவர்மாவுக்கும் இடையிலான இப்போர் கடற்போராக இருந்தது எனவும் சொல்லப்படுகிறது. திருவனந்தபுரம் கடற்கரைக்கு அருகில் நடந்த இப்போரில் ராஜராஜன் சேரர்களின் கப்பல்களை வீழ்த்தி வெற்றியடைந்தார்.

காந்தளூர்ச் சாலை கலமறுத்தருளிய கோவி இராஜராஜ கேசரி என்ற கல்வெட்டு ஆதாரத்தின்படி கலம் அறுத்து என்பது கப்பல்களை வீழ்த்தி என்ற அறிந்து கொள்ளலாம். இப்போரில் ராஜராஜன் மாபெரும் வெற்றி பெற்றான். காந்தளூர்ச் சாலை சோழர்களின் கட்டுப்பாட்டுக்குள் வந்தது.

*

4. கங்கை கொண்ட சோழீசுவரர் கோயில்

தஞ்சைப் பெருவுடையார் கோயிலைக் கட்டிய முதலாம் இராஜராஜசோழனின் மகனான இராஜேந்திர சோழனால் கி.பி. 1035ல் கட்டடப்பட்ட கோயில்தான் கங்கை கொண்ட சோழீசுவரர் கோயில் ஆகும். இது கங்கை கொண்ட சோழபுரம் என்ற ஊரில் முதலாம் இராஜேந்திர சோழனால் கட்டடப்பட்டது.

கங்கை ஆறுவரை படையெடுத்துச் சென்று வெற்றி பெற்றதன் நினைவாக கங்கை கொண்ட சோழபுரம் என்ற நகரத்தை முதலாம் இராஜேந்திரன் அமைத்து அங்கு இக்கோவிலையும் கட்டினான்.

இக்கோவில் ஐராவதேஸ்வரர் கோயில், பெருவுடையார்கோயில் ஆகிய மூன்றும் சேர்த்து அழியாத சோழர் பெருங்கோயில்கள் எனப்படுகின்றன. இத்தலம் திருவிசைப்பா, திருப்பல்லாண்டு திருத்தலங்களில் ஒன்றாகும்.

இக்கோவிலானது 560 அடி நீளமும் 320 அடி அகலமும் கொண்ட முற்றத்துடன் கூடிய உயர்ந்த மேடை மீது இக்கோயில் அமைக்கப்பட்டுள்ளது.

நடுக்கருவறையில் இக்கோயிலின் முதன்மை இறைவனான பிரகதீசுவரர் லிங்க வடிவில் உள்ளார். முற்றத்தின் முக்கியப் பகுதி கிழமேற்காக 341 அடி, 100 அடி அளவு கொண்டுள்ளது.

லிங்கத்தின் உயரம் 13 அடிப்பகுதியின் சுற்றளவு 59 அடி 100 அடி அளவுள்ள கருவறைக்கு முன் அர்த்த மண்டபமும் தூண்களமைந்த முன் மண்டபமும் உள்ளன.

கருவறையின் முன் இருபுறமும் ஆறு அடி உயரமுள்ள துவார பாலகர்கள் சிலைகள் காணப்படுகின்றன. கருவறையின் மீதுள்ள விமானத்தின் உயரம் 180 அடி இவ்விமானம் தஞ்சாவூர் பெருவுடையார் கோவில் விமானத்தைவிட 9.8 அடி உயரம் குறைவானது.

பெருவுடையார் கோயில் விமானத்தின் அடுக்குகள் நேரானவையாகவும் இக்கோயில் விமான அடுக்குகள் வளைவாகவும் உள்ளன. மற்றெந்த சிவன் கோயில்களிலும் உள்ள லிங்கங்களைவிட 13 அடி உயரமுள்ள இக்கோயில் லிங்கம் மிக உயரமானதாகும்.

கருவறைக்குள் சூரிய ஒளியை எதிரொளிக்கும் வகையில் கருவறையை நோக்கியவாறு நந்தி 660 அடி அமைக்கப்பட்டுள்ளது.

கருவறை எப்பொழுதும் குளிர்ச்சியாக இருக்கும்வகையில் அங்கு சந்திரக்காந்தக் கல் பதிக்கப்பட்டுள்ளது. தெற்கு நோக்கிய அம்மன் சன்னதியிலுள்ள பெரிய நாயகி அம்மன் திருஉருவச் சிலையின் உயரம் 9.5 அடி ஆகும்.

பிரகதீசுவரர் கருவறையைச் சுற்றி ஐந்து கருவறைகளும் சிம்மக் கிணறும் உள்ளன.

முதன்மை கருவறைச் சுவற்றின் வெளிப்புற மாடங்களில் அர்த்த நாரீசுவரர், நடராசர் போன்ற சிவனின் திருஉருவங்கள் மேலும் பிரமன், துர்க்கை, திருமால், சரசுவதி என ஐம்பதுக்கும் மேற்பட்ட சிற்பங்கள் உள்ளன. அவற்றில் ஒன்று சிவன் ஒரு அடியாருக்கு மாலை சூட்டுவது போல செதுக்கப்பட்டுள்ளது.

ஒன்பது கோள்களைக் குறிக்கும் ஒற்றைக் கல்லாலான நவக்கிரகம் இக்கோயிலில் அமைந்துள்ளது.

கங்கைவரை சென்று பாலப் பேரரசை வெற்றி கொண்ட முதலாம்

இராசேந்திரன் தன் தந்தை கட்டிய கோயிலைப் போன்று தானும் ஒரு கோயில் கட்ட விரும்பினான்.

இடைக்காலச் சோழர் தலைநகராக விளங்கிய தஞ்சாவூரிலிருந்து தான் புதிதாக நிர்மாணித்த கங்கை கொண்ட சோழபுரம் ஊரைத் தனது தலைநகராக முதலாம் இராஜேந்திரன் மாற்றியதிலிருந்து தொடர்ந்து அடுத்த 250 ஆண்டுகளுக்கு கங்கை கொண்ட சோழபுரமே சோழர்களின் தலைநகரமாக விளங்கியது.

கல்வெட்டுகளிலிருந்து 1980களின் அகழ்வாய்களின்படியும் கோட்டைச் சுவர்கள், அரண்மனைகள், நடுவிலமைந்த கோயில் கங்கை கொண்ட சோழபுரம் நன்கு திட்டமிட்டு அமைக்கப்பட்ட நகரமாக இருந்தது தெரிய வருகிறது.

தஞ்சை பெருவுடையார் கோயிலுக்குரிய நன்கொடைகளையெல்லாம் இராஜேந்திரன் இக்கோயிலுக்குத் திருப்பி விட்டானென்றும், பெருவுடையார் கோயிலைக் கட்டிய கட்டிடக் கலைஞர்களையும் சிற்பி களையும் தஞ்சாவூரிலிருந்து இங்கு வரவழைத்து இக்கோயிலைக் கட்டச் செய்தான் என்றம் கருதப்படுகிறது.

முதலாம் இராஜேந்திர சோழனுக்குப் பின்வந்த பெரும்பாலான சோழ அரசர்கள் கங்கை கொண்ட சோழபுரத்தில் முடிசூட்டிக் கொண்டனர்.

இராஜேந்திர சோழனுக்கு அடுத்து ஆட்சிக்கு வந்த முதலாம் குலோத்துங்க சோழன் இந்நகரைச் சுற்றி கோட்டைச் சுவர்கள் கட்டி னான்.

13ஆம் நூற்றாண்டின் பிற்பகுதியில் தங்களது முந்தைய தோல்வி களுக்குப் பழிவாங்கும் நோக்கில் பாண்டியர்கள் சோழர்களை முறியடித்து இந்நகரை அழித்தனர். கோயிலையும் அதைச் சுற்றியுள்ள பகுதிகளையும் தவிர இந்நகரின் அரண்மனைகள் உள்ளிட்ட பிற யாவும் அழிக்கப் பட்டன.

மூவர் உலா தக்க யாகப் பரணி போன்ற நூல்களின் பல சமகால இலக்கியங்களில் கங்கை கொண்ட சோழபுரம் மற்றும் இக்கோயில் பற்றிய குறிப்புகள் காணப்படுகின்றன.

பதினோறாம் நூற்றாண்டுத் தமிழ்ப் புலவரான கம்பர் இயற்றிய கம்ப

இராமாயணத்தில் அவரது அயோத்தி நகர வர்ணனைகளுக்கு கங்கை கொண்ட சோழ புர நகரமைப்புதான் முன் மாதிரியாக இருந்திருக்க வேண்டுமென சில அறிஞர்கள் கருத்து தெரிவிக்கின்றனர்.

சேக்கிழார் இயற்றிய பெரிய புராணம் நூலிலும் இத்தகைய ஒற்றுமையைக் காண முடிகிறது. சேரர், சோழர், பாண்டியன் என மூவேந்தர்களின் சிறப்பைப் பாடும் மூவர் உலாவிலும் இந்நகரைப் பற்றிய விரிவான விளக்கங்களைக் காணலாம்.

தஞ்சாவூர் பெருவுடையார் கோயிலைப் போன்று இக்கோயிலும் சமூக பொருளாதார அரசியல் நிகழ்வுகளின் நடுவகமாக விளங்கியுள்ளது.

இசை, நடனம், வெண்கலச் சிலை உருவாக்கம் போன்ற கலாச்சார நிகழ்வுகள் இக்கோயில் ஆதரிக்கப்பட்டு நிகழ்த்தப்பட்டன.

அழியாத சோழர் பெருங்கோயில்கள் என்ற பெயரில் இக்கோயில், தஞ்சை பெரிய கோயில், தாராசுரம் ஐராவதேசுவரர் கோயில் ஆகிய மூன்றும் யுனெஸ்கோ நிறுவனத்தால் பொது ஊழி உலகப் பாரம்பரியக் களப் பட்டியலில் இடம்பெற்றுள்ளன. இக்கோயில் அழியாத சோழர் பெருங்கோயில்கள் பட்டியலில் 2004ம் ஆண்டு இணைக்கப்பட்டது.

தஞ்சைப் பெருவுடையார் கோயிலும், இக்கோயிலும் திராவிடக் கட்டிடக் கலையின் உச்சநிலையின் வெளிப்பாடாக விளங்குவதாக வல்லுநர்கள் கருதுகின்றனர்.

இக்கோயில் இந்தியத் தொல்லியல் துறையினரால் ஒரு பாரம்பரிய மான நினைவுச் சின்னமாக அறிவிக்கப்பட்டு பராமரிக்கப்பட்டு வருகிறது.

●

கங்கை கொண்ட சோழேச்சுரம் என திருவிசைப்பா பாடல் பெற்ற தலம் இது. தற்பொழுது சிற்றூராக உள்ளது இத்தலம்.

பிற்காலச் சோழர்களுக்கு தலைநகராக விளங்கிய இத்தலைநகரின் பகுதிகளே இன்றுள்ள 1. உட்கோட்டை 2. மாளிகைமேடு, 3. ஆயிரக் கலம் 4. வாணதரையன்குப்பம், 5. கொல்லாபுரம், 6. வீரசோழநல்லூர், 7. மெய்க்காவல்புத்தூர், 8. சுண்ணாம்புக்குழி, 9. குருகை பாலப்பன் கோயில் முதலிய சிற்றூர்கள் ஆகும்.

சோழ மன்னர்கள் வாழ்ந்த இடமே மாளிகை மேடு ஆகும். இவ்வூர் பண்டைய புலவர்களால் கங்காபுரி, கங்கை நகர், கங்காபுரம் என்றெல்லாம் புகழப்பட்டது.

முதலாம் இராஜேந்திரன் முதல் மூன்றாம் இராஜேந்திர சோழன் காலம்வரை இவ்வூர் சோழர் தலைநகராகத் திகழ்ந்தது தன் தந்தையைப் போலவே அதற்கீடாக மிகச்சிறப்புடன் ஆண்டவன் முதலாம் இராஜேந்திர சோழன். இவனுக்கு கங்கை கொண்ட சோழன் பண்டித சோழன் முதலிய பட்டப்பெயர்கள் உண்டு.

இவனுடைய மகள் அம்மங்காதேவி. இவன் லட்சத்தீவையும் வென்ற சிறப்புடையவன். சோழர் தலைநகரான தஞ்சை, பாண்டிய நாட்டு எல்லைக்கு அருகில் இருந்தமையால் அடிக்கடி போர் ஏற்படும் வாய்ப்பு இருந்தது.

தவிர காலந்தவறாது பெய்த மழையால் கொள்ளிடத்தில் வெள்ளப் பெருக்கேற்பட்டு, அதனால் தில்லைக்குச் சென்ற நடராஜப் பெரு மானைக் காண விரும்பியபோதெல்லாம் தடையும் உண்டாவதைக் கண்ட முதலாம் இராஜேந்திர சோழன், சோழ நாட்டின் மையப்பகுதியில் புதிய தலைநகரம் ஒன்றை அமைப்பதற்கு எண்ணினான்; முயன்றான்.

இடத்தைத் தேர்வு செய்து புதிய நகரத்தை நிர்மாணித்து அதை கங்கை நீரால் புனிதப்படுத்தி எண்ணி தன் படையை கங்கை நீர் கொண்டு வர வடநாட்டிற்கு அனுப்பி வைத்தான்.

அப்படையும் சென்று, வடநாட்டு மன்னர்களை வென்று கங்கை நீர் கொண்டு திரும்பியது. இதனால் முதலாம் இராஜேந்திர சோழனுக்கு கங்கை கொண்ட சோழன் என்ற பெயர் உண்டாயிற்று.

அந்நீரால் புனிதப்படுத்த அவ்வூரில் தன் தந்தை, தஞ்சையில் கட்டியது போலவே ஒரு பெரிய கோயிலைக் கட்டினான். அதுவே, கங்கை கொண்ட சோழேச்சுரம் ஆயிற்று.

இவ்வூரை நிறுவ சுண்ணாம்பினைத் தயாரித்த இடம் சுண்ணாம்புக் குழி என்றும் கோட்டை இருந்தப் பகுதி உள்ளோடடை என்றும், ஆயுதச் சாலைகள் இருந்த இடம் ஆயிரங்கலம் என்றும் இன்றும் வழங்குகின்றன. இவ்வூருக்காகக் கட்டுவித்த ஏரி சோழ கங்கம் எனப்பட்டது. இக்கங்கை

கொண்ட சோழபுரம் அக்காலத்து பற்பலச் சிறப்புக்களுடன் விளங்கியது. சமயங்கொண்டார் ஒட்டக்கூத்தர் முதலிய பெருமக்கள் இங்கு வாழ்ந்திருந்தார்கள். கலிங்கத்துப்பரணி இங்கிருந்து பாடப்பட்டது.

விக்கிரசோழன் உலா, இரண்டாம் குலோத்துங்கன் உலா முதலியன வும் பாடப்பட்டன. சேக்கிழார் பெரிய புராணம் பாடுவதற்குத் தூண்டு கோளாக இருந்த கோயிலமைப்பு.

முதலாம் இராஜராஜசோழன் காலத்திலிருந்து சோழர்களுக்குக் கட்டுப்பட்டிருந்த பாண்டியர் பனிரெண்டாம் நூற்றாண்டின் பிற்பகுதி யில் எதிர்த்தெழலாயினர். அப்போது சோழ மன்னர் பலமுறை பாண்டிய நாட்டின் மீது படையெடுப்பு மதுரை அழித்தனர்.

இதனால் மனங்குமுறிய பாண்டியர் சோழர்களைப் பழிவாங்க காத்திருந்தனர். மூன்றாம் குலோத்துங்கன் இறந்த பின்பு, பாண்டியர் சோழ நாட்டின் மீது படையெடுத்துத் தங்கள் வஞ்சத்தைத் தீர்த்துக் கொள்ளலாயினர்.

முதலாம் சடையவர்மன் சுந்தர பாண்டியன் சோழ நாட்டை வென்று தன் பேரரசுடன் இணைத்துக் கொண்டான். அக்காலத்தே தான் கங்கை கொண்ட சோழபுரம் பெருத்த அழிவிற்கு ஆணையிருத்த வேண்டும் மாளிகைகள் தரைமட்டமாக்கப்பட்டன.

கி.பி. 1279ல் சோழர்குலம் முடிவுக்கு வரவே அரண்மனைகள் உட்பட நகரில் இடிந்த கட்டிடங்களின் செங்கற்களை ஊர் மக்கள் எடுத்துப் பயன்படுத்தத் தொடங்கிவிட்டனர்.

சோழப் பேரரசை வென்ற சடையவர்மன் முதலாம் சுந்தரபாண்டி யனும், சோழர் தலைநகரான கங்கை கொண்ட சோழபுரத்தை அழித்தான். எனினும், கோயிலுக்கு எவ்வித ஊறும் விளைக்கவில்லை யென்றும் மாறாகத் தன் பெயரால் பெருமானுக்குப் பூசை நடத்த நிவந்தம் வைத்தான் என்பதும் தெரிகிறது.

இக்கோயிலில் கிடைத்துள்ள கல்வெட்டுக்கள் மூலம், ஊர்ப்பெயர் வடகரை விருதராச பயங்கர வளநாட்டு மேற்கா நாட்டு மண்ணைக் கொண்ட சோழவள நாட்டு கங்கை கொண்ட சோழபுரம் என்றும், இறைவன் பெயர் திருப்புலீஸ்வரமுடையார் என்றும் குறிக்கப்பட் டுள்ளது தெரிய வருகிறது.

மேலும், சிவபெருமானுக்கு அளிக்கப்பட்ட நிலத்துக்குத் திருநாமத்துக் காணி என்றும் திருமாலுக்கு அளிக்கப்பட்டது திருவிடையாட்டம் என்றும் பெயர் வழங்கப் பெற்றன என்ற செய்தியும் மன்னனார் என்பது திருமாலுக்குப் பெயர்.

அவர் எழுந்தருளிய காரணத்தால் அப்பதி மன்னனார்குடி என்று பெயர் பெற்றது. அதுவே பிற்காலத்தில் மன்னார்குடி என்றாயிற்று.

அதன் பழம்பெயர் வீரநாராயநல்லூர் என்பதே என்பன போன்ற பல செய்திள் இக்கல்வெட்டுக்களிலிருந்து தெரிய வருகின்றன.

இத்திருக்கோயிற் பெருமானுக்கு இராஜேந்திரன் கங்கை நீராடியதை நினைவுகூறும் வகையில் 108 குடங்கள் கங்கை நீரால் அபிஷேகம் 1985, 1986 ஆண்டுகளில் செய்யப்பட்டது.

இராஜேந்திர சோழன் காலத்து ஆட்சியின் பரப்பும் செல்வமும் நாளொரு மேனியும் பொழுதொரு வண்ணமுமாக விரியவும் பெருகவும் ஆயின.

சோழர் காலத்தில் சிறப்பு பெற்ற கலைகளை சோழர் கலைகள் எனலாம். பல்லவர்களும் பாண்டியர்களும் போற்றி வளர்த்த கலை மரபை அவர்களுக்குப் பின் வந்த சோழர்களும் தொடர்ந்து ஆதரித்து மென்மேலும் அது வளர்ச்சியடையச் செய்தார்கள்.

கட்டடக் கலையும் சிற்பக் கலையும் வண்ண ஓவியக் கலையும் பெரும்பாலும் பொதுக்கட்டடங்களிலும் குறிப்பாக கோயில்களிலுமே வளர்க்கப்பட்டன.

கோயில்கள் அல்லாத ஏனையவைகளான அரண்மனைகளும் மாளிகைகளும் பெரும்பாலும் அடியோடு அழிந்துவிட்டன. விதிவிலக்காக உத்திரமேரூர் போன்ற இடங்களில் இவற்றை ஆராய்வதற்கான சாத்தியங்கள் மிகுந்துள்ளன.

தஞ்சாவூரிலும் கங்கை கொண்ட சோழபுரத்திலும் சோழர்கள் கட்டிய கோயில்கள் மிகப்பிரம்மாண்டமானவை. தலைசிறந்தவை. வெளி நாட்டார்கூட வியப்படையும் வண்ணம் தமிழ்நாட்டின் கலைத் திறமையை உலகத்திற்கு அறிவித்தார்கள்.

சோழர்களுடைய கட்டடத் திறமைக்கும் கலை ஆர்வத்திற்கும்,

முடிசூட்டியதுபோல கும்பகோணத்திற்கு அருகே தாராசுரத்திலும் திருபுவனத்திலும் இரு பெரிய கோயில்கள் உள்ளன.

சிற்பம், ஓவியம், வெண்கலப் படிகக் கலை ஆகிய துறைகளும், கோயில் கட்டிடக் கலையோடு போட்டி போட்டுக் கொண்டு முன்னேறின.

மலையிலிருந்து அப்படியே கோயில்களையும் மண்டபங்ளையும் குடைந்து எடுக்கிற அரிய கலை, பிற்காலப் பல்லவ ஆட்சியில் கைவிடப் பட்டது. கல் கோயில்களைக் கட்டுவது வழக்கமாகப் பரவியது.

சோழர்கள் இவ்வழக்கத்தைத் தமிழ்நாடெங்கும் பரப்பினார்கள். ஆரம்ப கால சோழர்கள் கட்டிய கட்டடங்களுக்கும் பிற்காலப் பல்லவர்கள் கட்டிய கோயில்களுக்கும் அவ்வளவாக வேற்றுமை காண முடியாது.

சிற்பக் கலையில் பல்லவர்கள் மேம்பட்ட நிலையை அடைந்தனர். ஏனைய துறைகளைவிட கட்டடக் கலையில் சோழர்கள் வல்லவர்களாகத் திகழ்ந்தனர்.

சோழர் கட்டடக்கலை வல்லவர்களைவிட சோழ சிற்பக்கலைஞர் தங்கள் ஆற்றலில் சிறிதும் சளைத்தவர்கள் அல்லர் என்பதை நிரூபித் துள்ளனர்.

வெண்கல வார்ப்புக் கலையில் முக்கியமாக பஞ்சலோகங்களை மிகப்பெரிய அளவில் வைத்துக் கொண்டு கலவையினால் செய்து, கோட்பாடுகள், தத்துவங்கள், சிற்ப சாஸ்திரங்கள் ஆகியவற்றிற்கு ஏற்ப முதலில் மெழுகில் தயாரித்துப் பிறகு களிமண் ஒட்டி பின்னர் மெழுகை உருக்கி எடுத்து இடைவெளியில் உருக்கப்பட்ட உலோகத்தை அழகுபட வார்க்கின்ற கலையை இன்றும் உலகம் அனைத்தும் மெய்சிலிர்த்து வியக்கும் அளவுக்கு சோழர்கள் உருவாக்கியிருக்கிறார்கள்.

செப்புப் படிமங்கள் என்னும் சொல் எந்தெந்த உலோகங்கள் எந்ததெந்த அளவில் சேர்த்து வார்க்கப்பட்டிருப்பினும், பொதுவாக உலோகத் திருஉருவங்களைக் குறிப்பதற்கு பயன்படுத்தப்படுவதாகும்.

தஞ்சையிலுள்ள சில கல்வெட்டுக்கள் திடமாகவும், உள்ளீடுள்ளதாக வும் உள்ள உலோகத் திருமேனிகள் வார்ப்பது பற்றிய செய்திகளைக்

கொண்டுள்ளன. தென்னிந்தியாவின் பல்வேறு பகுதிகளில் தற்போது காணப்படும் உலோகத் திருமேனிகள் வார்ப்பது பற்றிய செய்திகளைக் கொண்டுள்ளன.

தென்னிந்தியாவின் பல்வேறு பகுதிகளில் தற்போது காணப்படும் உலோகத் திருமேனிகள் பண்டைக் காலத்து வார்ப்புக் கலையின் சிறப்பினை எடுத்துக்காட்டுவனவாகத் திகழ்கின்றன.

சோழர்கால ஆட்சி ஏறத்தாழ நான்கு நூற்றாண்டு காலம் (கி.பி. 850-1250) நடைபெற்ற இந்த நீண்ட காலத்தில் தமிழ்நாடு முழுவதும் சிறியதும் பெரியதுமான கற்கோயில்கள் கட்டப் பெற்றன.

அடித்தளம் முதல் உச்சியிலுள்ள ஸ்தூபி பகுதிவரை கோயில் முழுவதும் கல்லாலேயே கட்டப்படுமாயின் அதற்கு கற்றளி என்பது பெயராகும்.

அக்காலத்தில் கற்றளிகளைக் கட்டுவதே பெருமைக்குரியதாக கருதப் பட்டது. சோழர்களுடைய கட்டடக் கலைப் பாணியைப் பின்பற்றி தமிழ்நாட்டுக்கு அப்பாலும் பல கோயில்கள் கட்டப்பட்டன.

இலங்கையிலும், மைசூரிலும், ஆந்திர மாநிலத்திலும் உள்ள கோயில் களைச் சான்றாகக் கூறலாம். தஞ்சைப் பெருவுடையார் கோயில் உலகப் பாரம்பரியச் சின்னமாகக் கருதப்படுகிறது.

இராஜராஜ சோழனால் கட்டப்பட்ட தஞ்சைப் பெருவுடையார் கோயில் 17, 18ஆம் நூற்றாண்டுகளில் மராட்டிய மன்னர்களால் ஆளப் பட்டபோது பிரகதீஸ்வரர் கோயில் ஆகியது.

இராஜேந்திர சோழன் காலத்தில் கங்கை கொண்ட சோழபுரத்தில் பிரம்மாண்டமான சிவன் கோயில் கட்டப்பட்டது. இரண்டாம் ராஜ ராஜனால் 12ஆம் நூற்றாண்டில் தாராசுரத்தில் ஐராவதேஸ்வரர் கோயில் கட்டப்பட்டது.

இந்திய சிற்பக் கலையில் இன்ன உருவம் இன்னொருடையதுதான் என்று ஆதாரமாகச் சொல்லிக் கூடிய நிலை மிகக்குறைவு. இந்தக் குறைபாடு சோழர்களின் கல் சிற்பக்கலையிலும் காணலாம்.

முதலாம் இராஜேந்திரன் காலத்தில் மனித உருவமாக படைக்கப் பட்டது என்று தெரிவது காலஹஸ்திக் கோயிலில் உள்ள அழகிய

வெண்கலத் திருமேனி மட்டுமே. இது முதலாம் இராஜராஜனின் அரசி யான சோழ மாதேவியைக் குறிப்பது.

மனித உருவமாகச் சிறந்து விளங்குவதோடு அழகிய எடுத்துக் காட்டாக அக்காலத்துக் கலையை விளக்கும் இந்தப் படைப்பு தென்னிந்திய உலோகத் திருமேனிகளுள் காலம் வரையறுக்கப்பட்ட முதல் திருமேனியாகும்.

இந்தத் திருமேனியின் காலமும் இது யாருடையது என்ற அடையாள மும் அதன் அடிப்பகுதியிலுள்ள கல்வெட்டு வாசகத்தால் தெரிகின்றன.

இராஜேந்திரச் சோழனின் உத்தரவுப்படி நிச்சப் பட்டழகன் என்ற வெண்கல வார்ப்புக்கலை வல்லுனரால் செய்யப்பட்டதாகக் குறிப்பிடப் படுகிறது.

மற்ற கலைகளைப் போலவே சோழர்களின் ஓவியக் கலையும் பல்லவ பாண்டியர் வளர்த்த கலையின் தொடர்ச்சியாகவும் வளர்ச்சியாகவும் சுவர்களில் தீட்டப்பட்ட வண்ணச் சித்திரங்களில் அளவு, சிறப்பு ஆகிய வற்றை இலக்கியங்களின் ஆதாரமாகவும் விளக்கமாகவும் சொல்லப் பட்டிருக்கிறது.

கலைப்பொருள்களிலேயே ஓவியங்கள்தான் மிக மென்மைத் தன்மை கொண்டவை. காலத்தாலும் இயற்கை சீற்றங்களாலும் மலைகளில் இரசாயனங்களால் உண்டாகும் மாறுதல்களிலும் உபயோகப்படுத்தப் பட்ட பொருள்களாலும் வண்ண ஓவியங்களுக்கு பெரிய அளவில் சேதம் ஏற்படும்.

தஞ்சாவூர் போல பல இடங்களில் முதலில் வரையப்பட்ட அழகான ஓவியங்களின் மீது, பிற்காலத்தில் அவற்றைவிடச் சற்று மட்டமான ஓவியங்கள் தீட்டப்பட்டிருக்கின்றன.

இரண்டாம் இராஜராஜனால் பன்னிரண்டாம் நூற்றாண்டில் தாராசுரம் ஐராவதேஸ்வரர் கோயில் கட்டப்பட்டது. இக்கோயில் தஞ்சை மாவட்டம் கும்பகோணத்திற்கு அருகில் உள்ள தாராசுரம் எனும் ஊரில் அமைந்துள்ளது. தஞ்சை அரண்மனை தேவஸ்தானத்திற்கு உட்பட்ட 88 கோயில்களில் இக்கோயிலும் ஒன்றாகும்.

1987ல் பெருவுடையார் கோயில் யுனெஸ்கோ அமைப்பால் உலகப்

பாரம்பரியச் சின்னமாக அறிவிக்கப்பட்டது. பின்னர் 2004ல் கங்கை கொண்ட சோழீஸ்வரர் கோயிலும் மற்றும் ஐராவதேஸ்வரர் கோயிலும் உலகப் பாரம்பரியச் சின்னங்களாக அறிவிக்கப்பட்டன.

தமிழ்நாடு தொல்லியல் துறை இக்கோயிலின் அமைப்புகளை ஆராய்ந்து இக்கோயிலில் உள்ள கல்வெட்டுகளைப் படியெடுத்து சோழ மன்னர்களைப் பற்றிய பல தகவல்களைப் பதிப்பித்துள்ளது.

சோழ மன்னர்களில் இரண்டாம் இராஜராஜனால் கட்டப்பட்ட அழகிய கலைக்கூடம் இக்கோயில். இக்கோயிலைச் சுற்றிலும் ஏராளமான கல்வெட்டுகள் உள்ளன.

தூண்களில் அமைக்கப்பட்டுள்ள சிற்பங்களும் சுவர்களில் அமைக்கப் பட்டுள்ள வடிவங்களும் நாட்டிய முத்திரைகளைக் காட்டி நிற்கும் சிற்பங்களும் தேர் போன்று வடிவிலமைந்த மண்டபமும் என பல அரிய சிற்பக் கலைப் படைப்புகளை இக்கோயில் கொண்டுள்ளது.

சிற்பிகளின் கனவு என்று கருதப்படும் இந்தத் தலம் முழுவதும் மிகவும் நுணுக்கமான சிறிய மற்றும் பெரிய சிற்பங்களால் நிறைந் துள்ளது.

வழக்கமான சைவத் தலங்களின் அமைப்பிலிருந்து சற்றே வேறு பட்டுள்ளது. இறைவிக்கென்று தனியே ஒரு கோயில் வலதுபுறம் அமைந்துள்ளது. இது வழக்கமான தலங்களைப்போல் முதலில் அமையப் பெற்று பின்கால மாற்றத்தல் சுற்றுச்சுவர் மறைந்து தனித்தனி சன்னதி களாக அமையப் பெற்றிருக்கலாம் என்ற ஒரு கூற்று இருந்தாலும் ஆயிரம் வருடங்களுக்கு முன்பே பெண் தெய்வத்துக்கும் சமமாய் ஒரு தனிக் கோயில் அமைத்திருப்பது இதன் சிறப்பாகும்.

இக்கோயில் கருவறை விமானம் ஐந்து நிலை மாடங்களுடன் 80 அடி உயரம் உள்ளது. 63 நாயன்மார்களின் சிற்பங்களும் இந்தக் கோயில் வடிவமைக்கப்பட்டுள்ளன.

கங்கை கொண்ட சோழபுரத்தை தலைநகரமாகக் கொண்டு ஆட்சி செய்து வந்த இரண்டாம் இராஜராஜன் அங்கிருந்து தனது தலைநகரைத் தாராசுரத்திற்கு மாற்றி அங்கு கட்டிய கோயிலே ஐராவதேசுவரர் கோயிலாகும்.

முதலில் இக்கோயிலின் இறைவனுக்கு ராஜராஜேஸ்வரமுடையார் என்ற பெயர் வழங்கப்பட்டு பின்னர் ஐராவதேஸ்வரர் எனப் பெயர் கொண்டது.

தக்கயாகப் பரணி இந்தக் கோயிலின் மண்டபத்தில்தான் அரங்கேற்றம் செய்யப்பட்டது. இந்தக் கோயிலில் மேற்கொள்ளப்பட்ட அகழ் வாராய்ச்சியின்போது கண்டுபிடிக்கப்பட்ட ஒரு கல்வெட்டில் இராஜ ராஜசோழனுக்கும் அவரது 5 மனைவியாருக்கும் பள்ளப்படை அமையப் பெற்றது என்ற செய்தி காணப்பட்டது.

ஐராவதேசுவரர் கோயில் திராவிட பாணியில் கட்டப்பட்டுள்ளது. தேர் வடிவிலமைந்த இக்கோயில் கரக்கோயில் என்ற வகையைச் சேர்ந்தது என்பதற்கான சான்றுகள் தமிழ் இலக்கணப் படைப்புகளில் காணப்படு கின்றன.

தஞ்சாவூர் பெரிய கோயில் மற்றும் கங்கை கொண்ட சோழீசுவரம் கோயில் இரண்டையும் விடச் சிறியதாக இருப்பினும் இக்கோயில் நுணுக்கமான சிற்ப வேலைப்பாடுகள் மிகுந்ததாய் உள்ளது.

கோயிலின் முதன்மை நுழைவாயில் கிழக்குப்புறத்தே அமைந் துள்ளது. கோயில் விமானம் 24 மீ உயரம் கொண்டது.

இக்கோயிலின் கருவறையைச் சுற்றி உட்சுற்றுப் பாதையும் ஒரு கோட்டச்சு மண்டபங்களும் அமைக்கப்படவில்லை. முன் மண்டபம் ராஜ வம்சத்தின் திருமண்டபம் என்று கல்வெட்டுக்களில் குறிக்கப் பட்டுள்ளது. முன் மண்டபத்தின் தென்பகுதி கல்லாலான சக்கரங்களுடன் குதிரைகளில் இழுத்துச் செல்லப்படும் தேர் வடிவிலுள்ளது. இம்மண்டபத் தின் தூண்கள் நுட்பமான அழகிய சிற்ப வேலைப்பாடுகளுடன் உள்ளன.

நுழைவாயிலில் நந்தியினருகே அமையப் பெற்றிருக்கும் பலி பீடத்தின் படிகள் இசையொலி எழுப்பும்படிகளாக அமைக்கப்பட்டுள்ளது. வெவ்வேறு கனங்களிலிருக்கும் இந்தத் தூண்கள், தட்டும்போது சரிகமபதநி என்ற சுரங்களைக் கொடுக்கின்றன.

ராஜகம்பீரன் திருமண்டபம் என்று அழைக்கப்படும் மகா மண்டபம் யானைகளாலும் குதிரைகளாலும் இழுத்துச் செல்லப்படுவது போல் அமைக்கப்பட்டுள்ளது. இம்மண்டபத்திற்கு ஏறிச் செல்லும் படியில் யானைகள் ஒரு பக்கத்திலும் குதிரைகள் மற்றொரு பக்கத்திலும் தேரை

இழுத்துச் செல்வதுபோல் உள்ள சிற்பத்தின் சக்கரம் இன்றுவரை இந்திய கலையின் அடையாளமாகப் பார்க்கப்படுகிறது. இதில் உள்ள சக்கரம் உள்ளிட்ட பல சிற்பங்கள் அந்நியர் படையெடுப்பால் சிதைக்கப்பட்டு தொல்லியல் துறையால் பிற்காலத்தில் திரும்ப சேர்க்கப்பட்டது.

குதிரைகள், யானைகள் பூட்டப்பட்ட ரதத்தின் அமைப்பில் இருக்கும் இம்மண்டபம், நுணுக்கமான பல சிற்பங்களுடன் கூடிய தூண்களால் நிறைந்தது. தூண்களில் நர்த்தன கணபதியின் உள்ளங்கை அகல சிற்பம் உள்ளது.

நாட்டியத்தின் முத்திரைகள் காட்டும் பெண்களின் சிற்பங்களும், வாத்தியக்காரர்களின் குழுக்களும், புராணக் கதைகளும் சில சென்டி மீட்டர் அளவிலேயே மிகவும் தெளிவாகச் செதுக்கப்பட்டுள்ளன.

கோயிலின் மகா மண்டபத்தின் தூண்கள் ஒவ்வொன்றிலும் நான்கு புறங்களிலும் பல புராணக் கதைகள் சிற்பங்களாக வடிக்கப்பட்டுள்ளன.

மகா மண்டபத்தின் நுழைவாயிலில் காணப்படும் கண்ணப்ப நாயனார் மெல்லிய செருப்பு அணிந்திருக்கிறார். கருவறையில் லிங்கத்தின் இருபுறமும் துவாரபாலகர்கள் காணப்படுகின்றனர். இது பிற சிவன் கோயில்களில் காணப்படாதது. சூர்ய லிங்கங்கள் அபூர்வமான விலை மதிக்க முடியாத சாலிக்கிராம லிங்கம் பிரகாரத்தில் காணப்படுகிறது.

பிற கோயில்களில் இல்லாத அதிசயமான சிற்பங்களும் இங்கு உண்டு. கையில் வீணையில்லாத சரஸ்வதி, பாம்புகளுக்கு அரசனான நாகராஜன், அன்னபூரணி என சாதாரணமாகக் கோயில்களில் காணப்படாத சிற்பங்கள் இங்கு அமைக்கப்பட்டுள்ளன.

கோயிலின் வெளிச்சுவர்களில் மூன்று முகங்கள் எட்டு கைகளுடன் அர்த்தநாரீஸ்வரர் மேல் கரங்களில் சிவனுக்குரிய மானும், கோடரியும் கீழ் சரங்களில் அழகான புல்லாங்குழல் ஏந்திய சிவனும் குழலூதும் கண்ணனும் இணைந்த சிவன், காலை மடக்கி ஓய்வாக உட்கார்ந் திருக்கும் சிவன் எனப் பல சிற்பங்களும் உண்டு. மண்டபத்தின் மேல் பிரகாரத்தில் நாயன்மார்கள் 108 சிவனடியார்களின் உருவங்கள் உள்ளன.

ஐராவதேஸ்வரர் கோயிலின் வலப்புறத்தில் வெளியே தெய்வநாயகி அம்மனுக்குத் தனியாக கோயில் அமைந்துள்ளது.

இரண்டாம் இராஜராஜனின் காலத்தில் இராஜராஜேச்சுரம் என்று பெயரிடப்பட்டு இன்று தாராசுரமென மருவி வழங்கப்படுகிறது. ஐராவதேஸ்வரரின் துணைவி தெய்வநாயகி. இந்திரனின் வாகனமான ஐராவதம் என்கிற யானை துருவாச முனிவரின் சாபத்தால் அதன் வெள்ளை உருவம் மாறி கருமை நிறம் அடைந்தது.

தன் நிறம் மாறியதால் வருத்தமுற்ற ஐராவதம் இத்தலத்திற்கு வந்து இங்கு எழுந்தருளிய சிவபெருமானை வணங்கி சாபத்திலிருந்து விடுதலை பெற்றதாகவும், அதனால்தான் இங்குள்ள இறைவனின் பெயர் ஐராவதேஸ்வரர் என்று வழங்கலாயிற்று என்றும் தலபுராணம் தெரிவிக்கிறது. இக்கோயிலுக்குள் காணப்படும் இந்திரன் அமர்ந்திருக்கும் ஐராவதத்தின் சிலை இக்கூற்றுக்குச் சான்றாக உள்ளது.

எமதர்மன் சாபம் பெற்றதால் கொண்ட உடல் எரிச்சல் தீர இங்குள்ள குளத்தில் நீராடி விமோச்சனம் பெற்றதால் அக்குளம் எமதீர்த்தம் என அழைக்கப்படுகிறது.

இத்திருத்தலம் தொடர்பான மற்றொரு புராணமும் உள்ளது. மரணமற்ற பெருவாழ்வு வாழவும் தேவர்களை வெல்லவும் தாரன் என்ற அசுரன் இத்தலத்து இறைவனைப் பூசித்து, தவம் இருந்து தான் விரும்பிய அருளைப் பெற்றதால் இத்தலம் உள்ள இடம் தாராசுரம் என்றானது என்றும் கூறுகிறது.

இராஜேந்திரச் சோழன் எடுத்த இக்கற்கோயில் திருமலைராயன் ஆற்றின் வடகரையில் அமைந்துள்ளது.

கருவறை, அர்த்த மண்டபம், முன் மண்டபம் அதனுடன் இணைந்த அம்மன் கோயில்கள் பரிவாராலயமாக சண்டீசர் கோயில், கிழக்கு கோபுர வாயில் ஆகியவற்றோடு பஞ்சபன் மாதேவீச்சரம் அமைந்துள்ளது.

அர்த்த மண்டபத்திலுள்ள ரிஷபமும் அங்குள்ள சிம்மத் தூண் ஒன்றும் பழுவேட்டரையர்களின் கலை அமைதியோடு விளங்குகின்றன.

பழுவேட்டரையர் மரபில் வந்த பஞ்சவன்மாதேவி, ராஜேந்திர சோழனை சொந்த மகனாகவே எண்ணி அன்பு பாராட்டினார். அதனால், அந்த இறையுணர்வு மிக்க சீமாட்டி இயற்கை எய்தியபோது அந்தப்

பிரிவைத் தாங்க மாட்டாத அரசர் அன்னையின் நினைவாக, பேரரசி புதைக்கப்பட்ட இடத்தில் பள்ளிப்படைக் கோயிலான பஞ்சவன் மாதேவீச்சரத்தைக் கட்டினார். இப்பள்ளிப்படை தாயின் மீது அவர் கொண்டிருந்த அன்பை வெளிப்படுத்தக் காட்டப்பட்ட கலைக்கோயிலாகும்.

இராஜராஜசோழன் தன்னுடைய ஆட்சிக்காலத்தில் ஈழத்தின் மீது படையெடுத்து அதைக் கைப்பற்றிய பின்னர்தான், அங்குள்ள சிவாலயங்களைப் பார்த்து பிரமித்துப் போய் நாமும் ஏன் இதேபோல் ஒரு சிவாலயத்தை மிகப் பிரம்மாண்டமாக எழுப்பக்கூடாது என்று தன்னுடைய மனதில் கேள்வியை எழுப்பினான்.

அதற்குப் பதிலாக தோன்றியதே தஞ்சை பெருவுடையார் ஆலயம். பல்லவ மன்னனான ராஜசிம்மனால் காஞ்சிபுரத்தில் கட்டப்பட்டிருந்த கைலாய நாதர் கோயிலின் கட்டமைப்பும் சிற்ப வேலைப்பாடுகளும் ராஜராஜ சோழனின் மனதைப் பெரிதும் கவர்ந்தன.

இதுவே இப்படி ஒரு ஆலயம் கட்டுவதற்கு அடித்தளமாக அமைந்துள்ளது. தஞ்சைப் பெருவுடையார், பஞ்சபூதங்களின் அம்சம். இவரைத் தொழுவது பஞ்சபூத லிங்கங்களைத் தொழுவதற்கு சமம்.

சரும நோயினால் அவஸ்தைப்பட்ட சோழ மன்னர், நோயின் கொடுமை தீர ஆலய யாத்திரையை மேற்கொண்டார்.

அருணகிரிநாதருக்கு வந்த நோய்க்குச் சமமான நோயால் பீடிக்கப்பட்ட சோழன், தனது ஆட்சிக்கு உட்பட்ட இலங்கை என இந்நாளில் அழைக்கப்படும் தலைமன்னார்காடு உறை ஈசனை வணங்கச் சென்றார்.

அப்போது மன்னரின் குலகுருவும் உடன் இருக்க, கருவறையின் உள்ளிருந்து அசரீரி ஒலித்தது ராஜராஜனே, எமக்கொரு கோல்இல்சமை இம்மொழி கேட்ட மன்னர் தன் நாடு மீண்டு மனைவி லோகமாதேவியோடு திருவாரூர் தியாகராசரைத் தொழுது நாடி கேட்டனர்.

அப்பொழுது அகஸ்திய மகரிஷியே வானில் தோன்றி ஆசி கூற, ஓலைச் சுவடி படிக்கப்பட்டது. அதில் தஞ்சை உறையூர், காஞ்சி என்ற மூன்று தலைநகர்களில் தஞ்சையில் காவிரிக் கரையில் கோயில் கட்டவும், இதற்கான கற்கள் திருச்சி மலைப்பகுதியிலிருந்து எடுக்கவும் ஆணை வந்தது. சிவனே நாடி படித்ததாகக் கூறுகிறார் சிவவாக்கியர்.

நர்மதை நதிக்கரையிலிருந்து மூலவருக்கு கற்களைக் கொண்டு வந்து அதில் ஒளி பொருந்தியதும் நீரோட்டம் நிறைந்ததுமான ஒரு லிங்க ஸ்வரூப கல்லை ப்ரஹந் நாயகி என்ற சோழரின் குலதெய்வம் காட்டி மறைந்தது.

இந்தக் கல், லிங்க வடிவில் தானே பெரு வளர்ச்சி அடைந்ததால் இந்த லிங்க மூர்த்திக்கு பெருவுடையார் என்ற பெயர் வழங்கி வருகிறது.

ராஜராஜனின் நோய் நீங்கும்; வம்சம் தழைக்கும் என்றெல்லாம் கூறி வந்தவர், காலத்தால் கோயில் சிதிலம் அடையாது இருக்க திருத்ர ப்ரஹந்மாதா தக்ஷிணமேரு என்ற யாகத்தைச் செய்யச் சொன்னார்.

திருத்ரப்ரஹந்மாதா தக்ஷிணமேரு யாகம் 288 நாட்கள் நடைபெற்றது. சுமார் ஆறு மண்டல காலம். கோயிலைக் கைப்பற்றும் எண்ணத்தில் மாற்று அரசர்கள், அமைச்சர்கள், அரசு பிரதானிகர்கள் யாரும், ஆலயத்துள் எவ்வகையில் நுழைந்தாலும் அவர்கள் சிம்மாசனத்தை இழப்பர்.

குலம் நசியும் என்று நந்தி மண்டபத்திலிருந்து அசரீரி ஒலித்தது. இதனாலேயே பிரகதீஸ்வரன் சந்நதியுடைய தஞ்சை பெருங் கோயிலுக்கு அரசரோ அவர் குடும்பத்தவரோ நுழைவது தீமை பயக்கும் என்கிறது நாடி. இதனாலேயே மாலிக்காபூர் ஔரங்கசீப் போன்ற அரசர்களிடம் இருந்த இந்தக் கோயில் காப்பாற்றப்பட்டிருக்கிறது.

பிரம்மாண்ட கோயிலைப் போல 80 டன் எடை கொண்ட ஒரே கல்லால் செதுக்கப்பட்ட பிரம்மாண்ட நந்தி சிலை கோயில் முன்பாக சிறப்பாக அமைக்கப்பட்டுள்ளது. சொந்த வீடு, கடை, நிலம் போன்ற அசையா சொத்துகளை வாங்க எண்ணுபவரும் வாங்கிய சொத்துக்கள் விருத்தி ஆகவும் அமாவாசை திதியில் உச்சி வேளையில் நந்தியின் வால்புறத்தில் நின்று நந்தி சகஸ்ரநாமம் சொல்ல சித்திக்கும் என்கிறார் அகஸ்தியர்.

கொடிய நோய்கள், குறிப்பாக முற்பிறவியில் செய்த பாவத்தின் பலனாகத் தோன்றும் கர்மவினை நோய்களான புற்று, குஷ்டம், மலட்டுத் தன்மை போன்றவை 48 தேய்பிறை பிரதோஷ தரிசனத்தால் நீங்கும் என்கிறது நாடி.

வேலையின்மை, தரித்திரம், பொருள் விரயம், மனக்குழப்பம், கொடிய சேதம், விபத்து, விபத்துக்களால் மரணம், பொருட்சேதம் போன்றவற்றிற்கும், வளர்பிறை பிரதோஷ பூஜையை 49 முறை மேற்கொண்டால் கண்டிப்பாக விமோசனம் உண்டு என்கிறது நாடி.

பெரிய கோயில் கல்வெட்டில் தஞ்சைப் பெரிய கோயில் ராஜராஜேச்சுரம் என்று குறிக்கப்படுகிறது.

இலக்கணப்படி ராஜராஜேஸ்வரம் என்பது சரியானதாக இருந்தாலும், கல்வெட்டுகளில் ராஜராஜேஸ்வரம் என்ற பெயரே இடம் பெற்றுள்ளது.

இக்கோயிலை உருவாக்கியவர், வீரசோழன் குஞ்சர மல்லனான ராஜராஜப் பெருந்தச்சன்.

இவருடைய பணிக்கு உதவியாக மதுராந்தகனான நித்த விநோதப் பெருந்தச்சன், இலத்தி சடையனான கண்டராதித்தப் பெருந்தச்சன் என்பவர்களும் குஞ்சர மல்லனுக்குத் துணையாக கோயில் திருப்பணிகளைச் செய்தனர்.

இராஜராஜ சோழனுக்கு பத்து மனைவியர் இருந்தனர். இவர்களில் தந்தி சக்தி விடங்கி என்னும் லோகமாதேவியே பட்டத்தரசியாக இருந்தார். இவரைத் தவிர சோழமாதேவி திரை லோக்கியமாதேவி, பஞ்சவன்மாதேவி, மீனவன் மாதேவி வீரநாராயணி, வல்லவன்மாதேவி, வானவன்மாதேவி ஆகியோர் இருந்தனர்.

வானவன் மாதேவிக்குப் பிறந்த ஒரே மகன் புகழ் மிக்க ராஜேந்திரச் சோழன். இவனுக்கு ராஜராஜ சோழனால் வைக்கப்பட்ட பெயர் மதுராந்தகன். மதுராந்தகனுக்கு இரு சகோதரிகள். மூத்தவள் மாதேவ அடிகள். இறையவன் குந்தவை.

ராஜராஜ சோழன் தன்னை வளர்த்த பாட்டி செம்பியன் மாதேவியின் நினைவாக ஒரு மகளுக்கு மாதேவ அடிகள் என்றும், சகோதரி குந்தவையின் நினைவாக ஒரு மகளுக்கு குந்தவை என்றும் பெயரிட்டார். இதன் மூலம் அவருடைய பாசபந்தமும் அனைவருக்கும் தெரியும். சகோதரியின் மீதும் மகள்களின் மீது அதிகப்பாசம் கொண்டவர் ராஜராஜசோழன்.

*

5. முடிசூட்டு விழாவும் பிராமண ஆதிக்கமும்

பிராமணர்களின் செல்வாக்கைக் குறைக்க அவர்கள் உணராத வண்ணம் மிகப் புத்திசாலித்தனமாக இராஜராஜசோழன் எடுத்துக் கொண்ட நடவடிக்கைகள் காரணமாகத்தான் பிராமணர்கள் இராஜ ராஜசோழனுக்கு ஆதரவு அளிக்காமல் இறுதிக்காலத்தில் அவன் உயிருடன் இருக்கும்போதே அவனது மகன் இராஜேந்திர சோழனுக்கு ஆதரவளித்து கி.பி. 1012ல் அவனை ஆட்சிப்பீடம் ஏற்றினார்கள். இராஜராஜசோழன் கி.பி. 1014ல்தான் இறந்தான் என்பது குறிப்பிடத்தக்கது.

பொதுவாக அரசாட்சியில் மன்னர் ஒருவர் உயிருடன் இருக்கும் போது மற்றொருவரை மன்னராக்குவது மரபுக்கும் இயல்புக்கும் மீறிய செயலாக இருப்பதைக் காணலாம்.

இராஜேந்திரச் சோழன் கி.பி.1012ம் ஆண்டு மார்ச் 27ஆம் நாள் முடிசூட்டியதாகக் கூறப்படுகிறது.

இராஜேந்திர சோழன் தன் தந்தையுடன் இணைந்து கூட்டாக ஆட்சி செய்தான் என்றும் குறிப்புகள் உள்ளன.

அரசேற்கும் நிலையில் உள்ளவருக்கு மன்னனுக்குரிய தகுதிகளை வழங்கினாலும் அவர்களை அரசனாகக் கொள்ளாமல், இளவரசு என்ற

நிலையிலேயே இயங்கி வரச் செய்துள்ளது வரலாற்றில் உண்டு. ஆனால், இந்த மரபுக்கு மாறாக இராஜராஜ சோழன் உயிருடன் இருந்தபோதே இராஜேந்திர சோழன் மன்னனாக அரியணை ஏறியுள்ளதற்கு வைணவ பிராமணப் பின்னணியே காரணம் என்று பார்க்கப்படுகிறது.

முதலாம் இராஜராஜ சோழன் உயிரோடு இருக்கும்போதே, அவனை அரியணையை விட்டு கீழே இறக்கி விட்டு அவன் மகனை ஆரிய மாயையில் மூழ்கி மயக்கி முதலாம் இராஜேந்திர சோழன் என்று புகழ்ந்து கூறி அரியணை ஏற்றி ஆசீர்வதித்துப் பகட்டான பட்டாபிஷேகம் செய்து வைத்துத் தங்களது பணப் பெட்டிகளையும் நிரப்ப முற்பட்டனர் என்று வைதீக பிராமணர்கள் மீதான குற்றச்சாட்டு இன்றளவும் மறையவில்லை.

இவ்வகையில் இராஜராஜசோழன் மகன் பட்டம் சூட்டிய இரண்டு ஆண்டுகளிலேயே தன்னுடைய 52 வயதிலேயே இறந்தது மர்மமான பல கேள்விகளை சோழ வம்சத்தினுள் புதைந்திருப்பதை மறுக்க முடியாது.

ஏனெனில், சோழ மன்னர்கள் பலருமே அடுத்தடுத்து வைஷ்ணவ சூழ்ச்சிகளில் இறந்திருப்பதாகவே பல முன்னுதாரணங்களை வரலாற்றாய்வாளர்கள் முன் வைக்கிறார்கள்.

முதலாம் இராஜராஜசோழன் கி.பி. 1012ல் தனது மகன் இராஜேந்திரனுக்கு இளவரசு பட்டம் சூட்டிய அடுத்த இரண்டாண்டில் கி.பி.1014ல் இறந்தான்.

இரண்டாம் இராஜேந்திரன் தம்பி வீரராஜேந்திரன் கி.பி.1062ல் இளவரசுப் பட்டம் பெற்றான். இரண்டாம் இராஜேந்திரன் அடுத்த இரண்டாண்டில் கி.பி. 1064ல் இறக்கிறான்.

முதலாம் குலோத்துங்கள சோழன் மகன் விக்கிரம சோழன் கி.பி.1118ல் இளவரசு பட்டம் பெற்றான். முதலாம் குலோத்துங்கன் கி.பி. 1120ல் இறக்கிறான்.

விக்கிரம சோழன் மகன் இரண்டாம் குலோத்துங்க சோழன் கி.பி. 1133ல் இளவரசு பட்டம் பெற்றான். கி.பி.1135ல் விக்கிரமச் சோழன் இறந்தான்.

மூன்றாம் குலோத்துங்கன் மகன் மூன்றாம் இராஜராஜன் இளவரசுப் பட்டம் பெற்ற இரண்டாண்டுகள் மூன்றாம் குலோத்துங்கன் இறந்தான்.

இப்படி ஐந்து சோழப் பேரரசர்களும் தங்கள் வாரிசுகளைத் தேர்ந்தெடுத்து இளவரசுப் பட்டம் சூட்டிய குறுகிய காலத்திலேயே இறந்து இருப்பது அன்றைய வைதீக பிராமண மேலாதிக்க சூழ்ச்சியின் பின்னணியில் நிகழ்ந்ததாகவே ஐயப்பாடு கொள்கிறார்கள் வரலாற்றாளர்கள்.

இந்தக் கொலைகள் நஞ்சூட்டடல், மருத்துவ வழியிலும் சோதிடம் நம்பிக்கை மற்றும் மாந்திரீக பயமுண்டாக்குதல் போன்ற உளவியல் வழியிலும் சூழ்ச்சியாக செய்யப்பட்டதாகக் கூறப்படுகின்றன.

இராஜேந்திர சோழன் பிராமணப் பெண்ணான பரவை நாச்சியார் என்பவரோடு கொண்டிருந்த உறவையே ஆரிய மாயையில் மூழ்கி மயக்கி என்று கூறியிருப்பதை அறியலாம்.

இராஜேந்திர சோழனை அரியணை ஏற்றுவதற்கான அவசியம் பிராமணர்களுக்கு ஏற்பட்டுள்ளதை உணரும்விதமான சூழ்நிலையை இராஜராஜன் ஏற்படுத்தியதால்தான் வலிந்து இராஜேந்திர சோழனை மன்னராக்கும் செயல் நடைபெற்றிருக்கிறது என்பதை அறிய முடிகிறது.

வைஷ்ணவ பிராமணர்களின் செல்வாக்கும், ஆரிய மொழியின் செல்வாக்கும் இராஜராஜன், இராஜேந்திர சோழன் காலத்தில் முழுவீச்சில் வெற்றி பெற்றிருந்ததை அறிய முடிகிறது.

பிராமணர்களின் தூண்டுதலால்தான் முதலாம் இராஜேந்திர சோழன் கங்கை வரை படையெடுத்து அப்பகுதியில் பௌத்த சமய வழியில் ஆட்சி செய்த மகிபாலனுடன் போரிட்டான்.

மனுதர்மம் என்ற நூலில் பிராமணர்கள் தங்கள் இன நலத்திற்கு ஏற்ப அதில் உள்ள கருத்துக்களை அவ்வப்பொழுதுக்கு ஏற்ப ரகசியமாக குறிப்புகளைச் சேர்த்து எழுதி வைத்துக் கொண்டு அதனை அரசர்களுக்கு ஆலோசனையாகக் கூறிக் கொண்டு வந்தனர்.

அந்நூலில் உள்ள கருத்துகள் எக்காலத்திலும் அரசர்களால் அல்லது மக்களால் ஆலோசனை செய்து ஏற்றுக் கொள்ளப்பட்டது இல்லை.

பிராமணர்கள் தங்களுக்கு ஏற்றவாறு அரசர்களின் நிர்வாகத்தில் அலுவலர்களாக இருக்கும்போது நீதி நேர்மை என்ற பெயரில் அதில் எழுதிக் கொண்டனர்.

இதனால் மனுதர்ம (வர்ணாசிரம) முறைப்படி ராஜ்ய பரிபாலனம் செய்யாமல் இருக்கிற அரசனை அந்தத் தண்டத்தைக் கொண்டே மந்திரி முதலானவர்கள் கொன்று விடலாம் என்று மனுதர்ம சாஸ்திரம் அத்தியாயம் 6, சுலோகம் 26ல் குறிப்பிடப்பட்டுள்ளது.

இந்த விதி எப்போது எழுதப்பட்டது என்பதும் இதில் விளக்கப்படும் நீதியும் நேர்மையும் என்பனவும கேள்விகளுக்கு உரியதாகும்.

ஆதித்த கரிகாலச் சோழன் படுகொலையைப் பிராமண அதிகாரிகள் முன்னின்று நடத்தியதன் காரணங்கள் மேற்சொன்ன மனுதர்ம சாஸ்திரத்தில் இருந்து ஒருவாறு விளங்கிக் கொள்ளலாம்.

பிராமண கொடிய குற்றம் செய்தாலும், அவனைக் கொலை செய்யாமலும், துன்பப்படுத்தாமலும், அவன் பொருளைக் கொடுத்து அயலூருக்கு அனுப்ப வேண்டும் என்று மனுதர்மம் அத்தியாயம் 8, சுலோகம் 380 கூறுவதற்கு இணங்க கொலை சதியில் ஈடுபட்ட பிராமணர் களின் சொத்துக்களைப் பறிமுதல் செய்து கொண்டு அவர்களை நாட்டை விட்டு வெளியேற்றும் தண்டனையை ஆட்சி பீடத்தில் ஏறிய நிலையில் இராஜராஜ சோழன் தந்துள்ளான்.

பாசுபத சைவத்தையும் புத்த மதத்தையும் வைணவ பிராமணர்கள் வஞ்சகம் சூழ்ச்சியால் வீழ்த்தினர். அதன் நடவடிக்கையின் அடிப்படை யில்தான் கண்டராதித்த சோழன், ஆதித்த கரிகால சோழன் இருவரையும் கொலை செய்தனர் என்றும் சுந்தரச் சோழன் இறப்பதற்குக் காரணமாக இருந்தனர் என்றும் இராஜராஜ சோழன் முதலானவர்கள் ஆட்சியில் இருக்கும்போதே அரசாட்சியில் செல்வாக்கை இழக்கச் செய்தனர் என்பதையும் அறிய முடிகிறது.

இராஜேந்திர சோழன் ஆட்சியில் பிராமணர்களின் செல்வாக்கு ஓங்கி யிருந்ததைப் பின்வரும் கல்வெட்டுக் குறிப்பிலிருந்து அறிய முடிகிறது.

ஆயிரத்தெண்பது சதுர்வேதி பட்டர்கட்கு பிரம்மதேச இறையலியாக நித்த விநோத வளநாட்டு வீரசோழ வளநாட்டு திரிபுவன மாதேவிச் சதுர்வேதி மங்கலம் என்னும் பெயரால், யாண்டு எட்டாவது முதல் பிரமதேசமாக இறையலி செய்து (கரந்தை செப்பேடுகள் 12) மதுராந்தகன் தனது தாயின் பெயரால் காவிரியின் சுவையுள்ள நீர்ப்பெருக்கின் சாரத்தைப் பெற்ற திரிபுவனம் மாதேவி என்னும் பெயருள்ள

அக்ரகாரத்தை ஐம்பத்தோரு கிராமங்களோடு கூடினதாகச் செய்தான் உத்தமச்சோழன் மதுராந்தகன்.

நாளும் விழாக்கள் நிறைந்த தனது நாட்டில் நிலைத்த செல்வம் படைத்த ஆசிரமங்களை அந்தணச் சிரேஷ்டர்களுக்கு அன்புடன் கொடுத்தான் என கரந்தைச் செப்பேட்டு செய்யுள் 67, 68ல் மன்னர் மரபுப் புகழ்ச்சியைக் கூறும் வடமொழியில் (பிரஸ்த்தி) குறிப்பிடப்பட்டதில் இருந்து, இராஜேந்திர சோழனை, உத்தம சோழனைப் போன்று பிராமணர்கள் காட்டியுள்ளதும், அவனது பிராமணச் சார்பு ஆதரவை வெளிப்படுத்தி வருவதையும் அறியலாம்.

6. கங்கை கொண்ட சோழன் குறித்த கல்வெட்டுகளும் செப்பேடுகளும்

இராஜேந்திர சோழனது ஆட்சிக் காலத்தில் சோழ சாம்ராஜ்யம் என்றும் காண முடியாத மிக உயர்ந்த நிலையில் திகழ்ந்தது உண்மை.

சோழர்களது ஆற்றல், வீரம் ஆகியவற்றை அயல்நாட்டார் எல்லோரும் அறிந்து அடங்கிய ஒழுகுமாறு செய்தவர்கள் பெருவீரர்களாகிய இராஜ ராஜ சோழனும், இராஜேந்திர சோழனும் அவனது புதல்வர்களும்தான்.

அவர்கள் அலைகடல் நடுவில் பல கலஞ் செலுத்திக் கடல் கடந்த நாடு களையும் கைப்பற்றினர் எனின், அன்னோரது கடற்படை எத்துணை வலிமையுடையதாயிருத்தல் வேண்டும்.

இராஜேந்திரச் சோழனது இறுதிக்காலம் சோழராஜ்ஜியம் எங்கும் பரவிச் சிறப்புற்றிருந்தது.

சென்னை மாகாணம், மைசூர் ராஜ்ஜியம், ஒரிசா மாகாணத்தின் தென்பகுதி, நிஜாம் ராஜ்ஜியத்தின் பெரும் பகுதி, இலங்கை, மலேயா, சுமத்ரா ஆகிய நாடுகள் இராஜேந்திர சோழன் ஆட்சிக்குட்பட்டிருந்தன.

அந்நாடுகளில் இவ்வேந்தனது ஆட்சி இனிது நடைபெறுமாறு உதவியர்கள் இவனுடைய புதல்வர்களும், அரசியல் அதிகாரிகளுமே

என்பதில் மிகையில்லை.

இராஜராஜ சோழனிடமிருந்து உரிமையிற் கிடைத்த சோழ ராஜ்ஜியத்திற்கு சக்கரவர்த்தியாகி, அதனை ஒப்பற்ற உயர் நிலைக்குக் கொணர்ந்து பெருவாழ்வு பெற்றுப் புகழுடன் விளங்கிய இராஜேந்திர சோழன் முப்பத்து மூன்று ஆண்டுகள் ஆட்சி புரிந்து கி.பி.1044ல் இறைவன் திருவடியை அடைந்தான்.

இவன் மனைவியருள் வீரமாதேவி என்பவள் இவனது பெரும் பிரிவிற் காற்றாமல் உடனுயிர் துறந்தாள். வடஆற்காடு ஜில்லாவில் பிரமதேசம் என்னும் ஊரில் காணப்படும் கல்வெட்டொன்று, இராஜேந்திர சோழன் வீரமாதேவி ஆகிய இருவர் உயிர்கட்கும் நீர் வேட்கை தணிதற்பொருட்டு அவன் உடன்பிறந்தானாகிய சேனாபதி மதுராந்தகன் பரகேசரி மூவேந்த வேளாண் என்பவன் ஒரு தண்ணீர்ப் பந்தல் நிறுவினான் என்று கூறுகின்றது.

மேலும், அக்கல்வெட்டு இராஜேந்திர சோழன் அடக்கம் செய்யப் பட்ட இடத்திலேயே அத்தேவியும் உயிர் நீத்தாள் என்று உணர்த்துவதால் இவ்வேந்தன் பிரம்மதேசம் என்னும் ஊரில் இறந்திருத்தல் வேண்டும் என்பதும் இவன் மாதேவியும் அங்கு உடன்கட்டை ஏறியிருத்தல் வேண்டும் என்பதும் நன்கறியப்படுகின்றன.

இராஜேந்திர சோழன் ஆட்சிக்காலத்தில் குறுநில மன்னர்களாகவும் அரசியலில் பல துறைகளிலும் அதிகாரிகளாகவும் இருந்து அரசனின் ஆணைப்படி நாட்டிற்குப் பல்வகையிலும் நன்மை செய்தோர் பலர் இருப்பினும் கல்வெட்டுகளிலும், செப்பேடுகளிலும் சிலரைப் பற்றிய செய்திகள் அறிய முடிகிறது.

உத்தம சோழமிலாடுடையான் :

இவன் தென்னார்க்காடு மாவட்டத்தில் திருக்கோவிலூரைத் தலைநகரமாகக் கொண்ட மலையமானாட்டை ஆட்சி புரிந்த ஒரு குறுநில மன்னன் ஆவான். இவனது இயற்பெயர் பராந்தகன் யாதவ வீமன் என்பதாகும்.

வேங்கி நாட்டில் நவிதிண்டியில் மேலைச் சாளுக்கியரோடு நிகழ்த்தியப் போரில் உயிர் துறந்தான். இராஜராஜ பிரம்மராயன் உத்தம

சோட சோட கோன் ஆகிய இராஜேந்திர சோழன் படைத்தலைவர்களும் இப்போரில் இறந்தனர்.

இப்போரில் மேலைச் சாளுக்கியர் வெற்றி பெறவில்லை. உயிர் துறந்த சோழ படைத் தலைவர் மூவருக்கும் அவ்வூரில் மூன்று சமாதிக் கோயில்கள் அனைத்து இராஜராஜேந்திரன் நிவந்தங்கள் அளித்துள்ளான்.

பாண்டியன் சிவல்லபன் :

இவன் மனைவி சோழ நாட்டிலுள்ள திருவியலூர்க் கோயிலுக்குப் பல அணிகலன்கள் அளித்துள்ளமையாலும் பாண்டிய நாடு இராஜராஜ சோழன் கால முதல் சோழர் ஆட்சிக்கு உட்பட்டிருந்தமையாலும் இப்பாண்டிவேந்தன் இராஜேந்திர சோழனுக்குத் திரை செலுத்திக் கொண்டிருந்த ஒரு சிற்றரசன் ஆக இருந்தான்.

கங்கை கொண்ட சோழமிலாடுடையான் :

இவன் மலையமானாட்டை ஆண்ட குறுநில மன்னனாவான். இவன் கி.பி. 1024ல் திருக்காளத்திக் கோயிலில் கார்த்திகை விளக்கீட்டிற்கு நிவந்தமாக பொன் வழங்கிய செய்தி அவ்வூரிலுள்ள கல்வெட்டொன் றால் அறியப்படுகிறது. இவனும் இராஜேந்திரச் சோழனுக்கு உட் பட்டிருந்த குறுநில மன்னனாவான்.

க்ஷத்திரிய சிகாமணி கொங்காள்வன் :

இவன் குடநாட்டிலிருந்து ஒரு சிற்றரசன். மனிஜா என்னும் இயற் பெயருடையவன். இவனது போர் வீரத்தைப் பாராட்டி இவனுக்கு க்ஷத்திரிய சிகாமணி கொங்காள்வான் என்னும் பட்டம் இராஜராஜனால் அளிக்கப் பெற்றது. இவன் இராஜேந்திர சோழன் காலத்தும் கொங்கு நாட்டு குறுநில மன்னனாக இருந்து அரசாண்டு வந்தான்.

மைசூர் ஜில்லாவிலுள்ள சங்க நாட்டை ஆண்டு வந்த சங்காள்வார் மரபினரும், இராஜேந்திரச் சோழனுக்குக் கப்பம் செலுத்தி வந்தனர்.

சில காலத்திற்குப் பின்னர் கொங்காள்வார் தம்மை சோழ வழியினர் என்று கூறிக் கொண்டமையோடு தம்மைக் கரிகால சோழன் மரபினர் என்று சிறப்பித்துச் சொல்லிக் கொண்ட தெலுங்கச் சோழரைப் போல பெருமையும் எய்தினர்.

ஈராயிரம் பல்லவனை உத்தம சோழப் பல்லவரையன் :

இவன் சோழ நாட்டில் பாம்புணிக் கூற்றத்திலுள்ள அரசூரில் பிறந்தவன். இராஜேந்திர சோழனுடைய பெருந்தரத்து அதிகாரிகளில் ஒருவன். இராஜராஜ சோழன் காலத்திலும் அத்தகைய உயர்நிலையில் இருந்தான்.

மாராயன் அருண்மொழியான உத்தமசோழ பிரம்மராயன் :

படைத்தலைவன் கிருஷ்ணன் ராமன் என்பவனுடைய புதல்வன் இவன். தன் தந்தையைப் போலவே இராஜேந்திரன் ஆட்சியில் சிறப்புடன் நிலவிய அரசியல் தலைவன்.

இராஜேந்திர சோழன் ஆணையின்படி கங்கபாடி நாட்டிலுள்ள குவலாளபுரத்தில் கி.பி. 1033ம் ஆண்டில் ஒரு பிடாரி கோயில் எடுப்பித்தான். அருண்மொழி என்பது இவனது இயற்பெயர். உத்தமசோழ மாராயன் என்பது இவனது அரசாங்க ஊழியத்தைப் பாராட்டி அரசன் அக்காலத்தில் வழங்கிய பட்டமாகும். பிரம்மராயன் என்பதால் இவன் அந்தணர் குலத்தவன் என்பது புலனாகிறது.

கிருஷ்ணன் இராமனான மும்முடிச் சோழ பிரம்மராயன் :

இவன் இராஜராஜசோழன் ஆணையின்படி தஞ்சைப் பெரிய கோயிலின் திருச்சுற்று மாளிகை எடுபப்பித்தவன் என்பது முன் கூறப்பட்டுள்ளது. இவன் இராஜேந்திரன் ஆட்சியிலும் படைத் தலைவனாக இருந்துள்ளார். கி.பி. 1044ல் ஒரு கல்வெட்டில் இவன் குறிப்பிடப்பட்டிருப்பதால் இவன் இராஜேந்திர சோழன் ஆட்சி முழுவதும் இருந்திருப்பது தெரிகிறது.

இவன் இவ்வேந்தனது ஆட்சியில் இராஜேந்திர சோழ பிரம்மராயன் என்ற பட்டப் பெயருடன் புகழுடன் விளங்கினான்.

விக்கிரமசோழ சோழியவரையனாகிய அறையன் இராசராசன் :

இவன் சோழ மண்டலத்தில் திரைமூர் நாட்டிலுள்ள சாத்தமங்கலத்தில் பிறந்தான். இராஜேந்திர சோழன் படைத்தலைவர்களுள் ஒருவன். அவன் ஆணையின்படி மேலைச் சாளுக்கிய நாட்டின் மீது படையெடுத்துச் சென்று வெற்றி மாலை சூடியவன்.

இவன் படையுடன் சென்றபோது அச்செய்தியைக் கேட்ட வேங்கிய நாட்டு மன்னன் விஜயாதித்தன் என்பவன் ஓடி ஒளிந்தான் என்று ஒரு கல்வெட்டு கூறுகிறது.

இவன் மேலைச் சாளுக்கியர்களோடும் கீழைச் சாளுக்கிய மன்னனாகிய விஜயாதித்தனோடும் புரிந்த போர்களில் பெரும் புகழ் பெற்று நால்மடி வீமன் சோழன் சக்கரன், சாமந்தா பரணன் வீரபூஷணம், எதிர்த்தவர் காலன், வயிரி நாராயணன், வீர வீமன் என்னும் பட்டங்களை உடைய வனாக விளங்கினான்.

இராஜேந்திர சோழன் இவன்பால் எத்துணை மதிப்பு வைத்திருந்தான் என்பது இவன் எய்தியுள்ள பட்டங்களால் நன்கு புலனாகும். இவனைப் பற்றிய செய்தி இராஜேந்திரனது ஆட்சியின் பத்தாம் ஆண்டு கல் வெட்டில் காணப்படுவதால் இவன் இவ்வேந்தனது ஆட்சியின் முற்பகுதி யில் படைத்தலைவனாக விளங்கியிருப்பது தெரிகிறது.

சாராலம் செப்பேட்டுத் தொகுதியானது வீர ராஜேந்திர சோழனுடைய ஏழாவது ஆட்சியாண்டில் (கி.பி. 1969 - 70) வெளியிடப்பட்டதாக அறியப் படுகிறது.

ஆந்திரப் பிரதேசம் சித்தூர் மாவட்டத்தில் புங்கனூர் வட்டத்தில் உள்ள சாராலம் என்ற ஊரதில் 1935ம் ஆண்டில் கண்டெடுக்கப்பட்ட ஏழு ஏடுகள் கொண்ட செப்பேட்டுத் தொகுதியில் சோழர்களைப் பற்றிய செய்திகளை அறிய முடிகிறது.

சோழர்களின் பிற செப்பேடுகளைப் போன்றே இத்தொகுதியில் முதலில் வடமொழிப் பகுதியாகவே அமைந்துள்ளது.

உத்தர சங்கராந்தியை முன்னிட்டு சோத்திரிய கிரமவித்தன், முந்தைய கிரமவித்தன் மற்றும் பல்லய கிரமவித்தன் என்ற மூன்று பிராமணர் களுக்குச் சேரமாகிய மதுராந்தகச் சதுர்வேதி மங்கலத்தை மன்னன் தானமாக அளித்ததை இத்தொகுதி குறிப்பிடுகிறது.

தெய்வங்களையும் புராண புருஷர்களையும் பற்றி கூறப்பட்ட சுலோகங்களைத் தொடர்ந்து சங்க கால மன்னர்களில் பெருநற்கிள்ளி கரிகாலன், வளவன் ஆகியோர் கூறப்பட்டுள்ளனர்.

பிற்கால சோழர் மரபை ஸ்தாபித்த விஜயாலயன் தொடங்கி வீர

ராஜேந்திரன் வரை பலரைப் பற்றியும் கூறப்பட்டுள்ளது.

யானை மேலிருந்த பல்லவன் அபராஜிதனைக் கொன்ற ஆதித்த சோழன், முதலாம் பராந்தகன், அரிந்தமன், இரண்டாம் பராந்தகன் (சுந்தர சோழன்), இராஜராஜசோழன், முதலாம் ராஜேந்திரன், முதலாம் ராஜாதிராசன், இரண்டாம் இராஜேந்திரன், வீர ராஜேந்தரன் ஆகியோர் கூறப்பட்டுள்ளனர்.

கண்டராதித்த சோழர், ஆதித்த கரிகாலன், உத்தம சோழன் ஆகியோர் இத்தொகுப்பில் கூறப்படவில்லை.

வீர ராஜேந்திரனுடைய போர்ப் படையெடுப்புகளும் அவனுடைய கீர்த்திகளும் வடமொழிப் பகுதியின் இறுதியில் கூறப்பட்டுள்ளது.

இச்செப்பேட்டுத் தொகுதியின் முதல் ஐந்து ஏடுகள் வடமொழிப் பகுதியாகும். ஐந்தாம் ஏட்டின் இரண்டாம் பக்கத்தின் இறுதியில் தமிழ்ப் பகுதி தொடங்குகிறது. ஏழாம் ஏட்டின் இரண்டாம் பக்கத்தில் தமிழ்ப் பகுதி முடிகிறது.

வீர ராஜேந்திரன், ஆகவ மல்லனை வெற்றி கொண்ட பின்னர் தானும் நிறைவேற்றிய செய்தி ஏட்டின் இறுதிப் பகுதியில் உள்ளது.

சோழர் செப்பேடுகளில் திருவிந்தளூர்ச் செப்பேட்டுத் தொகுதி 204 சுலோகங்களையும், திருவாலங்காட்டுச் செப்பேட்டுத் தொகுதி 128 சுலோகங்களையும் கொண்டுள்ளன. இதற்கடுத்த நிலையில் சாராலம் செப்பேட்டுத் தொகுதியில் 87 செய்யுட்கள் உள்ளன.

சோழர் செப்பேடுகளில் சக வருடம் இடம்பெறும் செப்பேட்டுத் தொகுதி இது ஒன்றேயாகும்.

வீர ராஜேந்திர சோழனுடைய ஏழாம் ஆட்சியாண்டுடன் சக ஆண்டு 991 இதில் கூறப்பட்டுள்ளது. மேலும், தமிழாண்டு சௌமியமும் கூறப் பட்டுள்ளது. எனவே, வீரராஜேந்திர சோழன் கி.பி. 1069ல் பட்டத்திற்கு வந்ததை இத்தொகுதியின் மூலம் உறுதியாகக் கூறலாம்.

ஸகல புவனாசிரய ஸ்ரீமேதினீ வல்லப மஹா ராஜாதி ராஜ பரம பட்டராக ரவிகுல திலக சோழ குலசேகர பாண்டிய குலாந்தக, ஆஹவமல்ல குலகால, ஆஹவ மல்லனை ஐம்மடி வென்கண்ட இராஜசேகர, இராஜாச்ரய, இராஜராஜேந்திர, வீரசோழ, கரிகால சோழ,

ராஜகேசரி பன்மரான ஸ்ரீமத் வீரராஜேந்திர தேவர் என வீரராஜேந்திர சோழனுக்குரிய பல பட்டப் பெயர்கள் இச்செப்பேட்டுத் தொகுதியில் இடம்பெற்றுள்ளன.

சாராலம் செப்பேட்டுத் தொகுதியின் 53ம் சுலோகத்தில் பிற்காலச் சோழ வம்சத்தைத் துவக்கிய விஜயாலய சோழன் பெருமை கூறப்படு கிறது.

இவன் பூமிக்கெல்லாம் தலைவன் ஆவான். அவனுடைய பாதத் தாமரையிணையை எல்லா மன்னர்களும் திருமுடியாக்கிக் கொண்டனர்.

பிற்காலச் சோழ மரபை நிறுவிய விஜயாலய சோழனின் தந்தையார் பெயர் இச்செப்பேட்டுத் தொகுதியில் கூறப்படவில்லை.

தொடக்கத்தில் பல்லவ மன்னர் அபராஜிதனின் கீழ் சிறறரசனாக இருந்த இவன் முத்தரையரை வென்றான். பல்லவ மன்னன் கம்ப வர்மனையும் வென்றதாக சமீபத்தில் கண்டறியப்பட்ட திருவிந்தளூர்ச் செப்பேட்டுத் தொகுதி குறிப்பிடுகிறது.

கபிலைக்கதை என்ற ஓலைச்சுவடி விஜயாலயன், தஞ்சையில் கோட்டை கட்டி எண்ணாயிரம் பிராமணர்களைக் குடியேற்றினான் என்று கூறுகிறது.

தஞ்சையில் நிசம்ப சூதனுக்கு கோயில் எடுப்பித்தவன். 96 விழுப்புண் களை எய்திய இவன் நார்த்தா மலையில் விஜயாலய சோழீச்வரம் எடுப்பித்தான்.

கி.பி. 846ல் தஞ்சையை வென்று சோழ மன்னன் ஆனான் இவன். ராஜ்யலக்ஷ்மீ என்று எசாலம் செப்பேட்டுத் தொகுதி கூறுவதுபோல பிற்காலச் சோழ மரபு இவனிடமிருந்து தோன்றுகிறது.

புஜபல விக்ரம சௌர்ய தைரியமிக்கவனாக இவனை இத்தொகுதி கூறுகிறது.

விஜயாலய சோழன் முத்தரையரை வென்று தஞ்சையைக் கைப்பற்றிக் கொண்டான் என்பது வரலாறு. எனினும், திருவிந்தளூர் சாசனம் இவன் கம்பவர்மனை வென்றதைக் கூறுகிறது.

பல்லவரின் சிற்றரசான முத்தரையர், தஞ்சை, வலலம், செந்தலை, புதுக்கோட்டை உள்ளிட்டப் பகுதிகளை நாடாண்டுள்ளனர். எனவே,

இரண்டு கருத்தும் முரண்பட்டதன்று. முத்தரையர் ஆண்டபோது இடைக்காலச் சோழர் பழையாறை உள்ளிட்ட சில இடங்களில் ஒடுங்கிக் கிடந்தனர்.

இச்சூழலில் விஜயாலயன் பிற்காலச் சோழ மரபை உருவாக்கினான்.

தஞ்சை கொண்ட பரகேசரி என்ற பட்டம் பெற்ற விஜயாலயன் நிகம்பசூதனுக்கு கோயில் ஒன்றை தஞ்சையில் ஏற்படுத்தினான் என்பது வரலாறு ஆகும்.

ஆகாயம் அளாவிய அளவில் உயர்ந்த மாளிகைகளைக் கட்டி தஞ்சையை அழகுப்படுத்தினான் என்று திருவிந்தளூர் சாசனம் கூறுகிறது.

இவனுக்கு ஆதித்தவர்மன் என்பவன் மகனாகப் பிறந்தான். அவன் கோதண்டராமன் என்ற பெயரால் புகழ் பெற்றவன். போரில் மதம் கொண்ட யானை மீது பாய்ந்தேறி பல்லவ ராஜனைக் கொன்றவன் ஆவான்.

பல்லவ மன்னனின் சிற்றரசனாக இருந்த இவன் சமயம் வாய்த்தபோது யானை மீது இருந்தபடி பல்லவ மன்னன் அபராஜிதனைக் கொன்றுள் ளான். காலம் கி.பி. 891 ஆகும்.

திருப்புறம்பியம் போரில் இர்ணடாம் வரகுண பாண்டியனை இவன் வென்றான். தொண்டைமான் பேராற்றூரில் ஆதித்தனுக்கு பள்ளிப்படை எடுக்கப்பட்டது.

தொண்டை நாடு பரவிய இவன் காவிரியின் இருமருங்கும் சிவனுக்குக் கற்றளிகள் எடுப்பித்தான். இருமொழியில் உள்ள சோழரின் எல்லாச் செப்பேடுகளும் இவனைப் போற்றுகின்றன.

மிகுதியான இரத்தினங்களின் குவியல்களுக்கு இருப்பிடமானவனும் வள்ளல் தன்மை நிறைந்தவனுமாக இவன் விளங்கியதாக கரந்தைச் செப்பேடு தொகுதி கூறுகிறது.

அவனுக்கு மகனாகப் புகழ்பெற்ற பராந்தகன் பிறந்ததான். அவன் பராக்கிரமம் மிக்க அரசர்களுக்கெல்லாம் தலைவன் ஆவான். வீரத்திற்கும் செல்வத்திற்கும் இருப்பிடம் ஆவான். கடற்கரையில் திரியும் இவனுடைய மதம் கொண்ட யானைகளின் மதநீரால் எல்லாத் திசைகளிலும் கடல் நீர் வாசனை பெற்றது.

மதுராந்தகன் எனவும் வழங்கப்பட்ட பராந்தக சோழன் (கி.பி. 907?953) பாண்டியனை வென்றான். இலங்கை மன்னனையும் வென்றான். எனவே, மதுரையும் ஈழமும் கொண்ட பரகேசரி என வழங்கப்பட்டான். யானைப் படை மிகுதியாக வைத்திருந்தான்.

அவன் பெரும் படையோடு சென்று பாண்டியனைப் போரில் வென்றான். வீரியம் மிக்க இவன் பாண்டியனுடைய செல்வத்தை யெல்லாம் கைப்பற்றினான். மதுரையைத் தீக்கிரையாக்கினான்.

பகைவர்களை வீழ்த்தியமைக்காக இவன் மதுராந்தகன் என்ற பெயரையும் பெற்றான்.

பிற்காலச் சோழரில் பாண்டியனை வென்ற முதல் சோழவேந்தன் மதுராந்தகன் ஆவான். மதுரைக்கு அந்தகன் (காலன்) என்பதால் மதுராந்தகன் என வழங்கப்பட்டான்.

தொல்காப்பியம், புறத்திணையியல பகைவர் நாட்டை வென்ற மன்னன் எரியூட்டல் மேற்கொள்வது பற்றி குறிப்பிடுகிறது. மதுராந்த கனும் மதுரையை எரிக்கின்றான். மதுரைக்கு அருகில் உள்ள ஆனைமலை யில் இவனுடைய மிகப்பெரிய கல்வெட்டு உள்ளது.

கிருஷ்ணராஜன் என்பவன் கச்சியும் தஞ்சையும் கொண்ட கன்னர தேவனாகிய மூன்றாம் கிருஷ்ணன் ஆவான். இம்மன்னன் சோழரை வென்றது குறித்து இராஷ்டிரகூட சாசனங்கள் தெரிவிக்கின்றன.

ஆனைமேல் துஞ்சியதேவர் என்ற பட்டம் பராந்தகனின் முதல் மைந்தனான இராஜாதித்தனுக்குரியது. முதலில் கிருஷ்ணராஜனை சோழர் வென்றதால் பராந்தகச் சோழன் வீரசோழன் என வழங்கப்பட்டாலும் இறுதியில் அவனது மகன் இராஜாதித்தன் தக்கோலம் போரில் மாண்ட தால் சோழர் படை தோற்றது தெரிகிறது.

மேலும், பராந்தகன் இறுதிக்காலத்தில் சோழருடைய சாசனங்கள் தொண்டை மண்டலத்தில் காணப்படவில்லை. மாறாக, கன்னர தேவ னுடைய சாசனங்கள் மிகுதியாகவும் பரவலாகவும் காணப்படுகின்றன.

மதுராந்தகன் கடல் கடந்து படை நடத்திச் சென்று சிங்கள அரசனைக் கொன்றான். சிற்றரசர் எல்லாராலும் வணங்கத்தக்க பாதமுடைய இம்மன்னன் சிங்களாந்தகன் என்ற பெயரையும் தரித்துக் கொண்டான்.

சிங்கள மன்னர்களுக்கு யமன் போன்றவன் என்ற பொருளில் இப்பெயர் ஏற்பட்டது.

மதுராந்தகனின் மெய்கீர்த்திகள், மதுரையும் ஈழமும் கொண்ட கோப்பரகேசரி எனக் குறிப்பிடுகின்றன. இலங்கை அரசனுடைய யானைப் படையையும் குதிரைப் படையையும் காலாட் படையையும் கண நேரத்தில் அழித்து வென்றான்.

ஈழப்போருக்குப் பின்பே கிருஷ்ணராஜனுடன் இவன் போரிட்டான் என்பது தெரிகிறது. பராந்தகன் ஈழத்தை வென்றபோது அந்நாட்டின் மன்னனாக நான்காம் உதயன் இருந்ததாக மகாவம்சம் என்ற நூல் கூறுகிறது.

●

சாராயம் செப்பேட்டுத் தொகுதியின் 61ம் சுலோகம் அரிஞ்சய சோழன் (அரிந்தமன்) பற்றி விவரிக்கிறது.

சிதம்பரம் அருகே வீரநாராயணனும் (வீராணம்) ஊரில் பிராமணர்களுக்கு நாற்புறமும் அக்ரஹாரங்களை உருவாக்கிய பராந்தகச் சோழனின் மூன்று பிள்ளைகளில் இராஜாதித்தன் மற்றும் கண்டராதித்யன் இருவரும் பற்றி இச்செப்பேட்டுத் தொகுதியில் விடு பட்டுள்ளது.

வீரமும் புகழும் ஒருங்கே கொண்டவன் அரிஞ்சய சோழன். இவன் அரிந்தமன், அரிகுல கேசரி என்றெல்லாம் வழங்கப்பட்ட மதுராந்தகனின் (பராந்தகன்) மூன்றாவது பிள்ளை.

தஞ்சைக்கருகில் வல்லத்தில் உள்ள கோயில் கல்வெட்டுகளில் அரிகுல கேசரீஸ்வரம் என்ற கோயில் கூறப்படுகிறது.

குறைந்த ஆண்டே அரிஞ்சய சோழன் வாழ்ந்துள்ளான். மதுராந்த கனுக்கு உத்தமசீலி என்ற பிள்ளையும் வீரமாதேவி, அநுபமா ஆகிய பெண் பிள்ளைகளும்கூட இருந்ததாக வரலாறு கூறுகிறது.

அவன் பலமுறை பகை மன்னர்களை தன் கட்டளைக்குக் கீழ்படுத்தினான். கீர்த்திமிக்க அவன் கொடையாளனாகத் திகழ்ந்தான்.

ஆற்றூரில் இறந்த இவனை ஆற்றூர்த் துஞ்சிய தேவர் என்று வரலாறு

கூறுகிறது. கண்டராதித்த சோழனின் காலத்திற்குப் பின் அரிஞ்சயன் ஆளத் தொடங்கினான்.

●

63ம் சுலோகம் அரிஞ்சயனின் மகனான இரண்டாம் பராந்தகன் எனும் சுந்தரச்சோழன் பிறந்த வரலாறு கூறுகிறது.

இவன் பகைவர்களுடைய பரம்பரைகளை பூண்டறுத்தவன் ஆவான். மதுரை கொண்ட கோஇராசகேசரி என்ற பட்டம் பெற்ற இவனுடைய ஆட்சியில் தொண்டை நாடு இராஷ்டிரார்களிடமிருந்து மீட்கப்பட்டது.

இவனுடைய மூத்த மகன் ஆதித்த கரிகாலன் மற்றும் சோழ சிற்றரசன் கோபார்த்திவேந்திர வர்மன் கல்வெட்டுகள் தொண்டை மண்டலத்தில் கண்டறியப்பட்டுள்ளன.

சுந்தரசோழனுடைய சிற்றரசன் கொடும்பாளூர் சிறிய வேளாண் ஈழப் போரில் இறந்துள்ளான். பாண்டியனைச் சுரம் இறக்கிய பெருமாள் என்று இவன் அழைக்கப்பட்டான்.

பாண்டியருடன் நடந்த போரினை இரண்டு சுலோகங்களில் (24, 25) கரந்தை செப்பேடுகள் கூறுகின்றன.

வீரபாண்டியன் தலை கொண்ட ஆதித்த கரிகாலன் சோழ நாட்டின் வடபகுதியான தொண்டை மண்டலத்தில் அதிகாரம் செலுத்தியுள்ளான். காஞ்சியில் சோழ அரண்மனையொன்று இருந்துள்ளது. இங்கிருந்தும் சோழ மன்னர்கள் பல ஆணைகளை வழங்கியுள்ளார்கள்.

இரண்டாம் பராந்தகன் (சுந்தர சோழன்) இந்த மாளிகையில் இருந்த போதுதான் சிவப்பேறு எய்தியுள்ளான்.

வீரபாண்டியனை வீரத்தால் வென்று தன் புகழை ஸஹ்யம் எனும் மலையினது உயர்ந்த சிகரத்திலும் தேவருலகத்திலும் ஏற்றினான் என்று இவனை கரந்தைச் செப்பேடுகள் கூறுகின்றன.

●

சாராலம் செப்பேட்டுத் தொகுதியின் 65, 66 சுலோகங்கள் இராஜராஜ சோழன் பற்றிய செய்திகளைக் கூறுகிறது.

எல்லாக் குணங்களுக்கும் நிதியான சுந்தரச் சோழனுக்கு மக்கள் தலைவனான இராஜராஜன் என்ற மன்னன் பிறந்தான். அவன் எழில் வாய்ந்த திருமேனியன். எவரையும் கவரக்கூடிய விழித்தாமரையுடையவன். இராஜராஜன் என்ற குபேரனுக்குச் சமமானவன். அவன் போரில் மன்னர்களால் கவரப்பட்டான். நாட்டை ஆபத்திலிருந்து காப்பாற்றினான்.

போரில் தோல்வியே அடையாத மன்னர்களில் ஒருவன் ராஜராஜன் என்பது வரலாறு. பொய் பேசாதிருத்தல், யாகங்கள் செய்தல், நாட்டைக் காத்தல் எனும் மன்னரின் கடமைகளைச் செய்தவன்.

இராஜராஜன் மனைவியுடன் துலாபாரம் மேற்கொண்ட ஒரு கோயிலுக்குக் கொடைகள் வழங்கியுள்ளான்.

சத்தியத்திற்கு ஆச்சர்யமான இராஜராஜன் களத்திற்கு வந்தபோது மந்தப் புத்தி கொண்ட சத்யாச்சிரயன் நடுங்கி ஓடிப் போனான். போர்க் களத்தில் இராஜராஜனை வணங்குவதன் மூலமே அவனை வெல்ல முடியும். இல்லையென்றால் போர் முனையில் பகைவர் உயிரையும் செல்வத்தையும் இராஜராஜன் விடுவதில்லை என்று சுலோகம் உரைக்கிறது.

●

இராஜராஜ சோழனின் மகனான முதலாம் இராஜேந்தரனுக்கு மதுராந்தகன் என்ற பெயரும் உண்டு. வீரமும் எழில்வாய்ந்த திருமேனியும் உடையவனாக இராஜேந்திரன் விளங்கினான் என்று வர்ணிக்கிறது சுலோகம்.

கலியின் வலிமையைக் குறைக்க விஷ்ணுவே உலகில் பிறந்து விட்டார் என்று எவனைச் சிறப்பித்துச் சொல்லுவார்களோ அப்படிப்பட்டவன் மனு குலத்திற்கு அணியாகப் பிறந்தான். அவனை மதுராந்தகன் என்று அழைப்பர்.

அவன் தன் புன்னகையாலும் வடிவழகினாலும் தாய் தந்தையர்க்கு மகிழ்ச்சியையும் பகைவர்களுக்குப் பேரச்சத்தையும் தினமும் கொடுத்துக் கொண்டிருந்தான் என்று கரந்தை செப்பேடுகள் கூறுகின்றன.

இராஜராஜனுக்கு குந்தவை என்ற மகளும் உண்டு. சாளுக்கிய

மன்னன் விமலாதித்தனை இவள் மணந்துள்ளாள்.

மனு வம்சத்திற்கு கொடி போன்றவனும் எமனைப் போன்றவனுமான இராஜராஜன் வலிமை பொருந்திய சத்யாச்சரயனைக் குதிரை மீது வந்து போர் தொடுத்து இரத்த ஆறு சூழ்ந்த போர் முனையினின்றும் ஒரே நொடியில் ஓடச் செய்தான்.

தோள் வலிமையால் யானைகள், குதிரைகள், இரத்தினங்கள், பெண்கள், குடை மற்றும் கொடி ஆகியவற்றைக் கைப்பற்றியதாகக் கரந்தைச் செப்பேட்டுத் தொகுதி கூறுகிறது.

கி.பி. 1000 முதல் 1015க்குள் சோழர்களுக்கும் மேலைச் சாளுக்கியர் களுக்கும் மூன்ற போர்கள் நடந்துள்ளன. சாளுக்கியரின் ஹொட்டூர் கல்வெட்டு கி.பி.1007 ஆகும்.

இரண்டாம் தைலபனின் மூத்த மகனாகிய ரிவி பெதங்க சத்யாசிரயன் அப்போது நாடாண்டுள்ளான். பெரும் படையுடன் சோழர் போரிட்டனர். நூர்மடிச் சோழன் தலைமை தாங்கியுள்ளான்.

இரண்டாம் போர் 1010க்கு முன் நிகழ்ந்திருக்க வேண்டும். சத்யாச்ரியனை எறிந்து எழுந்து அருளி வந்து, ஸ்ரீபாத புஷ்பமாக சுட்டித் திருவடி தொழுதான் என்பதால் பகைவன் புறங்கொடுத்தானே ஒழிய அவன் அழியவில்லை. கி.பி.1014-15 அளவில் இராஜராஜனுடைய கடல் போன்ற பெரும்படை சத்யாச்ரயனுடன் போரிட்டு பேரழிவு நிகழ்த்தி யது என்று திருவாலங்காட்டு செப்பேட்டுத் தொகுதி குறிப்பிடுகிறது.

கரந்தைச் செப்பேடுகள் மேலைச் சாளுக்கியருடன் சோழர் மேற் கொண்ட பல போர்களை விவரிக்கின்றன.

பஞ்ச பாண்டவர்களில் அழகான விஜயனைப் போன்ற விளங்கிய இராஜேந்திரன் போரிட்டு குந்தளர்களைக் கொன்றான். சத்திரியர்களைக் கொன்று கேரள பூமியைப் பரசுராமன் ஆட்சி செய்தவன் என்பது புராண மரபு. அந்தப் பரசுராமன் ஆண்ட கேரளாவை வென்று, அங்கிருந்த கிரீடத்தை மதுராந்தகன் கவர்ந்து வந்தான்.

இராஜேந்திரன் வெற்றி பெற்ற நாடுகளில் மானிய கேடமும் ஒன்று. மானிய கேடத்தை நான் பிடிக்கா வரையில் கிரஹர விசாரம் செய்வ தில்லை என்னும் தந்தை இராஜராஜ சோழனின் சூளுரையை

நிறைவேற்றி வைத்தான் இவன் என்று கரந்தை செப்பேட்டுத் தொகுதி குறிப்பிடுகிறது.

மானிய கேடத்தை வெற்றி கொள்ளாமல் தஞ்சை திரும்பியதால்தான் இராஜராஜ சோழன் மரணம் ஏற்பட்டது என்ற கருத்தும் எதிர்மாறாக உள்ளது.

இராஜேந்திரச் சோழனின் போர் வெற்றிகளை விரிவாகக் காண அவனுடைய மெய்கீர்த்தி பெரிதும் துணை புரியும்.

கரந்தை மற்றும் திருவாலங்காட்டுச் செப்பேடுகளும் இவனுடைய படையெடுப்புகளைப் பட்டியலிடுகின்றன.

கங்கை வரை படையெடுத்துச் சென்று வெற்றி பெற்று கங்கை நீரைக் கொண்டு வந்து தெளித்தான். பொன்னேரி என இன்றழைக்கப்படும் கங்கை கொண்ட சோழப் பேரேரியை உருவாக்கினான்.

இராஜேந்திரச் சோழன் புதிதாகத் தலைநகரும் உருவாக்கினான். தந்தையைப் போன்று பேரரசனாக இவன் விளங்கினான்.

அலைகடல் நடுவில் பல கலம் செலுத்தி கடாரத் தரையனை வென்றதை முதலாம் இராஜேந்திரனுடைய மெய்கீர்த்திகளும் கூறு கின்றன.

இராஜேந்திரச் சோழன் கடலைக் கடந்து தன் தோள் வலிமையால் எதிரியாகிய கடார மன்னனை வென்று அவன் நாட்டை எரித்தான். இராஜேந்திரன் கடல் கடந்து ஜாவா, சுமித்ரா, கடாரம், ஸ்ரீவிஜயம் போன்ற நாடுகளை வென்றவன் ஆவான். காம்போஜ மன்னன் நட்பு வேண்டி இராஜேந்திர சோழனுக்கு வெற்றித் தேர்களைப் பரிசளித்தான்.

●

யாகத்தின் மூன்று அக்கினிகள்போல மதுராந்தகனுக்கு (இராஜேந்திரன்) மூன்று பிள்ளைகள் இருந்தனர். அவர்களில் மூத்தவன் இராஜாதி ராஜன் என்பவன் அரசர்களுக்குத் திலகம் போன்றவன். கல்யாணபுரத்தை வென்றவன். கர்நாடகத்தை வென்றவன். ஆகம மல்லனின் யானைப் படையைக் கவர்ந்ததுடன் கொல்லாபுரத்தையும் கைப்பற்றிக் கொண்டவன் ஆவான்.

முதலாம் இராஜாதிராஜன் தந்தையின் காலத்திலேயே பல போர்களில் பங்கு கொண்டு வென்றவன். இவனுடைய மெய்கீர்த்திகளில் விரிவாக இவனுடைய வெற்றிகள் கூறப்பட்டுள்ளன.

திருவிந்தளூர்ச் செப்பேடுகள் இராஜேந்திரனுக்குப் பிள்ளைகள் நால்வர் என்று கூறி மூத்த மகன் இறந்ததைக் குறிப்பிடுகிறது.

முதலாம் இராஜாதிராஜனை விஜய ராஜேந்திரன் என்றும் சாசனங்கள் குறிப்பிடுகின்றன. போர்க்களத்திலேயே இவன் உயிரை விட்டவன். இவனுடைய தம்பி இரண்டாம் இராஜேந்திரன் போர்க்களத்தில் நாலா புறமும் சிதறி ஓடிய வீரர்களை ஒன்று திரட்டித் தோல்வியை வெற்றி யாக்கியவன் ஆவான். இரண்டாம் இராஜேந்திரனுடைய மெய்கீர்த்தி இதனை விரிவாகக் கூறுகிறது.

●

இரண்டாம் இராஜேந்திரன் இறந்த பிறகு சோழ மன்னனாக இருந்த வீரராஜேந்திர சோழன் பற்றி சாராலம் செப்பேட்டுத் தொகுதியின் சுலோகங்கள் 76-83 சிறப்பாக கூறுகிறது.

வீரராஜேந்திர சோழன் தன் அண்ணனைப் போன்றே பகைவர் களுடன் போரிட்டு வெற்றி பெற்றான்.

கூடல் சங்கமத்தில் கருநாடக வம்சத்து அரசர்களை வீரராஜேந்திரன் கொன்றான். அவர்களுக்கு படை வடிவிலான யாகத்தீயை வளர்த்தான். ஒரு யானையின் மூலம் குந்தள வீரர்களைக் கொன்றான். இதனால் பெருகிய இரத்த ஆற்றினை உருவாக்கி கடலுக்கு மகிழ்ச்சியை ஏற்படுத்தி னான்.

நூற்றுக்கணக்கான வீரர்கள் கூடல் சங்கமப் போரில் இறந்தனர் என்பதையே இந்த சுலோகங்கள் கற்பனை நயத்துடன் கூறுகிறது. எதிரி கள் தேவ மரபினர் என்பதால் யாகத்தீயை வளர்த்தாகக் கூறப்படுகிறது.

தன் அண்ணன்மார்களால் விடப்பட்டதும் பரம்பரையாக வந்ததும் பலம் வாய்ந்த பகை மன்னர்களால் ஆக்கிரமிக்கப்பட்டதுமான வேங்கி யையும் கலிங்கத்தையும் வீரராஜேந்திர தேவன் வெற்றி கொண்டான். பகைவர்களுடைய பல கோட்டைகளைத் தகர்த்தெறிந்தான்.

வேங்கி நாடும் கலிங்க நாடும் சோழர்களால் வெல்லப்படுவதும் பிறகு சோழர் பிடியிலிருந்து விடுபடுவதுமாக இருந்த இச்சூழலில் வீர ராஜேந்திரன் இவ்விரண்டு நாடுகளை வென்றதுடன் சில கோட்டை களை அழித்தான்.

சோழ வம்சத்தில் கரிகாலன் என்ற பெயர் பலருக்கும் சூட்டப் பட்டிருப்பது வரலாற்றில் அறிய முடிகிறது.

வீரராஜேந்திர சோழனுக்கும் கரிகாலன் என்ற பட்டப்பெயர் உண்டு. சங்க காலத்தில் ஒரு கரிகாலன் இருந்துள்ளான். கரிகாலன் என்ற பெயரில் சங்க காலத்தில் இருவர் இருந்ததாகவும் சிலர் கூறுவர்.

பிற்காலச் சோழர் வரலாற்றில் முதலாம் இராஜராஜனுடைய அண்ணன் ஆதித்த கரிகாலன் எனப்பட்டான்.

வீரராஜேந்திர சோழன் வேங்கி கலிங்க நாடுகளை வென்றதுடன் கூடல் சங்கமப் போரில் ஆகவமல்லனை வென்றுள்ளான்.

சோழ மண்டலம், தொண்டை மண்டலம் மற்றும் பாண்டிய மண்டலத்திலும் கங்கவாடி மற்றும் குலூத நாடுகளிலும் வீரராஜேந்திரன் தன் பெயரில் பிரம தேயங்களை உருவாக்கினான்.

பிரமதேயங்களை உருவாக்கியது போன்று பௌத்தர் மற்றும் சமண சமயத்தவர்களுக்கும் வீரராஜேந்திரன் பள்ளிச் சந்தங்கள் வழங்கி யுள்ளான். வீரசோழியம் என்ற பௌத்த இலக்கண நூல் இவன் ஆட்சியல் அரங்கேறியது.

அவன் வேதமறிந்த நாற்பதாயிரம் பிராமணர்களுக்குப் பூதானம் செய்து அவர்களை மகிழ்வித்தான். இதனால் அவர்கள் துயரங்களிலிருந்து விடுபட்டு நிலையாக வாழ்ந்தனர்.

*

7. மகனையும் தந்தையையும் பறிகொடுத்த இராஜேந்திரச் சோழன்

சரித்திரம் படைத்த பிற்காலச் சோழர்களில் முக்கியமாகத் திகழ்ந்த இராஜராஜசோழனின் மரணம் இயற்கை மரணமில்லை என்பது வரலாறு ஒப்புக் கொண்ட உண்மை.

ராஜ ராஜ சோழன் தன் மகனான ராஜேந்திரச் சோழனுக்கு முடி சூட்டி விட்டு அவனை வடக்கு நோக்கி படையெடுக்க ஆணையிட்டான். அதற்கு முக்கிய காரணமாக இருந்தது மானியக்கேடம் எனும் நாடுதான்.

தன் வாழ்நாளில் எத்தனையோ பல சாதனைகளைச் செய்து வந்த ராஜ ராஜ சோழன் பல போர்களில் வென்று பல நாடுகளைக் கைப்பற்றி னான். ஆனால் அவனது எண்ணம் மானியகேட நாட்டில் மட்டும் ஈடேற வில்லை.

ராஜ ராஜ சோழனின் லட்சியமான இந்த நாட்டை பிடிக்கும் போட்டி யில் வெற்றி பெற வேண்டும் என ராஜேந்திர சோழனை அறிவுறுத்தி அனுப்பி வைத்தான் ராஜ ராஜ சோழன்.

நீ வெற்றி கொண்டு திரும்பும் வரையிலும் நான் அரண்மனை புகுவதில்லை என தஞ்சை கோவிலிலேயே தங்கியுள்ளார் இராஜராஜ சோழன்.

ஒரு மாத இடைவெளியில் போகும் வழியில் உள்ள சிற்றரசர்களை வென்று தன் வசப்படுத்திய ராஜேந்திர சோழன் கோதாவரி நதிக்கரையை அடைந்தான். அங்கு பாதி படைய நிறுத்திக் கொண்டு தன் படைத் தளபதியான பல்லவராயனை மட்டும் வடக்கு நோக்கி அனுப்பினான்.

ஆந்திர கர்நாடக வடமாவட்டங்களை உள்ளடக்கிய கலிங்க நாடு, ஒட்டநாடு, மற்றும் சில சிற்றரசர்களின் உதவியுடன் ராஜேந்திரனை எதிர்க்க முனைந்தன.

ஒட்டநாடு என்பது தற்போதைய ஒடிசா பகுதிகளாகும். தற்போதைய மத்திய பிரதேசம் ஒரிசாவின் சில பகுதிகளை உள்ளடக்கிய நாடு வேங்கை நாடாகும். இதுதான் வட நாடுகளுக்கு வாயிலாக அமைந்திருந்தது அக் காலத்தில். இதனால்தான் இதை வெற்றி கொள்ள ராஜேந்திரன் திட்ட மிட்டான்.

சாளுக்கிய நாடு அப்போது சோழ நாட்டுடன் நட்புக் கரம் நீட்டி யிருந்தது. இதன் உதவியுடன் பல நாடுகளைப் பிடித்தனர் சோழர்கள்.

சோழ நாட்டுக்கு நட்புக்கரம் நீட்டியிருந்த சாளுக்கியர்கள், சில மாற்றங்களில் எதிராக திரும்பி, ஒட்டநாடு கலிங்கத்துடன் சேர்ந்து கொண்டு சோழர்கள் மீது படையெடுத்தனர்.

அச்சமயம் ராஜேந்திர சோழனின் மூத்த மகனை போருக்கு அழைத்து அதன் மூலம் சாளுக்கியரை வென்று விடலாம் என கணித்தான்.

சக்கரக் கோட்டம், ஒட்ட நாடுகளை வெற்றி கொண்டது பெரும் படை. இதில் வங்க நாடு சமாதானம் செய்ய உடன்படிக்கை கொண்டது. எப்போதும் போர் நெறிமுறைகளில் நேர்மையை கடைப்பிடிக்கும் தமிழர்கள் அவரை நண்பனாக ஏற்றுக் கொண்டனர்.

இந்தப் போரில் கிட்டதட்ட எல்லாரையும் வெற்றி கொண்டு இறுதிக் கட்டத்தை அடையும் நிலையில் மகனைப் பறி கொடுத்தான் ராஜேந்திரச் சோழன்.

தன் மகனை இழந்த துக்கம் ஒரு புறம். தொடர் போர் மறுபக்கமென சோர்ந்து போனான் ராஜேந்திரன். இனியும் போரிட்டால் பெரும் படையை இழக்க நேரிடும் என்பதால் போர் திட்டத்தை கை விட்டு நாடு திரும்பினான் இராஜேந்திரன்.

ராஜ ராஜ சோழனின் பேரனும் ராஜேந்திர சோழனின் மகனுமான சோழ சேரனின் மரணம் எதிர்பாராத ஒன்று.

மேலைச் சாளுக்கிய மன்னர்கள் தீவிரமாக எதிர்த்து போரிடத் துணிந்து விட்டதால் ராஜேந்திர சோழன் கோதாவரி நதிகரையில் தங்குவதை விட்டு விட்டு தன்னுடைய படைகளுக்கு தானே தலைமை ஏற்றான்.

மேலும் சேர நாட்டில் ஆட்சி பொறுப்பில் இருந்த தனது மகன் சோழ சேரன போர் முனைக்கு வரச் சொல்லி ஆணையிட்டான். அவனும் பெரும் படைகளுடன் வந்து சேர்ந்தான்.

பூட்டிய இரும்பு கூண்டில் புறப்பட்ட புலி போல ராஜேந்திர சோழனின் இருபெரும் படைகளும் புறப்பட்டன. முதலில் சக்கர கோட்டம், பிறகு ஒட்ட நாடு ஆகியவற்றைத் தன்னுடைய வாளின் வலிமையால் வென்றான்.

வங்க நாட்டு மன்னன் மகிபாலனை போர் முனையில் சந்திக்க ஆயத்தமானான். ஆயினும் மகிபாலன் சமாதானம் வேண்டினான்.

அடுத்து தன் தந்தை ராஜராஜ சோழன் ஆசைப்பட்ட மானிய கேடத்தை தாக்க தயாரானான். இரு பெரும் படைகளும் போர் புரிந்தன.

மூன்றாவது நாள் போரில் தனது மகன் சோழ சேரனை இழந்தான் ராஜேந்திர சோழன்.

மானிய கேடம் படைகள் மூன்றரை லட்சம் போர் வீரர்களைக் கொண்டது. தன் கண் முன்னால் துடிதுடித்து இறந்ததைக் கண்டு இராஜேந்திரச் சோழன் மனம் கலங்கினான்.

இராஜேந்திரச் சோழனின் படைகளோ மூன்று லட்சம் வீரர்களைக் கொண்டது. இதனால் மானியகேடம் மன்னனிடம் தோல்வியைத் தழுவி பின் வாங்கினான் இராஜேந்திர சோழன்.

மானியகேடம் தோல்வி குறித்து எந்த கல்வெட்டிலும் செப்பேடு களிலும் பதிவுகள் இல்லை. ஆனால் மானியகேடம் நாட்டில் உள்ள சில கல்வெட்டுகளில் இராஜேந்திர சோழனின் தோல்வியைப் பற்றி உறுதி செய்கிறது.

இராஜேந்திர சோழன் முதலும் கடைசியுமாக தோல்வியை தழுவிய நாடு மானியகேடம் தான். இதன் பிறகு எல்லா நாடுகளையும் வென்றான்.

எனினும் மானிய கேடத்தை மீண்டும் தாக்கலாம் எனத் திட்டம் தீட்டியபோது, பல்லவராயனும், கிருஷ்ணராய பிரம்மதேவனும், மேற்கே பல சிக்கல்கள் இருப்பதாக சொன்னதையும் செய்தி வந்ததையும் அடுத்து அத்திட்டத்தை கை விட்டான் இராஜேந்திர சோழன்.

மானிய கேடத்தை தன்னுடைய தந்தை ராஜராஜ சோழனாலும், தன்னாலும் கைப்பற்ற முடியவில்லை என்ற கவலையாலும், தன் மகன் சோழ சேரனை இழந்த தவிப்பும், மானியகேடம் கை நழுவிப் போன தவிப்பும், ராஜேந்திர சோழனை வாட்டி வதைத்தது.

எனினும் தெற்கில் இருந்த இந்த குழப்ப நிலையை கருத்தில் கொண்டு மகனை இழந்த சோகத்தாலும் ராஜேந்திர சோழன் கங்கை நதி கரை யோடு தன்னுடைய படையெடுப்பை நிறுத்திக் கொண்டான்.

அவனும் அவனுடைய மூன்று லட்சம் படை வீரர்களும் இரண்டு ஆண்டுகளுக்குப் பிறகு தஞ்சையை நோக்கி புறப்படத் தயாராகினர்.

இராஜ ராஜ சோழன் செய்த சபதமும் இராஜேந்திரனுக்கு நினைவில் வந்து காயப்படுத்தியது.

ராஜேந்திரச் சோழன் தஞ்சைக்கு வருவதற்கு முன்பே மானிய கேடம், தோல்வியும், சேரனின் மரணச் செய்தியும் ராஜராஜ சோழனுக்கு வந்து சேர்ந்து விட்டது.

இராஜேந்திர சோழன் போர் முனைக்குச் சென்று பல மாதங்கள் கடந்தும், ராஜராஜ சோழன் தஞ்சை பெரிய கோயிலுக்கு உள்ளேயே பல மாதங்கள் இருந்தார்.

அவர் மனைவி பஞ்சமாதேவி பல முறை அரண்மனைக்கு வருமாறு அழைத்தும் வர மறுத்து விட்டார் ராஜராஜ சோழன்.

ராஜேந்திர சோழனும் அவனது படைகளும் தஞ்சையை நெருங்கி விட்டன என்ற செய்தியை தன்னிடம் மெய்க்காப்பாளன் கூறிய நிலையில் ராஜராஜ சோழன் தஞ்சை பெரிய கோயிலின் முதல் மாடத்துக்குச் சென்று பார்வையிட்டான்.

மூன்று லட்சம் படைவீரர் சூழ இராஜேந்திர சோழன் வந்து கொண்டிருந்தான். குதிரை கால்களின் குழம்படி சத்தம் வானத்தைப் பிளந்தது.

எங்கு பார்த்தாலும் புழுதிப் படலம். அந்தப் படைகள் ஒரு வழியாக சில மணி நேரங்களில் தஞ்சையை வந்தடைய ராஜேந்திர சோழன் அரண்மனை வந்தடைந்தான்.

ராஜேந்திர சோழனுக்கு ஒரு சலனம் வந்து போனது. தந்தையைப் பார்க்க தஞ்சை பெரிய கோவிலுக்கு கணத்த மனதுடன் சென்றான்.

ராஜேந்திர சோழன் வருவதற்கு முன்பே தளபதி பல்லவராயனும் தலைடை படைத்தளபதி கிருஷ்ணராம பிரம்மதிராயனும் ராஜராஜ சோழன் உடன் இருந்தனர்.

இந்தத் தோல்வியை எப்படி தந்தையிடம் சொல்வது என்று சோர்ந்து போய் வந்த ராஜேந்திரன் தன் தந்தை ராஜராஜ சோழன் அரண்மனை யில் இல்லை என்பதையறிந்து தஞ்சை கோயிலுக்குச் சென்றான்.

என்னதான் ராஜேந்திர சோழன் மன்னராக இருந்தாலும் அவர் தன் தந்தை சொல்லை மீறியதில்லை என்கிறார்கள் வரலாற்று அறிஞர்கள். ஆனால் நாளடைவில் ராஜேந்திரன் ராஜராஜ சோழனுடன் கருத்து மோதலில் ஈடுபட்டார் என்றும் வரலாறு தெரிவிக்கிறது.

ராஜேந்திர சோழன் கோவில் வாசலில் குதிரையில் இருந்து இறங்கி யதும் அவன் மனதுக்குள் மானியகேடத்து தோல்வி தான் வந்து போனது.

கோவிலில் ராஜராஜ சோழன் மற்றும் ராஜேந்திர சோழன் ஆகிய இருவரிடமும் பரஸ்பரமான உரையாடல் அத்தனை சுமூகமாக நடை பெறவில்லை. இருவருக்குள்ளும் இருவேறு விதமான குழப்பங்கள்.

மானியகேடத்து தோல்வி காரணமாக இராஜராஜ சோழன் தான் ஏற்கனவே செய்திருந்த சபதத்தின்படி அரண்மனைக்கு திரும்பி வருவ தில்லை என்பதில் தீர்மானமாக இருந்தான்.

ராஜேந்திர சோழன் பல்வேறு மூலமாக வற்புறுத்திய நிலையிலும் அவனது தந்தை ராஜராஜ சோழன் பிடிவாதமாக மறுத்துக் கொண்டிருந் தான்.

தன் மகனின் இறப்பைக் காட்டிலும் மானியகேட தோல்விக்கு ராஜ ராஜ சோழன் மிகவும் முக்கியத்துவம் அளிப்பதாக ராஜேந்திர சோழன் அவன் மீது குற்றம் சுமத்தினான்.

இருவருக்கும் இடையில் இந்த உணர்வின் விபரீதப் போக்கு மிகவும் உஷ்ணமாகிப் போனதாகக் கூறப்படுகிறது.

இந்த வாக்குவாத முற்றி கோபத்தில் இராஜேந்திர சோழனை அடிக்க, ராஜராஜ சோழன் முற்பட, இராஜேந்திர சோழன் தடுத்த அந்த நொடியில் கால் இடறி பால்கனி கைப்பிடிச் சுவர் இல்லாத அந்த கோவிலின் மேல் முற்றத்தில் இருந்தே கீழே விழுந்து விட்டான் இராஜராஜ சோழன்.

யாரும் எதிர்பாராத அந்த நொடிப் பொழுதில் நடந்த அசம்பாவிதத்தை தொடர்ந்து அப்பா என்று ராஜேந்திர சோழனும் கீழே குதிக்க முற்பட அவனை கிருஷ்ணராமனும், பல்லவராயனும் பிடித்துக் கொண்டார்கள்.

பிறகு மூவரும் தரைத்தளத்திற்கு ஓடி வர ராஜராஜ சோழன் ரத்த வெள்ளத்தில் கிடக்க ராஜேந்திர சோழனின் மடியில் தான் அவன் உயிர் துறந்தான் என்றும் கூறப்படுகிறது.

எது எப்படியோ சோழ சாம்ராஜ்யத்தின் மாமன்னன் சரித்திரப் புகழ் பெற்ற இராஜராஜ சோழனின் உயிர் பிரிந்தது தஞ்சை பெரிய கோவிலுக் குள்ளேயே தான்.

*

8. முடி கொண்ட சோழபுரம் ஆன பழையாறை நகர்

பழையாறை சோழ மன்னர்களின் ஐந்து தலைநகரங்களில் ஒன்றாகும். சோழர்கள் பல்லவர்களுக்கு அடங்கி இருந்த காலங்களில் வசித்த ஊரான பழையாறை பிற்காலச் சோழர்கள் தலை எடுத்தபின் அவர்களின் இரண்டாவது தலைநகராக மாறியது.

பழையாறை நகரானது பண்டைய காலத்தில் பழைசை, மடிபாடி, ஆறை, பழையாறு என்ற பெயர்களில் வழங்கப்பட்டது.

காவிரிப்பூம்பட்டினம் கி.பி.46 நூற்றாண்டின் இறுதியில் கடல் கோளால் அழிந்தது. பின்பு உறையூரைச் சோழர்கள் அரசியல் தலை நகராகக் கொண்டாலும் தங்கள் வாழ்விடமாக தேர்வு செய்த பெருநகரம் தான் பழையாறை.

இன்றைக்கு 1500 ஆண்டுகளுக்கு முன்பு நிறுவப் பெற்ற அவ்வூர் சோழப் பேரரசர்கள் ஆட்சி செய்த 430 ஆண்டு காலம் தமிழக வரலாற்றில் மிக முக்கியத்துவம் பெற்ற பெருநகரமாக விளங்கியது. மாமன்னன் முதலாம் இராஜராஜ சோழன் காலம் வரை பழையாறை என்றழைக்கப்பட்ட இக்கோயில் நகரம் இராஜேந்திரச் சோழன் காலம் முதல் முடி கொண்ட சோழபுரம் என்ற சிறப்புப் பெயரினை பெற்றது.

கி.பி. 840ல் விஜயாலய சோழன் பழையாறையில் தான் வசித்து வந்தான். பின்னர் பாண்டியருக்கும், பல்லவருக்கும் ஏற்பட்ட போரில் பல்லவருக்குத் துணையாக விஜயாலய சோழன் பாண்டியனுக்கு எதிராக சண்டையிட்டார்.

அந்தப் போரில் பல்லவர்கள் பெற்ற வெற்றியின் பலகை தஞ்சையும் அதைச் சுற்றி உள்ள பகுதிகளும் விஜயாலய சோழனுக்கு பரிசாக வழங்கப் பட்டது. அது முதல் சோழர்களின் பொற்காலம் தொடங்கிற்று.

பின்னர் சுந்தரசோழன் காலத்தில் தஞ்சைக்கு தலைநகர் மாற்றப்படும் வரை பழையாறை சோழர்களுக்கு தலைநகராக விளங்கியது.

பழையாறை ஊர் நான்கு சிறு பிரிவுகளாக இருந்தது. அவை வடதளி, மேற்றளி, கீழ்த்தளி மற்றும் தென்தளி ஆகிய பிரிவுகளாக இருந்தன. அவற்றில் இன்று வடதளி தர்மபுரீஸ்வரர் கோயிலும், கீழ்த்தளி சோமேஸ்வரர் கோயிலும் உள்ளது. இவ்வூருக்கு தெற்கில் முடி கொண்டான் ஆறும் வடக்கில் திருமலைராயன் ஆறும் ஓடுகின்றன.

முடி கொண்டான் ஆறு முற்காலத்தில் பழையாறு எனப்பட்டதால் அதன் கரையிலுள்ள ஊர் பழையாறை எனப்பட்டது. அதன் வடகரையில் உள்ள ஊர் பழையாறை வடதளி எனப்பட்டது. தென்தளியில் தென்தளி உள்ளது.

முழையூர், பட்டீச்சுரம், திருச்சத்தி முற்றம், சோழ மாளிகை, திருமேற்றளி, கோபிநாத பெருமாள் கோயில், ஆரியப் படையூர், புதுப்படையூர், பம்பை படையூர், மலைப்படையூர், அரிச்சந்திரபுரம், தாராபுரம், நாதன் கோயில் ஆகிய ஊர்கள் அடங்கிய ஊரே பழையாறு ஆகும்.

பழையாறையை ஞானசம்பந்தர், ஆறை வடமகாறல் அம்பர் ஐயாறணியர், பெருவேளூர் விளம்பர் தெங்குவர் என்று குறிப்பிடுகின் றார். பழையாறை திருநாவுக்கரசர், சுந்தரர் பதிகங்களிலும் கூறப் பட்டுள்ளது.

இராஜராஜ சோழனின் தமக்கை குந்தவை நாச்சியார் வசித்த இடமாக பழையாறை கூறப்படுகிறது. அதுபோலவே இராஜராஜனின் முதல் மனைவியான வானதியும் பழையாறையில் தான் வசித்து வந்ததாக கூறப்படுகிறது.

பாண்டிய நாட்டு ஆபத்துதவிகள் சுந்தரச் சோழனை தீர்த்துக் கட்ட முயற்சித்ததால் பாதுகாப்பு கருதி அவரை தஞ்சாவூருக்கு அழைத்துச் சென்றதால் பழையாறையின் முக்கியத்துவம் குறைந்தது.

பழையாறையில் சோழ அரச குடும்பம் இருந்த பகுதி சோழன் மாளிகை என்று அழைக்கப்பட்டது. இன்றும் பட்டீஸ்வரம் அருகில் சோழன் மாளிகை என்ற இடம் உள்ளது.

ஆனால் அரண்மனைகள் இருந்த இடமான சோழன் மாளிகை பகுதியில் தற்போது வெறும் மண்மேடுகளே இருக்கிறது. மாளிகைகள் அழிந்து விட்டன.

பழையாறையைச் சுற்றி சோழ படைவீரர்கள் படை வீடுகளில் குடியிருந்தனர். அவை ஆரியப் படைவீடு - வடக்கே சென்று ஆரியரை வெற்றி கொண்ட வீரர்கள், பம்பைப் படைவீடு போருக்குச் செல்லும் முன் பம்பை என்ற வாத்தியம் இசைத்து வீர உணர்வை ஏற்படுத்துவோர், புதுப் படை வீடு - புதிதாக சேர்க்கப்பட்ட படைப்பிரிவு, மணப்படை வீடு - இந்நான்கும் இன்று தனித்தனி ஊர்களாக விளங்குகின்றன.

தேரின் மேவிய செழுமணி வீதிகள் சிறந்து பாரில் நீடிய பெருமை சேர்பதி பழையாறை என்று சேக்கிழாரடிகள் பழையாறை பெரும் நகரை சிறப்பித்துப் பாடியுள்ளார்.

இம்மாநகர் ஒவ்வொரு அரசர் காலத்திலும் ஒவ்வொரு பெயரில் மிகச் சிறப்புற்று விளங்கியுள்ளது தெரிகிறது. கி. பி. ஏழாம் நூற்றாண்டில் பழையாறை நகர் எனவும், எட்டாம் நூற்றாண்டில் நந்திபுரம் எனவும், ஒன்பதாம், பத்தாம் நூற்றாண்டில் பழையாறை எனவும், பதினொன்றாம் நூற்றாண்டில் முடி கொண்ட சோழபுரம் என்றும் பன்னிரெண்டாம் நூற்றாண்டில் இராசராசபுரம் எனவும் வழங்கப் பெற்றது என்பதை பண்டைத் தமிழ் நூல்களும் கல்வெட்டுகளும் நன்குணர்த்துகின்றன.

வீரசோழிய உரையிற் காணப்படும் பழைய பாடல்கள் சுந்தரச் சோழனைப் பற்றிக் கூறும்போது இவனை, "மேதகு நந்திபுர மன்னர் சுந்தரச் சோழர்" என்றும், "பழையாறை நகர்ச் சுந்தரச் சோழர்" என்றும் வர்ணிக்கிறது.

இந்நகர் கும்பகோணத்திற்கு தென் மேற்கே மூன்று மைல் தூரத்தில் பழையாறை என்னும் பெயருடன் இந்நாளில் ஒரு சிற்றூராக உள்ளது.

அச்சிற்றூரையும், அதனைச் சூழ்ந்துள்ள முழையூர், பட்டீச்சுரம், திருச்சத்தி முற்றம், சோழ மாளிகை, திருமேற்றளி, கோபிநாத பெருமாள் கோயில், ஆரியப் படையூர், புதுப்படையூர், பம்பை படையூர், மணப் படையூர், கோணப் பெருமாள் கோயில், அரிச்சந்திரபுரம், தாராபுரம், நாதன் கோயில் என்று வழங்கும் நந்திபுர விண்ணகரம் ஆகிய ஊர்களை யும் தன்னகத்தே கொண்டு முற்காலத்தில் பெரிய நகராக அஃது அமைந் திருந்தது என்பதை தேவாரப் பதிகங்களிலும், கல்வெட்டுக்களிலும் அறிய முடிகிறது.

பழையாறை நகரில் அக்காலத்தில் சோழ மன்னர்களின் அரண்மனை அமைந்திருந்த இடம் இக்காலத்தில் சோழ மாளிகை என்னும் ஒரு தனியூறாக உள்ளது.

*

9. அகழ்வாராய்ச்சியில் இராஜேந்திரசோழன் அரண்மனை

அரியலூர் மாவட்டம் ஜெயம்கொண்டம் அருகே பேரரசர் ராஜேந்திர சோழன் அரண்மனையின் 30 அடுக்கு வரிசை கொண்ட செங்கல் சுவர் கண்டுபிடிக்கப்பட்டுள்ளது.

தமிழக தொல்லியல் துறை சார்பில் அரியலூர் மாவட்டம் கங்கை கொண்ட சோழபுரம் மாளிகைமேட்டில் தொல்லியல் அகழாய்வுப் பணிகள் கடந்த 1986 முதல் 1996 வரை 4 சட்டமாக தமிழக தொல்லியல் துறை சார்பில் ஏற்கனவே அகழாய்வுப் பணிகள் நடந்தது.

இதில் மாளிகைமேட்டில் 250 ஆண்டுகளுக்கும் மேலாக பேரரசர் ராஜேந்திர சோழன் அரண்மனை கட்டி வசித்து வந்ததாக செப்பேடுகள் மூலம் அறியப்படுவதாக வரலாற்று ஆய்வாளர்கள் தெரிவிக்கின்றனர்.

தற்போது மீண்டும் கடந்த பிப்ரவரி மாதம் முதல் அகழாய்வுப் பணிகள் நடந்து வருகின்றன.

இந்த அகழாய்வில் பழமையான இரண்டாயிரம் ஆண்டுகளுக்கும் முற்பட்ட இரும்பு ஆணிகள், சீன மண்பாண்ட ஓடுகள், கூரை ஓடுகள், சிவப்பு நிற பானை ஓடுகள், கண்ணாடி வளையல்கள் மற்றும் அரண் மனை இருந்ததற்காக சுவரும் கிடைத்தன.

தொடர்ந்து நடைபெற்று வரும் ஆய்வில் தற்போது 7 முதல் 8 அடி ஆழம் வரை தோண்டப்பட்ட நிலையில் பேரரசர் ராஜேந்திர சோழன் வாழ்ந்த அரண்மனை கட்டடத்தின் முப்பது அடுக்கு வரிசை கொண்ட செங்கல் சுவர் கண்டுபிடிக்கப்பட்டுள்ளது.

தஞ்சை பெரிய கோயில் கட்டிய ராஜராஜ சோழனின் மகன் ராஜேந்திரச் சோழன் கள்ளக்குறிச்சியை அடுத்த வீர சோழபுரத்தில் பழமையும் பெருமையும் வாய்ந்த சிவன் கோயிலைக் கட்டினான் என்பது வரலாறு.

தந்தை இறந்தபின் இராஜேந்திர சோழன் அவருடைய அஸ்தியை எடுத்துக் கொண்டு ராமேஸ்வரம் புறப்பட்டு கங்கை கொண்ட சோழபுரம் வழியாக வீரசோழபுரம் வந்துள்ளார்.

அங்கு இரவு அஸ்தியை வைத்து விட்டு தூங்கி கண் விழித்த போது அஸ்தி மல்லிகைப்பூவாக மாறியுள்ளது. இதனையொட்டி அவ்விடம் மல்லிகா அர்ஜுனாபுரம் என்ற பெயர் உருவானது.

கங்கை கொண்ட சோழபுரத்திற்கும், மல்லிகா அர்ஜுனாபுரத்திற்கும் தொடர்பு ஏற்படுத்த ராஜேந்திர சோழன் சுரங்கப் பாதை அமைத்தார்.

சோழ மன்னர்களின் தொடர்புகள் அதிகரித்ததால் வரலாற்றில் வீர சோழபுரம் என்ற பெயர் நிலைத்தது. அங்குள்ள சிவாலய வரலாறு படி சிவலிங்கத்தை சித்தர்கள் பிரதிஷ்டைசெய்து பூஜித்துள்ளனர்.

அம்மன் சன்னதி, நான்கு நந்திகள் இருந்துள்ளன. சிவனுக்கு நகரீஸ்வர முடைய நாயனார் என ராஜேந்திர சோழன் பெயர் சூட்டியதாக கல்வெட்டில் உள்ளது.

இப்பெயர் ஏற்படுவதற்கான காரணம் குறித்து நாயன்மார்கள் பாடல்கள் மூலம் வெளிப்படுத்தியது கல்வெட்டில் இருந்துள்ளது.

அதன்படி பித்ருக்கள் சாபம், பித்ருக்கள் தோஷம் உடையவர்கள். வீர சோழபுரம் சிவனை தரிசித்து பிரார்த்தனை செய்தால் நீங்கும் என்பது ஐதீகம்.

வரலாற்று சிறப்பு பெற்ற இக்கோயில் காலப் போக்கில் நகரீஸ்வரமுடைய நாயனார் என்ற இயற்பெயர் மருவி அர்த்த நாரீஸ்வரர், அனுதாம்பிகை என அழைக்கப்பட்டு வருகிறது.

இக்கோயிலின் சிறப்பாக நான்கு வகை வேதங்களையும் சிவன் காத்து வருவதற்கு அடையாளமாக நான்கு நந்திகள் உள்ளன. சந்திரன் சிவனைப் பார்த்துதான் இருப்பார்.

இங்கு கிழக்கு நோக்கி சந்திரன் உள்ளதும் நவக்கிரஹங்களில் கேது, தெற்கு நோக்கி இல்லாமல் மேற்கு நோக்கி இருப்பதும் தனிச்சிறப்பாகும்.

ராஜராஜ சோழன் பரம்பரையினர் தெற்கு நோக்கி ராஜகோபுரம் கட்ட முற்பட்டவர் இறந்தால் ராஜ கோபுரம் கட்டுவது இன்றளவிலும் நிறைவு பெறாமல் உள்ளது.

புராதன வரலாற்று சிறப்புமிக்க வீர சோழபுரம் சிவன் கோயில் கடந்த பல ஆண்டுகளாக பராமரிப்பின்றி சிதிலமடைந்து தொன்மை இழந்து காணப்படுகிறது.

கங்கை கொண்ட சோழபுரத்திற்கு அருகில் மாநில தொல்லியல் துறை மேற்கொண்ட ஆய்வில் சில கட்டடத் தொகுதிகள் கிடைத்துள்ளன. இது ராஜேந்திர சோழனின் அரண்மனையின் ஒரு பகுதி என கருதப்படுகிறது.

தமிழ்நாடு மாநிலத் தொல்லியல் துறை கீழடித் தொகுதி, ஆதிச்ச நல்லூர் உட்பட தமிழ்நாட்டின் பல்வேறு பகுதிகளில் தற்போது அகழாய்வில் ஈடுபட்டு வருகிறது.

அதன்படி கங்கை கொண்ட சோழபுரத்தில் உள்ள மாளிகைமேடு பகுதியிலும் தொல்லியல் அகழாய்வு நடத்தப்பட்டு வருகிறது.

அரியலூர் மாவட்டத்தில் மீன்சுருட்டி அருகில் உள்ள கங்கை கொண்ட சோழபுரத்தில் சமீபத்தில் அகழாய்வு துவங்கப்பட்டது. அங்கு நடத்தப்பட்ட அகழாய்வில் சில அடி ஆழத்திலேயே செங்கற்களால் ஆன பதின்மூன்று சுவர்கள் வெளிப்பட்டிருக்கின்றன.

இது தவிர சில செப்புக் காசுகள், பானை ஓடுகள், இரும்பு பொருட்கள் ஆகியவையும் இங்கிருந்து கிடைத்திருக்கின்றன. இது தவிர சீன மட்பாண்டமும் கிடைத்திருக்கிறது.

இப்போது ஐந்து குழிகள் மட்டும் தோண்டப்பட்டதில் 13 சுவர்கள் சுமார் நான்கைந்து மீட்டர் தூரத்திற்கு கிடைத்திருக்கின்றன. இன்னும் பத்துக்கும் மேற்பட்ட குழிகளை அமைக்கும் பட்சத்தில் பெரிய அளவிலான சுவர்களைப் பார்க்க முடியும்.

தமிழ்நாட்டைப் பொறுத்தவரை 13வது நூற்றாண்டுக்கு முந்தைய அரண்மனைகள் எதுவுமே தற்போது இல்லை. தற்போதுள்ள அரண்மனைகள் அனைத்துமே 16ஆம் நூற்றாண்டுக்கு பிற்பட்டவை.

கோவில்களை கருங்கற்களால் கட்டிய மன்னர்கள் அரண்மனைகளை செங்கல், மரத்தில் தான் கட்டினார்கள். ஆகவே அவை அடுத்தடுத்த படையெடுப்புகளில் அழிக்கப்பட்டன.

மாளிகைமேடு பகுதியில் அகழாய்வு நடப்பது முதல் முறையல்ல. 1993ஆம் ஆண்டிலிருந்து இந்தப் பகுதியில் அகழாய்வுகள் நடந்து வருகின்றன. 2008ல் நடந்த அகழாய்வில் மதில்சுவர்கள் ஏற்கனவே அடையாளம் காணப்பட்டிருக்கின்றன.

இங்கே கிடைத்த காசு சோழர் காலத்தை சேர்ந்த காசாக இருக்கலாம் எனக் கருதப்படுகிறது. இங்கு கிடைத்திருக்கும் மட்பாண்டத்தை வைத்து பார்க்கும்போது இந்தப் பகுதிக்கும் வெளிநாடுகளுக்கும் இடையில் வர்த்தகம் நடந்திருக்கலாம் என்றும் சொல்லலாம் என்கிறார்கள் அகழாய்வாளர்கள்.

தற்போது கிடைத்திருப்பது ராஜேந்திர சோழன் கட்டிய அரண்மனையின் அடிச்சுவர்தான். இந்த அரண்மனை சோழர் காலம் முழுவதுமே இருந்தது.

மூன்றாம் குலோத்துங்க சோழன் குலசேகர பாண்டியனைத் தோற்கடித்து மதுரைக் கோட்டையை தகர்த்து அரண்மனைகளை இடித்துத் தள்ளினான்.

இதற்குப் பிறகு மாறவர்மன் சுந்தர பாண்டியன் சோழ நாட்டின் மீது படையெடுத்து தஞ்சாவூர் பழையாறை, கங்கை கொண்ட சோழபுரம் ஆகிய இடங்களில் இருந்த அரண்மனைகளை இடித்து மண்ணோடு மண்ணாக்கினான்.

ராஜராஜன் காலம் முடிந்து ராஜேந்திர சோழனின் தனி ஆட்சிக்காலம் துவங்கிய பிறகு முதல் 10 ஆண்டுகள் அதாவது 1014 முதல் 1024 வரை தஞ்சாவூரில் இருந்தபடிதான் ஆட்சி செலுத்தி வந்தான்.

ஆனால் தஞ்சை மருத நிலப் பகுதியாக இருந்தது. வயல்வெளிகள் மிகுந்திருந்தன. பெரும் படைகளை உருவாக்கிய ராஜேந்திரன், அந்தப்

படைகளை நகர்த்தும்போது வயல்கள் நாசமடைந்தன. ஆகவேதான் கொள்ளிடத்திலிருந்து 5 மைல் தூரத்தில் இருந்த சமவெளிப் பகுதியில் ஒரு புதிய தலைநகரை உருவாக்கினான்.

சோழ கங்கம் என்ற மிகப் பெரிய ஏரி கட்டப்பட்டது. அதில் கங்கையிலிருந்து எடுத்து வந்த நீர் ஊற்றப்பட்டது. கங்கை கொண்ட சோழபுரத்தில் மிகப் பெரிய மதில்கள், அரண்மனைகள், தஞ்சை பெரிய கோவிலைப் போன்ற கோயில் ஆகியவை கட்டப்பட்டன. இதில் கோவிலைத் தவிர பிற பகுதிகள் மறைந்து விட்டன.

யுனெஸ்கோ நிறுவனம் 1987ல் பாரம்பரிய சின்னங்களில் ஒன்றாக தஞ்சைப் பெரிய கோயிலை அறிவித்தது. இதன் மூலம் இக்கோயிலின் பெருமை உலகத்தின் பல நாடுகளுக்கும் பரவத் தொடங்கியது.

மனித மரபினை, பண்பாட்டினை பறைசாற்றும் கலைப் பொக்கிஷமாகத் திகழும் இக்கோயிலை காண நாள்தோறும் வெளிநாட்டவர்கள் வந்தவண்ணம் இருக்கின்றனர்.

இக்கோயிலை பாரம்பரியச் சின்னமாக யுனெஸ்கோ அறிவித்ததற்கான காரணங்கள், பொதுவாக பெரிய கோயில்களை பல காலம் பல மன்னர்கள் கட்டுவர். ஆனால் தஞ்சைப் பெரிய கோயில் இராஜராஜ சோழன் ஒருவனால் மட்டுமே எழுப்பப்பட்ட பிரம்மாண்ட கோயிலாகும்.

ஒரே தன்மையான செந்நிறக் கற்களால் அமைந்த திருக்கற்றளி கோயிலாக அமைந்தது.

கருவறைக்கு மேலே உயரமான விமானம் அமைத்தது மாறுபட்ட அமைப்பாக இருந்தது.

புவியீர்ப்பு மையத்தைக் கண்டறிந்து அதற்கேற்ப வெற்றிட அமைப்பில் கட்டப்பட்ட அறிவியல் நுட்பம் கொண்டது.

இராஜராஜ சோழன் தானே கோயில் கட்டியதற்கான ஆதாரத்தை கல்வெட்டில் பொறித்ததோடு மட்டுமல்லாமல் எந்தெந்த வகையில் பொருள் வந்தது என்பதையும் கோயிலுக்கு யார் யாருடைய பங்களிப்பு கும்பாபிஷேகம் நடத்திய வரலாறு ஆகியவற்றை கல்வெட்டில் பொறித்துள்ள தகவல்கள், கற்றளியால் அமைந்த விமானம் முழுவதும் தங்கத்தால் வேயப்பட்டது.

தஞ்சைப் பெரிய கோயில் ஒரு வழிபாட்டுத் தலம் மட்டுமல்ல, இது தமிழக வரலாறு, கலை, கலாச்சாரம், பண்பாடு ஆகியவற்றின் பெட்டகமாக திகழ்கிறது.

பெரிய கோவில் என்ற சிறப்பு பெயரோடு அழைக்கப்படுகிறது. தஞ்சாவூர் பிரகதீஸ்வரர் கோயில் இராஜராஜ சோழனால் தஞ்சையில் எடுக்கப்பட்ட இராஜராஜேஸ்வரம் என்னும் சிவன் கோயில், தென் இந்திய வரலாற்றுப் பகுதியில் தலைசிறந்த சின்னமாகும்.

தமிழர்களின் கட்டடக் கலைக்கு பெருமை தேடித் தரும் கலைக் கருவூலமாகவும் இராஜ ராஜ சோழனின் ஒப்பற்ற ஆட்சியின் நினைவுச் சின்னமாகவும் இன்றளவும் இக்கோயில் விளங்கி வருகிறது.

இக்கோயில் வானளாவி நிற்பதோடு எளிமையான அமைப்பையும் உடையது. இராஜராஜ சோழனின் 25ஆம் ஆண்டின் 275ஆம் நாளில் இது கட்டி முடிக்கப்பட்டது.

காஞ்சிபுரத்தில் ராஜ சிம்ம பல்லவனால் கட்டப்பட்ட கயிலாயநாதர் கோயில் ராஜராஜனின் மனதை மிகவும் கவர்ந்தது. அக்கோயில் "கச்சிபேட்டுப் பெரியதளி" என்று போற்றி மகிழ்ந்தார்.

இக்கோயிலின் அமைப்பு இராஜராஜ சோழனுக்குள் உணர்ச்சிப் பெருக்கையும் பக்தியையும் ஏற்படுத்தியது.

தானும் ஒரு சிவாலயத்தை அமைக்க வேண்டும் என்ற எண்ணத்தில் தஞ்சாவூரில் பெரிய கோவில் திருப்பணியைத் தொடங்கினார். காஞ்சி கயிலாய நாதர் கோயிலைப் பார்த்ததன் விளைவே தஞ்சைப் பெரிய கோயில் கட்டப்பட்ட அடித்தளமாக அமைந்தது.

கி.பி.1004ல் துவங்கி ஆறே ஆண்டுகளில் கட்டி முடித்த ஆச்சரியம் தஞ்சை பெரிய கோயில். இந்த கோயிலுக்கு இராஜராஜ சோழன் வைத்த பெயர் "ராஜராஜேஸ்வரம் பெருவுடையார் கோயில்" என்று அழைக்கப்பட்டது.

பின்னர் தஞ்சையை மராத்தியர் ஆண்டபோது அது பிரகதீஸ்வரர் ஆலயம் என்று பெயர் பெற்றது. இன்று இக்கோயில் தஞ்சை பெரிய கோயில் என்று அழைக்கப்படுகிறது.

இது மன்னன் கட்டிய கோயில் என்றாலும் மக்களுக்கானதாக இருந்தது. மக்கள் போர்க்காலங்களில் அடைக்கலம் தேடுகிற இடமாகவும், மக்களின் குறை தீர்க்கிற இடமாகவும், மக்கள் விழா எடுக்கும் இடமாகவும் மக்கள் கல்விக் கற்கும் இடமாகவும் திகழ்ந்திருக்கிறது.

இக்கோயில் மக்களின் புகலிடமாக இருந்தது மட்டுமல்ல. மன்னன் இராஜராஜன் பொறித்த ஒரு கல்வெட்டு சொல்லும் செய்தி பிரமிப்பானது. "இந்தக் கோயிலை மக்கள் பாதுகாக்க வேண்டும். எனக்குப் பின்னால் இந்தக் கோயிலைக் காப்பவர்களின் காலில் நான் இப்பொழுதே விழுந்து தொழுகிறேன்" என்று எழுதி வைத்திருக்கிறார்.

தஞ்சாவூர் கோயில் என்றாலே அங்குள்ள விமானமும் நந்தியும் தான் எல்லோர் நினைவிலும் வரும். ஒரே கல்லினால் செய்யப்பட்ட மிகப் பெரிய நந்திகளுள் இதுவும் ஒன்றாகும்.

திருச்சி அருகிலுள்ள பச்சை மலையிலிருந்து கொண்டு வரப்பட்ட கருங்கல்லால் செய்யப்பட்ட இந்த நந்தி 25 டன் எடை உடையது. 19 அரை அடி நீளம், எட்டே முக்கால் அடி அகலம், 12 அடி உயரம் கொண்டது.

விஜய நகர கலை பாணியில் அழகும் கம்பீரமும் கொண்டு அமைந்துள்ள இந்த நந்தி தஞ்சை நாயக்க மன்னர்களால் நிறுவப்பட்டதாகும். நந்தி, நந்திமண்டபம் ஆகியவற்றை 17ஆம் நூற்றாண்டில் நாயக்க மன்னர்களான அச்சுதப்ப நாயக்கர், ரகுநாத நாயக்கர் மற்றும் விஜயராகவ நாயக்கர் ஆகியோர் உருவாக்கினர். இவர்களது சிலைகள் இந்த மண்டபத் தூண்களில் உள்ளன.

நந்தி மண்டபத்தின் மேல் விதானத்தில் மூன்றாம் சிவாஜி மன்னர் காலத்தில் பூக்களும், பறவைகளும் வண்ண ஓவியங்களாக தீட்டப்பட்டன.

கோயிலுக்கு முன் உள்ள ஒரே கல்லில் செதுக்கப்பட்ட நந்தி பின்னர், நாயக்கர் ஆட்சி காலத்தில் அமைக்கப்பட்டதே. இவ்வளவு பெரிய கோயிலுக்கு நந்தி சற்று சிறியதாக இருக்கிறதே என்று கருதிய நாயக்க மன்னர்கள் இராஜராஜ சோழன் வைத்த நந்தியை அப்புறப்படுத்திப் புதிய நந்தியை வைத்தார்கள்.

முந்தைய நந்தி பிரகாரத்துக்குள் தெற்குப் பக்கம் ஒரு மூலையில் வைக்கப்பட்டுள்ளது.

நந்தி மண்டபத்திற்கு தெற்கே உள்ள திருச்சுற்று மாளிகையில் வடதிசை நோக்கியபடியே உள்ள நந்தியே ராஜராஜன் காலத்தை சேர்ந்த தாகும்.

பெரிய கோயிலின் கோபுரத்தில் முதல் மாடியில் நாலாபுறமும் நாட்டிய சாஸ்திரத்தில் பரதமுனி குறிப்பிட்ட பரதநாட்டிய முத்திரை களை சிவபெருமான் ஆடிக் காண்பிப்பது போன்ற சிற்பங்கள் ராஜராஜ சோழன் காலத்தில் செதுக்கப்பட்டன. மொத்தம் 108 சிற்பங்கள் அவற்றில் 81 சிற்பங்களை மட்டுமே சிற்பிகள் முடித்து மிச்சத்தை அப்படியே விட்டு விட்டுப் போயிருக்கிறார்கள்.

மழைநீர் சேகரிப்பை முதன் முதலில் செயல்படுத்திய மன்னர் இராஜராஜ சோழன் தான்.

பெரிய கோவிலில் விழும் மழைநீரை துளியும் வீணாக்காமல் அப்படியே கோயிலுக்கு அருகிலுள்ள சிவகங்கை குளத்துக்கு கொண்டு செல்ல வேண்டும் என்று திட்டம் போட்டார்.

அதற்காகத் தரைக்கடியில் பெரிய குழாய்கள் போடப்பட்டன. தவிர, தஞ்சாவூரிலுள்ள சேவல் பன்னவாரி எனும் ஏரி மழைக்காலத்தில் நிரம்பிய பிறகு அந்த நீர் வீணாகாமல் குழாய்கள் மூலம் சிவகங்கை குளத்துக்கு வாய்க்கால் மூலம் கொண்டு செல்லப்பட்டு வடிகட்டப்பட்டு பின்னர், அங்கிருந்து எல்லாத் தெருக்களுக்கும் குழாய்கள் மூலம் குடிநீர் விநியோகிக்கப்பட்டது.

சிவபெருமான் மீது மிகுந்த பக்தி கொண்ட ராஜராஜ சோழன் அவருக்கு பிரம்மாண்டமான கோயிலை அமைக்க நினைத்தான். அதன் படி எழுந்தது தான் தஞ்சாவூர் பிரகதீஸ்வரர் கோயில். இந்த கோயில் கட்டுவதற்கு வெளி மாநிலங்களில் இருந்து கற்கள் கொண்டு வரப் பட்டது.

கி.பி. 1004ல் கோயில் கட்டும் பணி ஆரம்பமாகி ஆறே ஆண்டுகளில் சிறப்பாக முடிந்து கி.பி.1010ல் கும்பாபிஷேகம் நடத்தப்பட்டது.

பொதுவாக ராஜகோபுரம் உயரமாகவும் மூலஸ்தான விமானம் உயரம்

குறைத்தும் கட்டப்படுவது வழக்கம். சோழர்களின் கட்டடக்கலை முறைப்படி ராஜகோபுரம் சிறிதாகவும், விமானம் பெரிதாகவும் கட்டப்படுவது மரபாக இருந்தது. அதுபோல தஞ்சாவூர் கோயில் விமானம் 216 அடி உயரத்திற்கு அமைக்கப்பட்டது.

தலைசிறந்த கட்டடக்கலை வல்லுனர்களால் கட்டப்பட்ட இக்கோயிலின் விமானம் தமிழகத்திலேயே மிக உயரமானது. அதன் உச்சியில் உள்ள பிரம்ம மந்திரக்கல் 80 டன் எடையுள்ளது. இந்த கல்லை விமானத்தின் உச்சிக்கு கொண்டு செல்வதற்கு மிகவும் சிரமப்பட்டுள்ளனர்.

கும்பகோணம் அருகிலுள்ள சாரபள்ளம் என்ற ஊர் வரை மணல் கொட்டி பாலம் போல் அமைத்து யானைகளைக் கொண்டு, பிரம்ம மந்திரக்கல்லை கட்டி இழுத்துக் கொண்டு போய் கோபுரத்தின் உச்சியில் வைத்தார்கள் என்று கூறப்படுகிறது.

இதற்கான பணியில் ஆயிரக்கணக்கான பணியாளர்கள் ஈடுபட்டிருந்தார்களாம். இக்கோயிலின் அமைப்பைப் பார்த்து உலகின் பல நாடுகளைச் சேர்ந்த கட்டடக் கலை வல்லுனர்கள் வியப்பின் உச்சிக்கே செல்கின்றனர்.

லிங்கங்களில் மிகப் பெரியது தஞ்சை பிரகதீஸ்வரர் கோயில் லிங்கம். இதனாலேயே இக்கோயில் பெரிய கோயில் என்று அழைக்கப்படுவதுண்டு.

கருவறையில் உள்ள சிவலிங்கம் உலகிலேயே மிகப் பெரியதாகும். ஆறு அடி உயரமும் 54 அடி சுற்றளவும் கொண்ட ஆவுடையார், 13 அடி உயரமும், 23 அரை அடி சுற்றளவும் உள்ள லிங்கம் எனத் தனித்தனி கருங்கற்களினால் செதுக்கப்பட்டு இணைக்கப்பட்டுள்ளது.

நாம் தரிசனத்துக்குச் செல்லும்போது நம் பார்வையில் படுவது லிங்கத்தின் மூன்றில் ஒரு பங்கு மட்டுமே. அபிஷேக ஆராதனைகளுக்கு வசதியாக இருபுறங்களிலும் படிகள் அமைக்கப்பட்டுள்ளன.

தஞ்சைக் கோயிலின் சிவலிங்க வழிபாடு மகுடாகம அடிப்படையில் செய்யப்படுகிறது. இக்கோயிலில் தினமும் காலை சந்தி, உச்சி காலம், சாயரட்சை, அர்த்த ஜாமம் என நான்கு கால பூஜைகள் நடந்து வருகின்றன.

சிவலிங்கத்தைச் சுற்றிவர கருவறையைச் சுற்றி இடமும் உள்ளது. அதில் சோழர்கால ஓவியங்கள் வரையப்பட்டுள்ளன. தஞ்சாவூர் பெரிய கோயில் மூலவரை பிரகதீஸ்வரர் என்றும் அம்பாளை பெரிய நாயகி என்றும் அழைப்பர். இங்குள்ள வாராகியை வழிபட்டால் எல்லா செயல்களிலும் வெற்றி கிடைக்கும்.

மூலவர் பிரகதீஸ்வரர் அம்மன் பெரிய நாயகியுடன் அருள் செய்கிறார். சிவலிங்கத்தில் பாணத்தின் உயரம் 12.5 அடி, சுற்றளவும் 23 அடி, ஆவுடையார் 55 அடி சுற்றளவு. இந்த லிங்கம் மத்தியப் பிரதேச மாநிலம், நர்மதா நதிக்கரையிலுள்ள ஒரு மலையிலிருந்து கொண்டு வரப்பட்டு பிரதிஷ்டை செய்யப்பட்டது.

இவர் உடுத்தும் வேட்டியின் நீளம் 35 மீட்டர். பக்தர்கள் வஸ்திரம் சார்த்த விரும்பினால் இதற்கென ஆர்டர் செய்ய வேண்டும்.

அபிஷேகம் செய்ய லிங்கத்தின் இருபுறமும் படிக்கட்டுகளுடன் கூடிய மேடை அமைக்கப்பட்டுள்ளது. ஒன்பது அடி உயரமுடைய அம்மன் பெரிய நாயகி நின்ற கோலத்தில் தெற்கு நோக்கி அருளுகிறாள்.

சோழர்களின் வெற்றிக்குரிய தெய்வம் துர்கை. இங்கு துர்கையின் தளபதியான வாராஹிக்கு சன்னதி உள்ளது. கோயிலில் நுழைந்ததும் இடதுபுறம் இவளது சன்னதி உள்ளது.

சப்தமாதர்களின் பிரதானமானவள் வாராஹி. இராஜராஜ சோழன் இந்த அம்மனுக்கு அபிஷேகம் ஆராதனை செய்துவிட்டுத்தான் எச் செயலையும் ஆரம்பிப்பான்.

இங்குள்ள பெரிய நந்தி 12 அடி உயரம், 19.5 அடி நீளம், 25 டன் எடையுடன் பிரம்மாண்டமாக அமைந்துள்ளது. இதை அமைப்பதற்காக திருச்சி அருகிலுள்ள பச்சை மலையிலிருந்து கல் கொண்டு வரப்பட்டது.

மூலவர் சன்னதிக்கு பின்புறம் கருவூர் சித்தருக்கு சன்னதி உள்ளது. கருவின் சித்தர் இப்பகுதியில் தியானத்தில் இருந்துள்ளார்.

இவரது அறிவுரைப்படியே ராஜராஜ சோழன் இக்கோயிலைக் கட்டியதாக கூறப்படுகிறது.

தஞ்சை பெயர்க் காரணம் குறித்து புராணம் கூறுகிறது. புராண காலத்தில் தஞ்சகன், தாரகன், தண்டகன் என்ற மன்னர்கள் தங்களை

யாராலும் வெல்ல முடியாது என்ற வரத்தை சிவனிடம் பெற்றிருந்தனர். இதனால் தேவலோகம் வரை சென்று வெற்றிக் கொடி நாட்டி அதிகாரம் செலுத்தி வந்தனர்.

வரம்பு மீறிய இவர்களின் செயல் கண்ட சிவன், திருமாலையும், காளியையும் அனுப்பி வதம் செய்தார்.

இருப்பினும் சிவ பக்தர்களான அவர்களது பெயர் விளங்கும்படியாக தஞ்சகனின் பெயரால் தஞ்சாவூரும், தாரகனின் பெயரால் தாராசுரமும், தண்டகனின் பெயரால் தண்டகம்பட்டு என்ற ஊரும் உருவானது.

பெரிய கோவில் கட்டி முடிக்கப்பட்டவுடன் அதற்கு நிர்வாக அலுவல ராக இருந்த ஆதித்தன் தென்னவன் மூவேந்த வேளாளன் என்பவர் இராச ராஜ சோழனுக்கும் அவரது மனைவி லோகமாதேவிக்கும் செம்பில் உருவச் சிலைகள் செய்தார்.

ராஜ ராஜ சோழன் உயிருடன் இருக்கும்போதே செய்யப்பட்ட இச் சிலைகள் தற்போது குஜராத் மாநிலம் அகமதாபாத்தில் உள்ள கௌதம் சாராபாய் தனியார் அருங்காட்சியகத்தில் வைக்கப்பட்டுள்ளது.

ராஜராஜ சோழன் மறைந்த பிறகு அவருடைய வெண்கலச் சிலை ஒன்றும் வடிவமைக்கப்பட்டது. அதை பிரகதீஸ்வரர் வீதி உலா செல்லும் போது முன்னால் எடுத்துச் செல்ல வேண்டும் என்று ஆணை பிறப்பித்தார் ராஜேந்திர சோழர்.

பயபக்தியோடு கை கூப்பியவாறு இருக்கும் இந்தச் சிலையும் தற்போது வடக்கே சாராபாய் மியூசியத்தில் இருக்கிறது. இச்சிலைகளை மத்திய அரசின் உதவியோடு தமிழக அரசு மீண்டும் தமிழ் மண்ணுக்கு கொண்டு வந்து தஞ்சை கோயிலில் வைக்க வேண்டும்.

தட்சிணமேரு என்னும் தஞ்சை பெரிய கோயில் விமானம் முழுவதும் செப்புத் தகடுகளைப் போர்த்தி அதன் மேல் பொன் வேய்ந்தான் ராஜராஜன் என்று கல்வெட்டுச் செய்திகள் தெரிவிக்கின்றன.

216 அடி விமானம் முழுவதும் தங்கத் தகடு வேய்ந்ததை ஒட்டக்கூத்தர் தக்கயாகப் பரணியில் குறிப்பிட்டுள்ளார்.

தட்சிண மேருவான தஞ்சை ராஜராஜேஸ்வரத்தை எப்படி ராஜராஜன் பொன் மயமாக அமைத்தானோ அதுபோல தில்லை நடராஜர் கோயில்

விமானத்தை குலோத்துங்கன் அமைத்தான் என்ற செய்தி சிதம்பரம் வரலாற்றில் இடம் பெற்றுள்ளது. பிற்காலத்தில் நிகழ்ந்த படையெடுப்பு களில் இந்த விமானத்தில் வேய்ந்த பொன் முழுவதும் சூறையாடப்பட்டு விட்டது.

பெரிய கோயிலின் கோபுரங்களில் உயரமானது கேரளாந்தகன் வாயில் கோபுரம்.

ராஜராஜன் கி.பி.988ஆம் ஆண்டு சேர மன்னன் பாஸ்கர ரவி வர்மனைப் போரில் வெற்றி பெற்றதைப் போற்றும் வகையில் இக் கோபுரத்திற்கு "கேரளாந்தகன் வாயில் கோபுரம்" எனப் பெயரிடப் பட்டுள்ளது. இக்கோபுரம் 90 அடி உயரமும், 54 அடி அகலத்தில் ஐந்து நிலையுடன் அமைந்துள்ளது.

கோபுரத்தின் நிலைக்கால்கள் ஒவ்வொன்றும் நான்கு அடி நீளம், மூன்று அடி அகலம், 40 அடி உயரம் கொண்ட ஒரே கல்லால் ஆனவை.

கோபுரத்தின் நாற்புறங்களிலும் நாயக்கர் மற்றம் மராட்டியர் காலச் சுதைச் சிற்பங்கள் காணப்படுகின்றன. இக்கோபுரத்தை ஒட்டிச் செல்லும் சிவகங்கைக் கோட்டை உள்மதில், செவ்வப்ப நாயக்க மன்னரால் கட்டப்பட்டது.

கோயிலைச் சுற்றி சுமார் 28 அடி உயரத்தில் அமைந்துள்ள மதில் ராஜ ராஜனின் தலைமை அமைச்சரான சோழ மண்டலத்து உய்யக் கொண்டார் வளநாட்டு வெண்ணாட்டு அமன் குடியான கேரளாந்தகச் சதுர்வேதி மங்கலத்து கிருஷ்ணன் ராமன் என்னும் மும்முடிச் சோழ பிரம்மராயன் என்பவரால் மன்னனின் ஆணைப்படி கட்டப்பட்டது.

மதிற்சுவர் மீது வரிசையாக நந்தி உருவங்கள் அமைக்கப்பட்டுள்ளன. இம்மதிற்சுவரின் வெளிப்புறத்தின் கீழ் பகுதியில் சோழர் கல்வெட்டுகள் காணப்படுகின்றன.

கிழக்கு மேற்காக 800 அடி நீளமும், தெற்கு வடக்காக 400 அடி அகலமும் கொண்டுள்ளன. கோயிலின் பிரகாரச் சுவற்றில் கருங்கற் களினாலும் செங்கற்களினாலும் தஞ்சை மன்னர் இரண்டாம் சரபோஜி கி.பி. 1803ல் தளம் அமைத்தார்.

தஞ்சைப் பெரிய கோயின் கட்டிட கலைஞர்கள் :

1. இராச ராச சோழன்

2. வீரசோழன் குஞ்சரமல்லன் (ராச ராச பெருந்தச்சன் என்ற கட்டிட கலைஞன்)

3. மதுராந்தகன் நித்த வினோதப் பெருந்தச்சன் (இரண்டாம் நிலை கட்டிட கலைஞன்)

4. இராசராச சோழனின் தமக்கை குந்தவை பிராட்டியார்

5. இலத்தி சடையனான் (கண்டராதித்த பெருந்தச்சன்)

6. ஈசானசிவ பண்டிதர் எனும் ராசகுரு

7. இராசராச சோழனின் மகன் இராசேந்திர சோழன்

8. இராசராச சோழனின் ராசகுரு சர்வசிவ பண்டிதர்

9. சேனாதிபதி கிருட்டிணன் இராமன் (மும்முடிச் சோழன் பிரம்மராயன்)

10. தென்னவன் மூவேந்த வேளன் எனும் பொய்கை நாடு கிழவன் ஆதித்தன்

11. பவன பிடாரன் (சைவ ஆச்சாரியார் தலைமைக் குரு)

தஞ்சை பெரிய கோயிலில் மொத்தம் 132 இசைக் கலைஞர்களும் 407 நடனப் பெண்களும் ஒரே நேரத்தில் பணியாற்றினர்.

இந்த நடனப் பெண்மணிகளுக்கும் தனித்தனியாக வீடுகளைக் கட்டிக் கொடுத்து, அனைத்து வீடுகளுக்கும் வரிசையாக இலக்கம் இட்டு யார் யார் எந்த வீடுகளில் வசிக்க வேண்டும் என்பதையும் ஆணையாக வெளி யிட்டான் இராஜராஜ சோழன்.

அரசு வீடுகளை யார் வேண்டுமானாலும் மாறி குடியிருக்கலாம் என்ற நிலையைத் தடுக்க இந்தக் காலத்திய ஏற்பாடாக இதனைக் கருதலாம் என்கின்றனர். ஆனால் நடனப் பெண்கள் ஓடிவிடாமல் இருக்க இந்த முறை ஏற்படுத்தப்பட்டதாகவும் இருந்திருக்கிறது.

இவர்கள் அரசவை நடனம் கோயில் நடனம் இருவகை நடனங் களிலும் தேர்ச்சி பெற்றவர்களாக இருந்தனர். ஐந்து வயதில் இருந்து பன்னிரெண்டு வயது வரை ஏழு ஆண்டுகள் பயிற்சி பெற்ற பிறகு

இவர்கள், அரசர் முன் தங்கள் நாட்டியத்தை அரங்கேற்றியவர்கள். அதில் தேர்ச்சி பெறுபவர்களே அரசவை நாட்டிய மங்கையாக தேர்ந்தெடுக்கப் பட்டு இருந்தார்கள்.

மன்னரும் மற்ற கலைகளோடு நாட்டியத்திலும் பயிற்சி தேர்ச்சி பெற்று இருந்தான். மன்னர் தனது பொழுது போக்கிற்காகவும், வெளிநாட்டு வணிகர்களுக்கும், தூதுவர்களுக்கும், பயணிகளுக்கும் இந்த நடன மங்கையர்கள் நடனம் ஆடி மகிழ்விக்கப் பயன்படுத்தினர்.

கோயில் நடனம் ஆடுபவர் திருவாதிரை நாளன்று வெள்ளை ஆடை உடுத்தி நடராஜர் சிலை முன்வர, கோயில் குருக்கள் நடராஜரை வணங்கிய பின்பு இந்த நடனப் பெண் மீது புனித நீர் தெளித்தனர்.

இதன் மூலம் இந்த நடனப் பெண் தேவர் நிலைக்கு உயர்த்தப் பட்டனர் என்று கூறப்பட்டது. பின்னர் ஒரு புனித கோலால் இவர் தலை மீது நமச்சிவாய என்று உச்சரிக்க நடராசரின் நாட்டிய சக்தி முழுவதும் இந்தப் பெண்ணுக்கு இந்தப் புனித கோயிலின் மூலம் பரவுகிறது என்று நம்பினர். அதன் பிறகு இந்தப் பெண் தலைக்கோவி என்றழைக்கப் பட்டனர்.

இராஜராஜ சோழன் மக்களின் பொழுதுபோக்குத் தேவையை நிறைவேற்றவும், நமது கலைப் பண்பாடு காப்பாற்றவும் கோயிலில் ஆடல், பாடல்களுக்கு ஏற்பாடு செய்து இருந்தான் என்று கூறப்படுகிறது. ஆனால் இந்தப் பெண்களின் நடனம் கவர்ச்சியிலும் அறியாமையிலும் மக்களை வீழ்த்தி வைக்க உதவியது என்று கூறலாம்.

※

10. சோழர் காலத்து நில உடைமைகளும் நிலக்கொடைகளும்

சோழ மன்னர்களின் காலத்தில் நிலவுரிமையும் நிலக்கொடைகளும் பல்வேறு பெயர்களில் வழங்கப்பட்டு வந்திருப்பதை கல்வெட்டுக் குறிப்புகள் தெரிவிக்கின்றன.

தேவதானம், திருவிடையாட்டம், பள்ளிச் சந்தம், மடப்புறம், சாலா போகம் பிரமதேயம் என்ற பெயர்களில் நிலக்கொடைகள் வழங்கப் பட்டுள்ளன.

திருமால் கோயில்களுக்கு கொடுக்கப் பெற்ற நிலம் திருவிளை யாட்டம் எனப்படுகிறது. பள்ளிச் சந்தம் என்பது ஜைன கோயில்களுக் கும், பௌத்த கோயில்களுக்கும் விடப் பெற்ற நிலத்தைக் குறிக்கிறது.

மடங்களுக்கு அளிக்கப்பட்ட நிலங்கள் மடப்புறம் எனப்படுகிறது. சாலா போகம் என்பது அபூர்விகள் அந்தணர்கள், சிவயோகிகள் முதலா னோர்க்கு உணவு அளிக்கும் அறச்சாலைகளுக்கு அளிக்கப்பட்ட நிலம் ஆகும்.

பிரமதேயம் என்பது வேதங்களையும் சாத்திரங்களையும் நன்கு பயின்று சீலமும் புலமையும் படைத்த பார்ப்பனர்களுக்கு வழங்கப்பட்ட நிலம்.

இவ்வகை நிலங்களெல்லாம் பெரும்பாலும் இறையிலி நிலங்களாகவே செய்யப்படுவது வழக்கம். இவற்றை இறையிலியாக பெற்றவர்கள் அரசாங்கத்திற்கும் ஊர்ச்சபைக்கும் எத்தகைய வரியும் கொடாமல் இவற்றை அனுபவித்துக் கொண்டிருக்கலாம்.

எனினும் இறையிலி நிலங்கள் பெற்றவர்களிடத்து இறையிலிக்காக ஒரு சிறு வரி அரசாங்கம் வாங்கி வந்தது என்பது சில கல்வெட்டுக்களால் தெரிகிறது.

இவை நீங்கலாக சில குறிப்பிட்ட காரியங்களைச் செய்தற்பொருட்டு அவற்றை செய்து வருவோர்க்கு கொடுக்கப் பெற்ற நிலங்கள். அவை சீவிதம் போகம், விருத்தி, காணி, பற்று, புறம், பட்டி, முற்றூட்டு என்று அக்காலத்தில் வழங்கி வந்தனர்.

சோழரது ஆட்சியில் அரசியல் அதிகாரிகளுக்கு அரசாங்க கருவூலத்தி லிருந்து திங்கள்தோறும் சம்பளம் கொடுக்கும் வழக்கம் என்பதெல்லாம் கிடையாது. அவர்களது தகுதிக்கேற்றவாறு அன்னார் வாழ்நாள் முழுவதும் அனுபவித்துக் கொள்ளும்படி சோழ மன்னர்களால் அளிக்கப் பட்ட நிலமே சீவிதம் எனப்படும்.

அதனைப் பெற்று வாழ்ந்து வந்த அரசியல் அதிகாரிகள் குறிப்பிடத் தக்க பெருந்தொண்டுகளை அரசாங்கத்திற்கு செய்து அவற்றால் பேரும் புகழும் பெற்றிருப்பாராயின், அவர்கள் காலத்திலேயே அந்நிலத்தை சீவித வகையிலிருந்து மாற்றி அவர்களும் அவர்கள் வழியினரும் அனுபவித்துக் கொள்ளுமாறு இறையிலியாக கொடுத்து விடுவது உண்டு.

திருக்கோயில்களில் அருச்சனை செய்யும் பொருட்டு சிவ வேதி யருக்கும், ஆதுர சாலைகளிலிருந்து பொது மக்களுக்கு வைத்தியம் செய்யும் பொருட்டு மருத்துவர்களுக்கும் விழா நாட்களில் ஆரியக் கூத்து நிகழ்த்தும் பொருட்டு கடத்தச் சாக்கையர்க்கும் கொடுக்கப்பட்ட நிலங்கள் முறையே அர்ச்சனா போகம், வைத்திய போகம், நிருத்த யோகம் என்று வழங்கி வந்தன.

ஊர்களில் இரவில் அம்பலத்தமர்ந்து பாரதம் படித்து விரிவுரை நிகழ்த்தும் பொருட்டு புலவர்களுக்கும், திருக்கோயிலில் வேதம் ஓது வதற்கும், புராணங்கள் படிப்பதற்கும் அந்தணர்களுக்கும் கொடுக்கப் பட்ட நிலங்கள் முறையே பாரத விருத்தி, பட்டவிருத்தி எனவும்

வழங்கின என்று தெரிகிறது.

போரில் உயிர் துறந்த வீரர்களுடைய மனைவி மக்களுக்கு அரசர்களும், தலைவர்களும் வழங்கிய நிலங்கள் உதிரப்பட்டி எனவும், ஏரிகளை ஆண்டுதோறும் வெட்டியும், கரை கட்டியும் பாதுகாத்தற்பொருட்டு கொடுக்கப்பட்ட நிலங்கள் ஏரிப்பட்டி எனவும் வழங்கி வந்தன.

அரசர்கள் விரும்பியபோது படைகளை அனுப்பி உதவி புரியும் பொருட்டு அப்படைகளின் தலைவனுக்கு அளிக்கப்பட்ட நிலங்கள் படைப்பற்று, பின்னியப்பற்று என்று வழங்கப்பட்டன.

திருக்கோயில்களில் ஆடல், பாடல்களை நிகழ்த்தும் பதியிலார்க்கும் அவர்களை ஆட்டுவிக்கும் ஆடலாசிரியனாகிய நட்டுவனுக்கும், ஆரியக் கூத்தாடும் கூத்தச் சாக்கைக்கும், தமிழ்க் கூத்து ஆடுவோனுக்கும், வீணை வாசிப்போனுக்கும், மத்தளங் கொட்டும் மெய்ம்மட்டிக்கும், இசை பாடும் முரலியனுக்கும், கணக்கெழுதும் கணக்கனுக்கும், திருப்பதிகம் விண்ணப்பம் செய்யும் ஓதுவார்க்கும் கொடுக்கப்பட்ட இறையிலி நிலங்கள் முறையே பதியிலார் காணி, நட்டுவக்காணி, சாக்கைக்காணி, முரலியக்காணி, உவச்சக்காணி, கணக்கக்காணி, திருப்பதிகக்காணி என்று வழங்கி வந்தன.

தளிச்சேரிப் பெண்டுகளாகிய பதியிலாருக்கும், தேவரடியார்க்கும் இசைப் பயிற்சியளித்து வந்த பாணர்க்கும் கொடுக்கப் பெற்ற இறையிலி நிலம் பாணக்காணி எனக் கல்வெட்டுகளில் குறிக்கப்பட்டுள்ளது.

ஊரிலுள்ள அம்பலங்களை மெழுகி நாள்தோறும் தூய்மை செய்யும் பணி மகளுக்கும் அவ்வம்பலங்களில் குடிதண்ணீரும் அக்கினியும் சேமித்து ஊராருக்கு வேண்டும்போது கொடுத்துதவும் பணி மகளுக்கும் அளிக்கப்பட்ட இறையிலி நிலங்கள் முறையே மெழுக்குப்புறம், அம்பலப்புறம் எனக் கல்வெட்டுகளில் குறிப்பிடப்பட்டுள்ளது.

சில அறங்களைச் செய்தற்பொருட்டு கிராம சபையாரிடம் குறிப் பிட்ட சிலரிடத்து கொடுக்கப்பட்ட இறையிலி நிலங்கள் அறப்புறம் என்றும் வழங்கின.

சோழ மன்னர்கள் கோயில்களுக்குத் தேவதானம் அளிக்கும்போது சில சமயங்களில் அவ்வூரிலுள்ள குடிகளையும் அவர்களுக்குரிய பழைய

உரிமையோடு அக்கோயிலுக்கு கொடுத்து விடுவார்கள். அத்தகைய தேவதானம் அக்காலத்தில் குடி நீங்கள் தேவதானம் என வழங்கப்பட்டு வந்தது.

இராஜராஜ சோழனுடைய மகன் கங்கை கொண்ட சோழன் ஆட்சிக் காலத்தில் பிராமணர் ஊரில் இருந்த பிற வகுப்பினரின் நிலங்கள் விற்கப்பட வேண்டும் என்ற உத்தரவு நிறைவேற்றப்பட்டு வந்தது என்று தெரிகிறது செங்கற்பட்டு ஜில்லாவிலுள்ள வெளிச்சேரியிலிருந்த மற்ற வகுப்பினரின் நிலங்கள் அரசனது ஆணையின்படி அவ்வூரிலுள்ள திருத்தண்டீச்சுரமுடையார் கோயிலுக்கு விற்கப்பட்டன என்று அவ்வூர் கல்வெட்டொன்று கூறுகிறது.

வடவெள்ளாற்றிற்கும் தென்பெண்ணையாற்றிற்கும் இடையிலுள்ள திருமுனைப்பாடி, நாட்டிலிருந்து வேறு நாடுகளுக்குப் போய் அங்கேயே தங்கி விட்டவர்களுடைய நிலங்கள் எல்லாவற்றையும் பறிமுதல் செய்து அவ்வூரில் வாழ்ந்து கொண்டிருக்கும் குடிகளுக்கு கொடுத்துப் பயிரிடச் செய்து ஆண்டுதோறும் அவர்களிடம் அரசிறை வாங்க வேண்டும் என்று கங்கை கொண்ட சோழன் கி.பி. 1027ல் செய்த உத்தரவு ஒன்று தென்னார்க்காடு ஜில்லா திருக்கோவிலூர்த் தாலுகாவிலுள்ள ஏமப்போதூர்க் கோயிலில் பொறிக்கப்பட்டுள்ளது.

இறையிலி, இறைக்காவல், ஊர்கீழ் இறையிலி ஆகிய மூன்றனுள் ஒன்றின் கீழும் அமையாத தேவதானம் பிரமதேயம் திரவிடையாட்டம், பள்ளிச்சந்தம், மடப்புறம் ஆகியவற்றிற்கு அரசிறையும் பிற வரிகளும் வாங்கப்பட்டு வந்தன.

இம்மூன்றின் கீழும் அமைந்த எந்த நிலங்களுக்கும் ஊர்ச் சபையார் தம் அதிகார எல்லைக்குள் வாங்கி வந்த ஊரிடு, வரிப்பாடு, சபா விநியோகம் ஆகிய வரிகளை வசூலிப்பது வழக்கமில்லை என்பது பல கல்வெட்டுக்களால் நன்கு புலனாகிறது.

அரசாங்க அதிகாரிகளுக்கும் பிறருக்கும் நிலவரி முதலானவற்றை மாத்திரம் வாங்கிக் கொள்ளும்படி அரசரால் கொடுக்கப்பட்ட நிலங்கள் "இறைநீங்கல்" எனவும் இறையிலியாகக் கொடுக்கப்பட்ட நிலங்கள், இறை இறங்கல் எனவும் அரசாங்க வரிப் புத்தகத்தில் குறிக்கப்படுவது அக்கால வழக்கம் என்பது கல்வெட்டுகளில் அறியப்படுகிறது.

பார்ப்பனர் அரசரிடத்தும் பிறரிடத்தும் பிரமதேயமாக வாங்கிய ஊரிலுள்ள நிலங்களை தம்தம் பங்கு வீதப்படி அனுபவித்துக் கொண்டு வருவது வழக்கம். அவ்வூருக்கு பிரமதேயம் என்று பெயர் வழங்கியது.

ஒரு அந்தணரே ஒரு கிராமம் முழுவதையும் பிரமதேயமாகப் பெற்று இறையிலி உரிமையுடன் அனுபவித்தால் அவ்வூர் ஏகபோகப் பிரமதேயம் என்று கூறப்படுவது வழக்கம்.

சுந்தரசோழனுக்கு அமைச்சனாக விளங்கியவனும் மழநாட்டு அன்பில் என்ற ஊரில் வாழ்ந்தவனுமாகிய அநிருத்த பிரும்மராசனுக்கு அவ்வேந்தனால் திருவழுந்தூர் நாட்டில் இறையிலியாக வழங்கப்பட்ட கருணாகர மங்கலம் எனும் ஊர் ஏகபோகப் பிரமதேய வகையைச் சேர்ந்ததாகும்.

ஒரு பகுதி தேவதானமாகவும் மற்றொரு பகுதி பிரமதேயமாகவும் இருந்ததும் தெரிகிறது. திருவிடை மருதூர்க்கு அண்மையிலுள்ள திருவிசலூர், திரைமூர், கண்டியூர்க்குக் கிழக்கேயுள்ள திருவேதி குடி முதலான ஊர்கள் தேவதான பிரமதேயங்களாக இருந்தன என்பதைக் கல்வெட்டுக்கள் உணர்த்துகின்றன.

✳

II. தந்தையும் தனயனும் கட்டமைத்த சோழப் பேரரசு

இராஜராஜ சோழன் தன் ஆட்சி முடிவில் தன் மகன் இராஜேந்திரனை அரசாங்க அலுவல்களில் தன்னுடன் கலந்து கொள்ளச் செய்தான்.

இராஜ ராஜனின் நான்காம் ஆட்சி ஆண்டு கல்வெட்டுகள் இராஜேந்திரனை இளம் அரச குமாரன் என்று குறிப்பிடுவதால் இளவரசு பட்டம் பெற்ற பொழுது இவன் குறைந்தது இருபத்தைந்து வயதினனாக இருக்க வேண்டும்.

இராஜராஜ சோழனின் 29ஆம் ஆண்டு கல்வெட்டுக்கள் தஞ்சையில் ஏராளமாக கிடைப்பதால் இம்மன்னனின் சிறந்த ஆட்சி கி.பி. 1014ல் முடிவுற்றது என்பதை அறிய முடிகிறது.

இராஜ ராஜ சோழனின் ஆட்சியின் போது நிலவரியை நிர்ணயிக்க வேண்டி நாடெங்கும் நிலங்களை அளந்து, நிலத்திற்கேற்ப வலி விதித்து இப்போதைய நிர்வாகத்தில் உள்ளது போல செயலாளர்களைக் கொண்ட மத்திய அரசை இராஜராஜ சோழன் நன்கு அமைத்தான்.

மேலும் நிர்வாகத்தை வலுவாக்கி மத்திய அரசின் பிரதிநிதிகளை ஆங்காங்கு மேற்பார்வைக்காக அமர்த்தி, கிராம சபைகளையும் மற்ற

பொதுக் குழுக்களையும் தணிக்கையின் மூலம் கட்டுப்படுத்தினான்.

அதனால் ஏராளமான நிலப்படையை உருவாக்கி இராஜேந்திரனின் கீழ் மேலும் பல வெற்றிகளை அடைந்த பெரும் கப்பற்படையை நிறுவி தென் இந்தியாவின் வரலாற்றிலேயே இராச்சியங்களை நிர்மானிப்பதில் ஒப்பற்றவனாகத் திகழ்ந்தான்.

ஆழ்ந்த சிவ பக்தனான இராஜராஜன் இந்தியாவின் பெரும் இராஜ தந்திரிகளைப் போன்று எல்லா சமயங்களிடத்தும் பொது நோக்குடைய வனாய் அவற்றை ஆதரித்து வந்தான்.

தஞ்சை பெரிய கோவில் சுவர்களில் காணப்படும் அழகிய சிற்பங்களி லிருந்து இம்மன்னன் கல்வெட்டுகளில் இவனால் கட்டப்பட்டதாகக் கூறப்படும் விஷ்ணு ஆலயங்களிலிருந்தும் இராஜராஜன் தனது சமயக் கொள்கைகளில் தாராள மனப்பான்மை உடையவனாகவே இருந்தான் என்று தெரிய வருகிறது.

நாகப்பட்டினத்தில் சிரீவிஜயம், கடாரம் ஆகியவற்றின் அரசன் சைலேந்திர மன்னன் திருமாற விசயோதுங்க வர்மனால் சூடாமணி விகாரம் கட்டப்பட்டபொழுது அம்மன்னனை பெரிதும் ஊக்குவித்தான் என்று புகழ் வாய்ந்த வெய்டன் பட்டயங்கள் கூறுகின்றன.

முதலாம் இராஜராஜ சோழனின் தேவியும் பழுவேட்டரையரின் திருமகளுமாகிய பஞ்சவன்மாதேவியார் சிவனடி சேர்ந்த பின்பு அவ்வம்மையாரை பள்ளிப் பருவத்திலேயே எடுக்கப் பெற்ற கற்றளியே பஞ்சவன்மாதேவி சரமாகும். இராஜேந்திர சோழன் எடுத்த இக்கற் கோயில் திருமலைராயன் ஆற்றின் வடகரையில் அமைந்துள்ளது.

முதலாம் இராஜ ராஜ சோழனின் நினைவிடம் (பள்ளிப்படை) தஞ்சாவூர் மாவட்டம் பட்டீச்சரம் அருகே உள்ள உடையாளூர் என்ற கிராமத்தில் அமைந்துள்ளதாக கூறப்படுகிறது.

இராஜ ராஜ சோழன் மற்ற மன்னர்களைப் போலவே பல பெண்களை திருமணம் செய்யும் வழக்கமுடையவராகவே இருந்துள்ளார்.

அவருடைய பட்டத்து அரசியாக உலக மாதேவியார் என்பவர் இருந்துள்ளார். தஞ்சைப் பெருவுடையார் கோயிலில் இராஜராஜ சோழன் திருவாயிலிலுள்ள ஒரு கல்வெட்டில் இராஜ ராஜனின் பட்டத்து

அரசியான உலக மகாதேவியாரும், சோழ மகாதேவியார், அபிமான வல்லி, திரைலோக்கிய மாதேவி, பஞ்சவன்மாதேவி, பிருத்வி மகாதேவி, இடை மாதேவி ஆகிய மனைவிமார்களும் கோவிலுக்கு கொடைகள் அளித்திருப்பது குறித்து தெரிவிக்கப்பட்டுள்ளது.

இராஜ ராஜ சோழன் மனைவிகள் பலர் எனினும் கல்வெட்டுகளில் மட்டும் 15 பேர்கள் குறிப்பிடப்பட்டுள்ளனர்.

அவர் உலக மகாதேவியார், திட்டைப் பிரான் மகள் சோழ மாதேவியார், அபிமானவல்லியார், திரைலோக்கிய மாதேவியார், பஞ்சவன் மாதேவியார், பிருதிவிமாதேவியார், இலாட மாதேவியார், மீனவன் மாதேவியார், நக்கன் தில்லை அழகியார், காடன்தொங்கியார், கூத்தன் வீராணியார், இளங்கோன் பிச்சியார் முதலியோர் ஆவார்.

இவர்களை இராஜராஜன் நம் பெண்டுகள் என்று கல்வெட்டில் குறித்துள்ளான். இவருள் உலக மாதேவியார் பெயரே கல்வெட்டுகளில் முதலில் குறிக்கப்பட்டுள்ளது.

திருவிசலூரில் இராஜராஜன் துலாபாரம் புக்கபோது பட்டத்தரசியான தந்தி சக்தி விடங்கியார், இரணிய கர்ப்பம் புக்கனர், திருவிசநல்லூர் பெருமானுக்கு சர்க்கரைப் பொங்கல் செய்ய 45 பொற்காசுகள் தானமளித்தார்.

இந்த அம்மையாரே திருவையாற்றில் கற்றளி ஒன்று எடுத்து அதற்கு உலகமாதேவீச்சரம் எனத் தம் பெயரிட்டார்.

இதனைக் குறிக்கும் கல்வெட்டில் உடையார் இராஜராஜ தேவர் நம் பிராட்டியார் தந்தி சக்தி விடங்கியரான பூர்உலக மகாதேவியார் என்பது காணப்படலால் இரணிய கர்ப்பம் புக்கவர் உலக மகாதேவியாரே என்பது வெளிப்படை.

தஞ்சை பெரிய கோவிலில் இராஜராஜன் பிரதிமமும் உலக மாதேவியார் பிரதிமமுமே எழுந்தருளப் பெற்றன. இவற்றால் இவரே இராஜராஜன் முதற்பெருந்தேவியார் என்பது விளங்கும்.

இராஜராஜன் பல மனைவியருடன் வாழ்ந்தாலும் குறைந்த அளவிலான மக்களையே பெற்றிருந்தான்.

இராஜராஜனின் ஒரே மகனான இராஜேந்திரனின் தாயார் திருபுவன மாதேவி என்றழைக்கப்பட்ட வானவன் மாதேவி ஆவாள்.

இராஜராஜனின் மகள் குந்தவை சாளுக்கிய விமலாதித்தனை மணந்தாள். கல்வெட்டுகள் குந்தவையை ஆழ்வார் பராந்தகன் குந்தவைப் பிராட்டியார் என்றும் பொன் மாளிகைத் துஞ்சின தேவரின் புதல்வி என்றும் குறிப்பிடுகின்றன.

தன் தமக்கை குந்தவை நாச்சியாரிடத்தில் இராஜராஜன் பெருமதிப்பு வைத்திருந்தான். தான் எடுப்புவித்த தஞ்சை பெரிய கோவிலுக்கு தன் தமக்கை கொடுத்தவற்றைப் பற்றி வரைந்துள்ள இடத்திற்கு அருகே வரையச் செய்ததோடு தன் மனைவிமார்களும், அதிகாரிகளும் கொடுத்த வற்றை சுற்றியுள்ள பிறைகளிலும் தூண்களிலும் பொறிக்கச் செய்தான்.

இராஜராஜ சோழன் மூன்று புதல்விகளை பெற்றிருத்தல் வேண்டும். ஏனெனில் திருவலஞ்சுழியிலுள்ள ஒரு கல்வெட்டு சாளுக்கிய விமலாதித்தனை மணந்த இளைய குந்தவையைத் தவிர, மாதேவடிகள் என்பாளை நடுமகளாக குறிப்பிட்டுள்ளது.

இராஜராஜ சோழனின் படையில் பல்வேறு படைப்பிரிவுகள் இருந் துள்ளன என்பது தஞ்சை கோயில் கல்வெட்டு மூலம் தெரிய வருகிறது. அநதப் படைப்பிரிவுகளின் பெயர்கள் பெருந்த நாட்டு ஆணையாட்கள், பண்டித சோழ தெரிந்தவில்லிகள், உத்தம சோழ தெரிந்த வில்லிகள், நிகரிலி சோழ தெரிந்த உடல்நிலை குதிரைச் சேவகர், மும்மடி சோழ தெரிந்த ஆணைப்பாகர், வீரசோழ அனுக்கர், பராந்தக கொங்காவலர், மும்மடி சோழ தெரிந்த பரிவாரத்தார், கேரளாந்தக தெரிந்த பரிவாரத்தார், செனநாத தெரிந்த பரிவாரத்தார், சிங்களாந்தக தெரிந்த பரிவாரத்தார், சிறுத நாட்டு வடுக காவலர், வல்கை வேலைக்காரர், பெருத்த நாட்டு வலங்கை வேலைக்காரப் படைகள், அழகிய சோழ தெரிந்த வலங்கை வேளைக்காரர், அரிது கலங்கன் தெரிந்த வலங்கை வேளைக்காரர், திரய சிகாமணி தெரிந்த வலங்கை வேளைக்காரர், மூர்த்த விக்கிரம பரண தெரிந்த வலங்கை வேளைக்காரர், இராச சந்திரவ தெரிந்த வலங்கை வேளைக்காரர், இராசராசன் தெரிந்த வலங்கை வேளைக்காரர், இரானாமுகபீம தெரிந்த வலங்கை வேளைக்காரர், விக்கிரம பரண தெரிந்த வலங்கை வேளைக்காரர், கேரளாந்தக வாசல் திருமெய்க் காப்பாளர், அனுக்க வாசல் திருமெய்க்காப்பாளர், பரிவார மெய்க்

காப்பாளர்கள், பலவகை புறம்படி காவலர் என பலவகையான படைகள் இராஜ ராஜ சோழன் காலத்தில் இருந்துள்ளார்.

இராஜராஜ சோழனுடைய அதிகாரம் கங்க, வேங்கி மண்டலங்களிலும், கங்க நாட்டு மன்னனுக்கு திறை செலுத்திய குறுநில மன்னர்கள் மீதும் பரவியிருந்தது.

மும்முடிச் சோழன் என்றழைக்கப்பட்ட பரமன் மடிபாடியின் என்னும் படைத்தலைவன் சீத்புலி, பாகி ஆகிய நாடுகளை வென்றவன்.

திருச்சிராப்பள்ளி மாவட்டத்தில் பழுவூரைச் சுற்றியுள்ள சிறு பகுதி ஒன்றின் ஆட்சிப் பொறுப்பை ஏற்றிருந்தவர் பழுவேட்டரையர் என்பவர்களாவர். இவர்கள் சோழ குடும்பத்திற்கு நெருங்கிய உறவினராக இருந்தனர்.

முதலாம் பராந்தக சோழன் பழுவேட்டரையரின் இளவரசியை மணந்திருந்தார். இராஜ ராஜ சோழனுக்கு திறை செலுத்திய பழுவூர்க் குறுநில மன்னனான அடிகள் பழுவேட்டரையன் கண்டன் மறவன் என்பவன், குறுநில மன்னர்களுக்குரிய சிறப்புக்களையும் பெற்று ஆட்சி செய்து வந்தான்.

மதுராந்தகன் கண்டராதித்தன் உத்தம சோழனின் மகன் ஆவான். இராஜராஜன் ஆட்சியில் இவன் கோயில்களை கண்காணித்து அவற்றில் தவறிழைத்தவர்களை விசாரித்து தண்டித்து எதிர்காலத்தில் தவறிழைக்காதபடி நல்ல நிலையில் பாதுகாக்கும் ஏற்பாடுகளை செய்தான்.

வைதும்பர்களைப் போன்று முதலாம் பராந்தகனிடம் தோல்வியுற்ற வாணர்களும் சோழர்களுக்கு கட்டுப்பட்டு அவர்களது நிர்வாகத்தில் முக்கிய அதிகாரிகளாகப் பங்கேற்றனர்.

மாறவன் நரசிம்மவர்மன் என்ற வாண மன்னன் தென் ஆற்காடு மாவட்டத்தில் செம்மையை அடுத்த பகுதிகளை இராஜ ராஜனது இறுதிக் காலத்தில் ஆட்சி செய்தான்.

சோழ சாம்ராஜ்ஜியத்தின் மூலம் இந்தியாவைக் கைப்பற்றுவதற்கான அடித்தளத்தை அமைத்தவர் சோழப் பேரரசின் தலைசிறந்த மன்னராகக் கருதப்படும் இராஜேந்திர சோழன் ஆவார்.

சோழப் பேரரசுக்கு புகழைக் கொண்டு வந்து அதை வலிமையான அரசாகக் கட்டியெழுப்பியதன் மூலம் அவர் புகழ் பெற்றார்.

அவர் பதவியேற்றவுடனேயே தென்னிந்தியாவில் பாண்டியர்கள் மற்றும் சேரர்களின் ராஜ்ஜியங்களைக் கைப்பற்றுவதற்கான தொடர் வெற்றிகளைத் தொடங்கினார்.

மேலும் தெற்கே செல்வதன் மூலம் அவர் இலங்கை மீதும் படை யெடுத்தார். இதன் மூலம் முழு தீவின் மீதும் சோழப் பேரரசின் ஒரு நூற்றாண்டு கால கட்டுப்பாட்டை தொடங்கியது.

இராஜராஜ சோழனது பேரரசானது வடகிழக்கில் கலிங்கத்தில் இருந்து தெற்கே இலங்கை வரை தனது ஆட்சி பரவியது. மிக முக்கியமாக அவர் ஒரு நியாயமான நிர்வாக அமைப்பை நிறுவுவதில் முக்கி பங்கு வகித்தார். உள்ளூர் இளவரசர்கள் மற்றும் பிரபுக்களுக்கு சுயாட்சியை அனுமதித்தார்.

இராஜராஜ சோழனுக்குப் பின் அவரது மகன் இராஜேந்திர சோழன் மாலத்தீவுகள், மலபார் கடற்கரை மற்றும் இலங்கையின் எஞ்சிய பகுதி களை ஆக்கிரமித்து சோழப் பேரரசை மேலும் பெருமைப்படுத்தினார்.

இவரது மகன் முதலாம் ராஜேந்திர சோழன் இவருடன் இணை ஆட்சி யாளராக இருந்தான். மகள் குந்தவை சாளுக்கிய இளவரசன் விமலாதித்தனை மணந்து கிழக்கு சாளுக்கிய அரசியானாள்.

மன்னரான பிறகு அருண்மொழி வர்மண் ராஜராஜா என்ற பெயரை ஏற்றுக் கொண்டார். அதாவது "ராஜாக்களின் ராஜா". சிவ பக்தராக இருந்ததால் அவர் ராஜ ராஜ சிவபாத சேகரன் என்றும் அழைக்கப் பட்டார்.

அவரது ஆட்சியின்போது அவரது மூத்த சகோதரி குந்தவை பிராட்டியார் அவருக்கு நிர்வாகத்திலும் கோயில் நிர்வாகத்திலும் உதவியாக விளங்கினார்.

தென்னிந்தியாவின் புகழ் பெற்ற மன்னராக விளங்கிய இராஜராஜ சோழன் தென்னிந்தியாவிற்கு அப்பால் இலங்கையின் எல்லைக்குள் தனது ராஜ்ஜியத்தை விரிவுபடுத்தினார்.

அவரது கடற்கரை பிரச்சாரங்கள் மலபார் கடற்கரை மற்றும் மாலத் தீவுகளை கைப்பற்ற உதவியது. அவரது ஆட்சி முழுவதும் பல்வேறு வெற்றிகளை கொண்டு வந்து குவித்தது.

தஞ்சாவூரில் கிடைத்த கல்வெட்டுகள் மலைநாட்டில் சேர மன்னன் மற்றும் பாண்டியர்களின் வெற்றியைப் பற்றிய குறிப்புகளை வெளிப் படுத்துகிறது.

கி.மு. 994 கேரள நாட்டில் நடந்த பிரச்சாரம் இராஜராஜ சோழனின் ஆட்சியின் முதல் இராணுவ சாதனையைக் குறித்தது.

அந்தப் பிரச்சாரத்தில் சேர மன்னர் பாஸ்கர ரவிவர்மன் திருவடியின் ஆதிக்கத்தில் இருந்த காந்தளூர் துறைமுகத்தில் இருந்த ஒரு கடற் படையை இராஜராஜ சோழன் அழித்ததாகக் கூறப்படுகிறது.

இராஜராஜ சோழனின் படையெடுப்புகள், வெற்றிகள் மற்றும் வாழ்க்கையைப் பற்றிய பல கல்வெட்டுகள் இங்கே இருந்தாலும் அவர் எவ்வாறு பிரதேசங்களைக் கைப்பற்றினர், அவர் வெவ்வேறு கோயில் களைக் கட்டினர் மற்றும் அவர் பிறந்தபோது அவரது இறப்பு பற்றிய துல்லியமான தகவல்கள் ஏதும் இல்லை.

அவர் எப்படி இறந்தார் அல்லது எங்கு புதைக்கப்பட்டார் என்பது குறித்த ஆதார பூர்வ தகவல் இல்லை. அவரது மரணம் தொடர்பாக இரண்டு கருத்துகள் நிலவுகின்றன.

ஒன்று அவர் 67 வயதில் இயற்கை மரணம் மற்றும் இரண்டாவது அவர் ஒரு இலங்கைப் பெண்ணால் கொல்லப்பட்டார். அதனால்தான் அவரது மகன் இராஜேந்திர சோழன் பழி வாங்க இலங்கை முழுவதையும் கைப்பற்றினார்.

மேலும் இராஜ ராஜ சோழனின் கடற்படை வெற்றிகள் குறித்த கூடுதல் விபரங்கள் ஏதுமில்லை.

கடல்களின் பழைய 12000 தீவுகளை இவனது கடற்படை கைப் பற்றியது, மாலத்தீவுகள் கடைசியாக கைப்பற்றப்பட்ட செய்தியும் இராஜராஜ சோழன் காலத்தில் நிகழ்வாக கூறப்படுகிறது.

இது சோழர் கடற்படையின் திறன்களை குறிக்கிறது. முதலாம் ராஜேந்திர சோழன் கடற்படையின்கீழ் மிகவும் திறம்பட பயன்படுத்தப்

பட்டது. இலங்கையின் படையெடுப்பில் சோழ கடற்படையும் முக்கிய பங்கு வகித்தது.

ஒரு நல்ல கடற்படையின் முக்கியத்துவத்தை உணர்ந்து கொள்வதும், வளர்ந்து வரும் சேர கடற்படை சக்தியை நடுநிலையாக்குவதற்கான விருப்பமும், ராஜ ராஜனின் ஆட்சியின் ஆரம்ப நாட்களில் காந்தளூர் பிரச்சாரத்திற்கான அடிப்படை காரணங்களாக இருக்கலாம்.

வங்காள விரிகுடாவில் உள்ள நாகப்பட்டினம் சோழர்களின் முக்கிய துறைமுகமாகவும் கடற்படை தலைமையகமாகவும் இருந்திருக்கலாம்.

பாண்டியர்கள், சேரர்கள் மற்றும் சிங்களர்களின் தென்னிந்திய இராச்சியங்கள் பெரும்பாலும் சோழர்களுக்கு எதிராகக் கூட்டணி வைத்தன.

பாண்டிய மற்றும் சேர சாம்ராஜ்யங்கள் மற்றும் இலங்கையின் ஆட்சியாளர்களுக்கு இடையேயான கூட்டமைப்பைத் தாக்குவதன் மூலம் ராஜராஜன் தனது வெற்றிகளைத் தொடங்கினார்.

இராஜராஜன் அரியணைக்கு வந்ததும், அவர் ஆரம்பத்தில் ஒருங்கிணைந்த பாண்டிய மற்றும் சேர படைகளுக்கு எதிராக பிரச்சாரம் செய்தார்.

இராஜராஜனின் எட்டாவது ஆட்சி ஆண்டு வரை அவர் எந்த இராணுவப் பிரச்சாரத்தையும் மேற்கொண்டதற்கான ஆதாரம் இல்லை.

அந்தக் காலக்கட்டத்தில் அவர் தனது ராணுவத்தை ஒழுங்கமைத்தல் மற்றும் பலப்படுத்துதல் மற்றும் இராணுவ பயணங்களுக்கு தயாராகுதல் ஆகியவற்றில் ஈடுபட்டார்.

கங்கை கொண்ட சோழபுரத்திலிருந்து இரண்டு கி.மீ. தொலைவில் உள்ளது பொன்னேரி. இது கங்கை வரை சென்று வெற்றி பெற்றதன் அடையாளமாக முதலாம் இராஜேந்திர சோழனால் அமைக்கப்பட்ட ஏரியாகும்.

இதில்தான் கொண்டு வந்த கங்கை நீரையும் ஊற்றி கங்கை நதிபோல என்றும் நீர் வற்றாது இருக்க வேண்டும் என்ற நோக்கில் இராஜராஜ சோழன் இவ்வேரியை நிர்மானித்துள்ளான் என்று திருவாலங்காடு செப்பேடு குறிப்பிட்டுள்ளது.

இங்கு நடத்தப்பட்ட அகழாய்வில் மதகின் மேல் பகுதியில் செங்கற் கட்டிடமும் கரைப் பூச்சும், செங்கற்களுக்கிடையில் சுண்ணாம்புக் கரைப்பூச்சும் காணப்பட்டுள்ளன.

இது நீங்கலாக சோழ நாட்டில் ஏராளமான ஏரிகள் உருவாக்கப் பட்டன.

செம்பியன்மாதேவிப் பேரேரி - கண்டராதித்தம்

மதுராந்தகம் ஏரி - மதுராந்தகம்

பொன்னேரி - ஜெயங்கொண்டம்

வீரநாராயண பேரேரி - வீராணம்

திரிபுவனப் பேரேரி - திரிபுவனம் (பாண்டிச்சேரி)

வீரசிகாமணிப் பேரேரி - அல்லூர்

திரிபுவன மாதவப் பேரேரி - புத்தூர்

கலீர ஏரி (கலி நாடு ஏரி) - புதுக்கோட்டை

இராஜராஜ சோழன் போரில் வெற்றி கண்ட நாடுகள்

1. காந்தளூர் (திருவனந்தபுரம்)
2. விழிஞம்
3. பாண்டிய நாடு
4. கொல்லம்
5. கொடுங்கோளூர்
6. குடமலை மாடு (குடகு)
7. கங்கலாடி (கங்கநாடு)
8. நுளம்பாடி
9. தடிகைபாடி (மைசூர்)
10. ஈழநாடு (இலங்கை)
11. மேலைச் சாளுக்கிய நாடு
12. வேங்கை நாடு

13. சீட்புலி நாடு

14. பாகி நாடு

15. கலிங்க நாடு

16. பழந்தீவு பன்னீராயிரம் (மாலத்தீவுகள்)

இராஜராஜன் தனது கல்வெட்டுகளில் குறிப்பிட்டுள்ள தஞ்சை மாநகர தெருக்களின் பட்டியல் :

1. வடக்குத் தனிச்சேரி

2. தெற்குத் தனிச்சேரி

3. கொங்காள்வார் அங்காடி

4. ரௌத்ர மாகாணத்து மடவளாகத் தெரு

5. பிரமகுட்டத்து தெரு

6. ஐயபீம தளித்தெரு

7. ஆனைக்காடுவார் தெரு

8. பன்மையர் தெரு

9. வீரசோழப் பெருந்தெரு

10. இராசராச வித்யாதரப் பெருந்தெரு

11. வில்லிகன் தெரு

12. மடைப்பள்ளித் தெரு

13. சயங்கொண்ட சோழப் பெருந்தெரு

14. சூரசிகாமணிப் பெருந்தெரு

15. மும்முடிச் சோழப் பெருந்தெரு

16. சாலியத் தெரு

17. நித்தவிநோதப் பெருந்தெரு

18. வானவன் மாதேவிப் பெருந்தெரு

19. வீரசிகாமணிப் பெருந்தெரு

20. கேரள வீதி

இராஜ ராஜ சோழன் கல்வெட்டுகளில் காணப்படும் குறிப்புகளின் படி தன் மனைவியர்கட்கு தஞ்சை அரண்மனையில் அமைத்துக் கொடுத்த மாளிகைகளின் பட்டியல்

1. உய்யக் கொண்டான் தெரிந்த திருமஞ்சனத்தார் வேளம்
2. அபிமான பூஷணத் தெரிந்த பாண்டி திருமஞ்சனத்தார் வேளம்
3. ராசராசத் தெரிந்த பாண்டி திருமஞ்சனத்தார் வேளம்
4. பஞ்சவன்மாதேவி வேளம்
5. உத்தமசீலியார் வேளம்
6. அருண்மொழித் தெரிந்த பரிகலத்தார் வேளம்
7. புழலக்கன் பெண்டாட்டி அவினிசிகாமணி கீழ்வேளம்
8. தஞ்சாவூர் பழைய வேளம்
9. பண்டி வேளம்

மாமன்னன் இராஜராஜ சோழன் கல்வெட்டுக்களில் காணப்படும் குறிப்புகளின்படி தஞ்சை மாநகரில் அமைந்திருந்த அங்காடிகள் :

1. திருபுவன மாதேவி பேரங்காடி
2. வானவன் மாதேவி பேரங்காடி
3. கொங்கொள்வார் அங்காடி
4. இராசராச பிரும்ம மகாராச மாதேவி பேரங்காடி

இராஜராஜன் காலத்து வாரியங்கள்

கிராம சபைகள் நிர்வாக வசதிக்கு ஏற்ப பல வாரியங்களைக் கொண்டன. அவ்வாரியங்களின் பணிகள் ஊர்களின் தன்மைக்கு ஏற்ப அமைந்திருந்தன. சில ஊர்களில் சம்ஷத்சர வாரியம் என்ற ஒன்றே கிராமத்தின் அனைத்து பணிகளையும் கவனித்து வந்தது.

பொதுவாக வாரியங்கள் ஊர் மக்களின் நலத்தையும், அறநிலையங் களையும் பாதுகாத்து வந்ததோடு மட்டுமின்றி ஏரி, கிணறு, ஊருணி, வாய்க்கால் போன்ற நீர்நிலைகளையும் செப்பனிட்டு பாதுகாத்து வந்தன.

அரசுக்கு சேர வேண்டிய வரிகளையும் மக்களிடமிருந்து வசூலித்து அரசுக்கு செலுத்தி வந்தன. கல்வெட்டுக்களின் மூலமாக கீழ்க்காணும் வாரியங்கள் இருந்தமையாகத் தெரிய வருகின்றது.

1. நில வாரியம்

2. நீர் வாரியம்

3. தோட்ட வாரியம்

4. பொன் வாரியம்

5. ஏரி வாரியம்

6. பஞ்ச வாரியம்

7. கழனி வாரியம்

8. களைக்கு வாரியம்

9. களிங்கு வாரியம்

10. தடிவழி வாரியம்

11. குடும்ப வாரியம்

12. சம்ஷத்சர வாரியம்

இராஜராஜன் காலத்தில் அரசின் வருமானத்தை பெருக்கிட வரிவிதிப்பு முறையை வகுத்து கையாண்டு ஆட்சி புரிந்தான்.

1. ஊரில் பொதுவாக வைக்கப் பெற்றிருந்த ஓர் எடையைப் பற்றிய வரி

2. முருகன் கோயிலுக்காக செலுத்திட வேண்டிய வரி

3. மீன்பிடி உரிமைக்கான வரி (மீன்பாட்டம்)

4. சிறுவரிகள் (கீழிறைப் பாட்டம்)

5. குளத்து நீரைப் பயன்படுத்துவோருக்கான பாசன வரி (தசபந்தம்)

6. பொன் நாணயம் அரசன் அச்சடிப்பதற்கன வரி (மாடைக்கூலி)

7. நாணயத்தின் பொன் மாற்று அளவை ஆய்வதற்கான வரி (வண்ணக்க கூலி)

8. பொருள்களை விற்பனை செய்வதற்கான வரி (முத்தாவணம்)

9. மாதம்தோறும் செலுத்த வேண்டிய வரி (திங்கள் மேரை)

10. நிலத்துக்கான வரி (ஒரு வேலிக்கு இவ்வளவு கூலி என வேலிக்காசு)

11. நாட்டின் நிர்வாகச் செலவுக்கான வரி (நாடாட்சி)

12. கிராம நிர்வாகச் செலவுக்கான வரி (ஊராட்சி)

13. நன்செய் நிலத்திற்கான நீர்ப்பாசன வரி (வட்டி நாழி)

14. வீட்டுவாசற் படிக்கான வரி (பிடாநாழி அல்லது புதாநாழி)

15. திருமணம் செய்தால் செலுத்த வேண்டிய வரி (கண்ணாலக்காணம்)

16. துணி துவைக்கும் கல்லுக்கான வரி (வண்ணாரப்பாறை)

17. மண்பாண்டம் செய்வதற்கான வரி (குசக்காணம்)

18. தண்ணீர் வரி (நீர்க்கூலி)

19. நெசவாளர் தறிக்கு தர வேண்டிய வரி (தறிப்புடவை அல்லது தறிக்கூரை)

20. தரகர்கள் தர வேண்டிய வரி (தரகுபாட்டம்)

21. பொற்கொல்லருக்கான வரி (தட்டார்பாட்டம்)

22. ஆடுகளுக்கான வரி (ஆட்டுவரி)

23. பசு, எருதுகளுக்கான வரி (நல்லெருது)

24. நாட்டின் காவலுக்கான வரி (நாடுகாவல்)

25. ஊடுபயிர் சாகுபடி செய்தால் வரி (ஊடுபோக்கு)

26. ஆவணப் பதிவுக்கான வரி (விற்படி)

27. வீட்டு மனைக்கான வரி (வாலக்காணம்)

28. சுங்க வரி (உல்கு)

29. ஓடங்களுக்கான வரி (ஓடக்கூலி)

30. நீதிமன்ற வரி (மன்னுபாடு)

31. அரசனுக்கு சேர வேண்டிய தனி வரி (மாவறை)

32. கோவிலில் வேள்வி நடத்துவதற்கான வரி (தீயெரி)

33. கள் இறக்க வரி (ஈழம்பூட்சி)

இதுபோன்ற வரிகள் இராஜராஜ சோழன் காலத்தில் விதிக்கப்பட்ட வரிகள் இருந்ததாக கல்வெட்டுக் குறிப்புகள் காணப்படுகிறது.

சோழர் காலத்து நில அளவை முறை உலகளந்தான் கோல் பற்றிய குறிப்புகள்.

சோழ நாட்டின் நிலம் அனைத்தையும் துல்லியமாக அளக்கவும், அவற்றின் தரத்தை நிர்ணயிக்கவும் குறவன் உலகளந்தான் இராசராச மாராயன் என்பவன் தலைமையில் இராசராசன் ஒரு குழு அமைத்தான்.

இக்குழு தனது பணியினை குறைவறச் செய்து அரசனின் பாராட்டைப் பெற்றது. நிலத்தை அளக்கப் பயன்படுத்தப்பட்ட பதினாறு சாண் நீளமுடைய கோல் 'உலகளந்தான் கோல்' என்றழைக்கப்பட்டது.

எந்தவித சாதனங்களும் கண்டறியாத அந்த காலத்திலேயே நிலத்தை அளந்து தரம் பிரிப்பதென்பது ஒரு அசாதாரணப் பணி. இதனை மிகவும் சீரிய முறையில் சாதித்த ராஜராஜ சோழனின் மகுடத்தில் இந்த அரிய பணி ஒரு வைரமாகும்.

உலகளந்தான் கோல் பற்றிய சில விவரங்கள் :

24 விரல் கொண்ட முழம் - கிஷ்கு

25 விரல் கொண்ட முழம் - பிரஜாப மத்தியம்

26 விரல் கொண்ட முழம் - தனுர்முஷ்டி

27 விரல் கொண்ட முழம் - தனுர்கிரஹம்

28 விரல் கொண்ட முழம் - பிராச்யம்

29 விரல் கொண்ட முழம் - வைதேகம்

30 விரல் கொண்ட முழம் - வைபுல்யம்

31 விரல் கொண்ட முழம் - பிரகிர்ணம்

பெரிய கோயில் (இராஜராஜேஸ்வரம்) தஞ்சாவூர்

லோக மகாதேவீஸ்வரம் - திருவையாறு

ஷேத்திரபாலர் கோயில் - திருவலஞ்சுழி

உத்திரபடீஸ்வரர் கோயில் - அழாத்திரிபுத்தூர்

திருராமநாததீஸ்வரம் கோயில் - திருச்செங்காட்டங்குடி

அமிர்தகடேஸ்வரர் கோயில் - திருக்கடையூர்

கதரேரணஸ்வாமி கோயில் - திருக்காரவாசல்

பாரிஜாதவனேஸ்வரர் கோயில் - திருக்கலூர்

திருமலைக்கடம்பூர் கோயில் - நார்த்தமலை

திருநெடுங்காவல் ஸ்நாதசுவாமி - திருநெடுங்கலம்

சாம்வேதீஸ்வரர் கோயில் - திருமங்கலம்

குந்தன்குழி மகாதேவர் கோயில் - மதகடிப்பட்டு

பூமீஸ்வரர் கோயில் - மரக்காணம்

கயிலாயத்துப் பரமேஸ்வரன் - உலகாபுரம்

அரிஞ்சகை விண்ணகர் கோயில் - உலகாபுரம்

மகாசாஸ்தா கோயில் - அகரம்

திருவாலந்துரை உடைய பரமசிவன் கோயில் - ஏமப்போரூர்

பிரம்மபுரீஸ்வரர் கோயில் - பிரம்மதேசம்

ராஜராஜ விண்ணகரம் - எண்ணாயிரம்

திருஇராமேஸ்வரம் கோயில் - ஈசாலம்

ரவுகுல மாணிக்கேஸ்வரர் கோயில் - தாதாபுரம்

இராஜராஜ சோழனின் ஆட்சிமுறை அமைப்பும் இன்று மாவட்டங்கள் இருப்பது போன்று அன்று எப்படி மண்டலங்களாக ஆட்சிப் பிரிவுகள் இருந்தன என்பதும் ஆட்சிக்கு உறுதுணையாக இருந்த அலுவலர்கள் எப்படி இருந்தார்கள் என்பதை ஆய்வு செய்ய வேண்டியது அவசியம்.

இராஜராஜன் காலத்து நாட்டுப் பிரிவு மண்டலங்கள் :

1. அதிராசராச மண்டலம் (சேலம் மாவட்ட தென்பகுதி - கோவை - திருச்சி மாவட்டங்கள்)

2. இராசராசப் பாண்டி மண்டலம் (மதுரை -இராமநாதபுரம் - திருநெல்வேலி மாவட்டங்கள்)

3. செயங்கொண்ட சோழ மண்டலம் (தென்னாற்காடு - செங்கற்பட்டு - வடவார்க்காடு - சித்தூர் மாவட்டங்கள்)

4. சோழ மண்டலம் (தஞ்சாவூர் மாவட்டம் - திருச்சி மாவட்ட கிழக்குப் பகுதி)

5. நிகரிலி சோழ மண்டலம் (மைவரின் தென்பகுதி - பெல்லாரி மாவட்டம்)

6. மலைமண்டலம் (திருவாங்கூர் - கொச்சி உள்ளடங்கிய சேர நாட்டு மேற்கு கடற்கரைப் பகுதி)

7. மும்முடிச் சோழ மண்டலம் (மைவரின் தென்பகுதி - சேலம் மாவட்ட வடபகுதி)

8. வேங்கை மண்டலம் (கிருட்டிண - கோதாவரி ஆறுகளுக்கு இடைப்பட் கீழைச் சாளுக்கிய நாடு)

பேராட்சி முறையில் மன்னனுக்குத் துணை செய்த அலுவலர்கள் :

1. உத்திர மந்திரி
2. பெருந்தர அதிகாரிகள்
3. திருமந்திர ஓலை
4. திருமந்திர ஓலை நாயகம்
5. ஒப்பிட்டுப் புகுந்த கேழ்வி
6. வரியிலிடு
7. காடு வெட்டி
8. உடன் கூட்டத்து அதிகாரி
9. அணுக்கத் தொண்டன்
10. நடுவிருக்கை
11. விடையில் அதிகாரி
12. உள்வரி திணைக்களத்து கண்காணி
13. புரவரித் திணைக்களம்
14. புரவரி திணைக்களத்து நாயகம்

15. வரிப்பொத்தகம்

16. முகவெட்டி

17. வரியிலிடு புரவரி திணைக்களத்து நாயகம்

18. கடமை கழுதுவோன்

19. பட்டோலை

20. ஸ்ராகாரிய ஆராய்ச்சி

சோழர் கால துறைமுகப் பட்டினங்கள் :

பழவேற்காடு

சென்னைப்பட்டினம்

மாமல்லை

சதுரங்கப்பட்டினம்

வசுவ சமுத்திரம்

மரக்காணம்

கடலூர்

பரங்கிப்பேட்டை

காவிரிப்பூம்பட்டினம்

தரங்கம்பாடி

நாகப்பட்டினம்

முத்துப்பேட்டை

தொண்டி

தேவிப்பட்டினம்

அழகன்குளம் (மருங்கூர்பட்டினம்)

இராமேஸ்வரம்

பெரியபட்டினம்

குலசேகர பட்டினம்

தூத்துக்குடி
கொற்கை
காயல்பட்டினம்
குமரி

சோழர் கால கப்பல்கள்

சோழ மன்னர்கள் கடல் கடந்து வாணிபத்திலும், ஆதிக்கத்திலும் கோலோச்சியதுடன் நீர் போக்குவரத்திலும் தலைசிறந்து விளங்கினர். 10ஆம் நூற்றாண்டைச் சேர்ந்த சேந்தன் திவாகரம் எனும் நூல் குறிப்பிடும் கப்பல்களின் பெயர்கள் :

1. வங்கம்
2. பாடை
3. தோணி
4. யானம்
5. தங்கு
6. மதலை
7. திமில்
8. பாறு
9. அம்பி
10. பாரி
11. சதா
12. பாரதி
13. நௌ
14. போதன்
15. தொன்னை
16. நாவாய்

∗

12. கடற்போரில் கடாரம் கொண்டான் விருது பெற்றான்

இந்தியப் பெருங்கடல் முழுவதும் வம்சத்தின் மீற முடியாத மேலாதிக்கம் ராஜராஜ சோழன் மகன் ராஜேந்திர சோழனால் வரலாற்றில் உறுதி செய்யப்பட்டுள்ளது.

ஆயிரம் வருடங்களுக்கு முன்பு வலிமைமிக்க சோழ வம்சம் இந்தியா மட்டுமல்ல, இலங்கை லட்சத்தீவு, மலேசியா, மாலத்தீவுகள் மற்றும் இந்தோனேசியாவின் பெரும் பகுதிகளையும் ஆண்டது.

தஞ்சாவூரைத் தலைநகராகக் கொண்டு இராஜராஜ சோழன் கி.பி. 985 முதல் கி.பி. 1014 வரை 29 ஆண்டுகள் சிறப்பாக ஆட்சி செய்தார்.

இக்காலக்கட்டத்தில் அவர் 9 லட்சம் வீரர்களைக் கொண்ட ஒரு பெரிய இராணுவத்தை உருவாக்கினார். அது மட்டுமின்றி ஒரு சிறந்த கடற்படைக்கு அடித்தளம் அமைத்தார்.

தெற்கு கேரளாவில் சேரர்களையும் மதுரையில் பாண்டியர்களையும், ஆந்திராவில் கிழக்கு சாளுக்கியர்களையும், கர்நாடகாவில் ராஷ்டிர கூடர்களையும் ஒடிசாவில் கலிங்கர்களையும் தோற்கடித்தார்.

துணிச்சல் மிக்க கடற்படையினர் சோழர்கள் ஒரு விதிவிலக்கான

கடற்படையைக் கொண்டிருந்தனர். ஒரு பெரிய கடற்படை மற்றும் கப்பற்படை பயணங்களில் பல வெளிநாட்டு வெற்றிகளை அடைந்தனர்.

சோழ மாலுமிகள் கடல் நீரோட்டங்களை அடையாளம் காண பயன் படுத்திய தனித்துவமான முறைகள் பற்றிய கண்கவர் கதைகள் ஏராளம் உள்ளன.

கடல்சார் வரலாற்றாசிரியர் கூறுகையில், அவர்கள் பயணம் செய்வதற்கு முன் ஈரமான சாம்பலை தண்ணீரில் எறிந்து விட்டு அதன் நீண்ட சாம்பல் பாதையைப் பார்ப்பார்கள். அல்லது அவர்கள் ஆலிவ் ரீட்லி ஆமைகளை தண்ணீரில் விடுவித்து அவை எந்தப் பக்கம் மிதக்கும் என்று பார்ப்பார்கள்.

மின்னோட்டத்தின் சக்தி மற்றும் திசையை மதிப்பிடுவதற்கு மரத்தாலான பலகைகளையும் பயன்படுத்தினர்.

அவர்கள் கரைக்கு எவ்வளவு நெருக்கமாக இருக்கிறார்கள் என்பதை அறிய அவர்கள் காற்றில் பறவைகளை விடுவிப்பார்கள். பறவைகள் கப்பலுக்கு திரும்பினால் நிலம் இன்னும் வெகு தொலைவில் இருப்பதை அவர்கள் அறிந்தார்கள்.

நாகப்பட்டினம் சோழர்களின் முக்கிய துறைமுக நகரமாக இருந்தது. அவர்கள் உறுதியான மரக்கப்பல்களை உருவாக்கினர்.

காற்று மற்றும் பருவமழை மற்றும் வான்வழி செலுத்துதல் பற்றிய ஆழமான அறிவைக் கொண்டிருந்தனர்.

கப்பல்கள் மற்றும் படகுகளை உருவாக்க அவர்கள் கயிறுகள் மற்றும் மர ஆய்வுகளை பயன்படுத்தி பலகைகளை ஒன்றாக இணைத்தனர்.

காடுகள் தண்ணீருக்கு அடியில் நீடித்து நிற்கும் தன்மை மற்றும் பூச்சி கள் மற்றும் மரத்துளைப்பான்களுக்கு எதிர்ப்பை சரிபார்த்த பிறகு கவனமாக தேர்ந்தெடுக்கப்பட்டன.

கப்பல்கள் 200 அடி நீளம் மற்றும் 350 முதல் 400 டன் எடை வரை கட்டப்பட்டன. 20 வகையான கப்பல்கள் இருந்தன.

சோழர் கடற்படையினர் நட்சத்திர வழி செலுத்துதல் திறன் பெற்ற வர்கள். இவர்கள் நட்சத்திரங்கள் பற்றிய ஞானமிக்கவர்களாக இருந்

தனர். துல்லியமான இருப்பிடங்களை அறிய அவர்கள் விரல்களைப் பயன்படுத்தினர்.

இன்றைய இந்தோனேசியாவான ஸ்ரீவிஜய ராஜ்யத்தை முற்றுகையிட அவர்கள் இத்திறமையை எல்லாம் பயன்படுத்தி இருக்கலாம்.

ஒரு ஸ்ரீ விஜயத் தூதுவர் சீனாவுக்கு சென்று அங்குள்ள மன்னனிடம் சோழ சாம்ராஜ்யம் ஸ்ரீ விஜயர்களின் அடிமை மாநிலம் என்று கூறியதாக சீன வரலாற்றாசிரியர் டான்சென் எழுதியுள்ளார்.

இதனால் கோபமடைந்த ராஜராஜ சோழனின் மகன் ராஜேந்திர சோழன் ஸ்ரீவிஜய ராஜ்யத்துடன் போருக்கு ஒரு பெரிய கடற்படை கப்பலை தயார் செய்தார் என்று வரலாற்றாசிரியர் ஒருவர் கூறியுள்ளார்.

புவியியல் ரீதியாக சோழர்களின் சர்வதேச கடல் வாணிகத்திற்கு ஸ்ரீ விஜயர்கள் தடையாக இருந்து வந்தனர்.

ஒரு வேளை அவர்கள் மலேசியாவில் உள்ள ஸ்ரீ விஜய ராஜ்யத்தின் முறைமுக நகரங்கள், சுமத்ரா மற்றும் பாலேம்பாங் ஆகியவற்றை ஒரே நேரத்தில் தாக்கி இருக்கலாம்.

அவர்கள் தாக்குதலை திட்டமிட்டு ஒரு பெரிய கடற்படையை உருவாக்கி இருக்கலாம். ஆறு முதல் ஏழு நூற்று ஆண்டுகள் வரை ஸ்ரீ விஜயா ஒரு சக்தி வாய்ந்த கடல் சாம்ராஜ்யமாக இருந்தது.

சோழர்கள் தங்கள் கடற்படை ஸ்ரீ விஜய ராஜ்யத்தை விட பெரியது என்று சீனாவுக்கு ஒரு செய்தியை கொடுக்க நினைத்திருக்கலாம்.

இதற்குப் பின்னர் ஏறக்குறைய ஒரு நூற்றாண்டு காலம் சோழர்கள் மலாய் தீவுக் கூட்டப் பகுதியில் ஆதிக்கம் செலுத்தினர்.

ஸ்ரீ விஜய ராஜ்யம் மோசமாக தோற்கடிக்கப்பட்டது. மற்றும் அதன் பெருமையை மீண்டும் பெற முடியவில்லை.

சோழர்கள் மலாய் தீவுக் கூட்டப் பகுதிக்கு குறைந்தது மூன்று கடல் பயணங்களை மேற்கொண்டனர். மேலும் ராஜேந்திர சோழனுக்கு கடாரம் கொண்டான் என்ற பட்டம் வழங்கப்பட்டது.

*

13. வைரக் கிரீடம் கவர்ந்த இராஜேந்திரச் சோழன்

இராஜராஜ சோழன் காலத்தில் தொடங்கி சற்றொப்ப ஒரு நூற்றாண்டு காலம் சோழர்கள் காந்தளூர்ச் சாலையைக் குறி வைத்து தாக்கியுள்ளதாக கேரள வரலாற்று அறிஞர்கள் இதனை "நூற்றாண்டுப் போர்" என்றே குறிப்பிடுகிறார்கள்.

காந்தளூர்ச் சாலை கலமறுத்து இராஜ ராஜ சோழன் மும்முடிச் சோழனாக முடி சூடிய பின்னரும் காந்தளூர்ச் சாலை ராணுவப் பயிற்சிக் கூடம் மூடப்பட்டு விடவில்லை.

திருநாவாய்த் திருத்தலத்தில் நிகழ்த்து வந்த மகாமக விழாவையும் அவ்விழாவின் போது நிகழ்ந்த போட்டிகளையும் மீண்டும் உயிர்ப்பிக்கும் முயற்சிகள் தொடர்ந்து நடந்து வந்துள்ளன எனத் தெரிகிறது.

அதே வேளையில் சேர நாட்டு அரசியலில் நம்பி திருப்பாத (நம்பூதிரி) பிராமணர்களின் ஆதிக்கம் மேலோங்கத் தொடங்குவதையும் காண முடிகிறது.

இராஜ ராஜ சோழனின் மகனான இராஜேந்திர சோழனின் 'திருமன்னிவரை' எனத் தொடங்கும் மெய்கீர்த்தியில் 21 தலைமுறை

க்ஷத்திரியர்களை அழித்த புராண புருஷனாகிய பரசுராமன், சாந்திமத் தீவில் பாதுகாப்பாக ஒளித்து வைத்த கிரீடத்தினை இராஜேந்திர சோழன் கவர்ந்து வந்த செய்தி குறிப்பிடப்படுகிறது.

இவை மட்டுமின்றி இராஜேந்திர சோழனின் புதுவை திருவாண்டார் கோயில் கல்வெட்டின் மெய் கீர்த்திப் பகுதியில் 'தண்டாற்சாலை கலமறுத்த கோப்பரகேசரி வர்மரான ஸ்ரீராஜேந்திர சோழ தேவன்' என்ற வரி இடம் பெற்றுள்ளது.

இராஜேந்திர சோழனின் மகனை முதல் இராஜாதி ராஜனின், 'திங்களேர்தரு' எனத் தொடங்கும் மெய்கீர்த்தியில் பின்வரும் வரிகள் இடம் பெற்றுள்ளன.

'வேணாட்டரசை சேணாட் டொதுக்கிந்
கூவகத்தரசைச் சேவகந் துலைத்து
மேவு புகழிராம குடமூவர் கெடமுனிந்து
மிடல் கெருவில்லவன் குடர்மடிக் கொண்டுதன்
நாடு விட்டோடிக் காடு புக்கொளிப்ப
வஞ்சியம் புதுமலர் மிசைந்தாங்கெஞ்சலில்
வேலைகெழு காந்தளூர்ச் சாலை கலமறுத்து'

இராஜாதி ராஜனுக்குப் பிறகு கி.பி. 1070ஆம் ஆண்டில் பதவியேற்ற முதல் குலோத்துங்கன் ஆட்சிக் காலத்திலும் காந்தளூர்ச் சாலை கலமறுத்த நகழ்வும், சேர நாட்டுப் படையெடுப்பும் நிகழ்ந்துள்ளன.

கலிங்கத்துப் பரணியில்,

'வேலை கொண்டதும் விழிஞம் அழித்ததும்
சாலை கொண்டதும் தண்டு கொண்டல்லவோ'

எனக் குறிப்பிடுகிறது.

முதற்குலோத்துங்கனின் மகனான விக்கிரம சோழன் மீது ஒட்டக்கூத்த ரால் பாடப்பட்ட 'விக்கிரம சோழன் உலா'வில் குலோத்துங்கனின் இவ்வீரச் செயல் பற்றி,

'சேலைத் துரந்து சிலையைத் தடிந்திருகால்
சாலைக் கலமறுத்த தண்டினான்'

எனக் குறிப்பிடுகிறது.

குலோத்துங்க சோழனால் மகோதைப்பட்டினம் (கொடுங்கோளூர் - திருவஞ்சைக்களம்) அழிக்கப்பட்டதாகவும் அப்போதைய சேர மன்னர் ராமவர்மன் குலசேகர ராஜா தனது தலைநகரை காக்க முடியாததால் கொல்லத்தை தன் தலைநகராகக் கொண்டு ஆட்சி புரிந்தான்.

குலோத்துங்கனின் மகனான விக்கிரம சோழனின் புகழைப் பாடும் ஒட்டக்கூத்தரின் விக்கிரம சோழன் உலா இராஜராஜனின் சேர நாட்டு வெற்றியை பின்வருமாறு குறிப்பிடுகின்றது.

– தூதர்க்காம்
பண்டு பகலொன்றில் ஈரொன்பது
சுரமும் கொண்டு மலைநாடு கொண்டோன்

மற்றொரு பாடலில்,

– சூழி
மதகயத்தாலீரொன்பது சுரமு மட்டித்து
உதகையை தீயித்த உரவோன்

எனக் கூறப்படுகிறது.

உதகை வேந்து எனத் திருக்கோவிலூர்ப் பாடல் கல்வெட்டில் குறிப் பிடப்படுபவன் பாஸ்கர ரவிவர்மனே. அவனது தலைநகரான கொடுங் கோளூர் மகோத்கை எனக் குறிப்பிடப்படுவதுண்டு.

எனவே இராஜராஜ சோழன் ஒள்ளேரி கொளுவிய உதகை கொடுங்கோளூர் என்று தெரிகிறது.

மேலும் 18 காடுகளைக் கைப்பற்றி சேர நாட்டை இராஜராஜன் தமது ஆதிக்கத்தின் கீழ்க் கொணர்ந்த நிகழ்வு என்பது கொங்கு நாட்டு வழியாக சென்று பாலைக்காட்டு கணவாய் ஊடாகச் சேர நாட்டிற்குள் புகுந்து திருச்சிவப் பேரூர் (திருச்சூர்) வழியாகவோ பரதப்புழை ஆற்றங்கரையி லுள்ள திருநாவாய் வழியாகவோ திக் விஜயம் செய்து பெற்ற வெற்றி யாகவோ இருக்க இயலும்.

உதகை வெற்றிக்குப் பின் சேர நாட்டில் தனது பிறந்த நாளாகிய சதய நட்சத்திர நாள்தோறும் விழாக் கொண்டாடப்படுவதற்கு இராஜராஜ சோழன் ஏற்பாடு செய்தார் என்பது தெரிய வருகிறது.

முதற்குலோத்துங்கன் காலத்து இலக்கியமாகிய கலிங்கத்துப்

பரணியில் இச்செயல் பின்வருமாறு குறிப்பிடப்படுகிறது.

'சதய நாள் விழா கூஷியர் மண்டிலம் தன்னில் வைத்தவன் தனியொர் மாவின்மேல் உதயபானு வொத்து தகை வென்ற கோன்'

சோழர்கள் முன்னரே பாண்டிய நாட்டை வெற்றி கொண்டு விட்டதன் விளைவாகச் செழியர்களின் தேஜஸ் (ஒளி) குன்றி விட்டது. சோழர்களும் இராஜ ராஜனுக்கு முன்னரே இருமுடிச் சோழர்களாக உருவாகி விட்டார்கள்.

காந்தளூர்ச் சாலை கலமறுத்த நிகழ்வுக்குப் பின் இராஜ ராஜ சோழன் மூவேந்தர்களின் முடியையும் தரித்தவன் என்ற பொருளில் மும்முடிச் சோழன் என்ற பட்டம் புனையத் தொடங்கி விட்டார்.

எனவே சேர நாட்டு அரசியல் நடைமுறைகளை மாற்றி அமைத்த நிகழ்வு தான் இராஜ ராஜ சோழன் மும்முடிச் சோழன் என்ற பட்டம் பிணைவதற்கான முகாந்திரத்தை உருவாக்கித் தந்தது எனலாம்.

இராஜ ராஜ சோழன் ஆட்சி முறையில் மட்டுமின்றி அரசியல் நெறி முறைகளிலும் சில புதிய போக்குகளை உருவாக்கினார் என்பதில் ஐயமில்லை. அவை க்ஷத்திரிய தர்மப்படியான விட்டுக் கொடுத்தல் என்ற திருவாலங்காடு செப்பேட்டுப் புகழ் மொழிக்கு நேர்மாறான நெறிமுறை கள் என்பதுதான் விசித்திரம்.

திருவாலங்காட்டுச் செப்புப் பட்டயம் இராஜ ராஜ சோழனின் முதல் வெற்றி தென் திசை நோக்கிய திக் விஜயம் என்று குறிப்பிடுகிறது.

பாண்டிய மன்னன் அமர புயங்கனை வென்று கடலினையே அகழி யாகக் கொண்டதும், சுடர் விடுகின்ற மதில்களுடன் கூடியதும் வெற்றித் திருவின் உறைவிடமும் எதிரிகளால் புக முடியாததுமாகிய விழிஞத்தை வென்றார் என்று அப்பட்டயம் குறிப்பிடுகின்றது.

விழிஞம், திருவனந்தபுரத்துக்கு தெற்கே கடற்கரையில் அமைந் துள்ளது. எனவே இப்பகுதியிலுள்ள காந்தளூரை வென்றதுதான் திருவாலங்காட்டுச் செப்பேட்டால் உணர்த்தப்படுகிறது.

காந்தளூர்ச் சாலை என்பது இராணுவப் பயிற்சி நிலையமும் நிர்வாகப் பயிற்சி நிலையமும் இணைந்த பிராமணர்களுக்குரிய ஒரு முன்னோடி யான பயிற்சி நிலையமாக இருந்திருக்க வேண்டும்.

கலமறுத்து என்பது 'சேரர்களின் கப்பல்களை அழித்து அதாவது சேரர்களின் கடற்படை பலத்தை தகர்த்து' என்றும் சிலர் பொருள் கொள்ளுகின்றனர்.

கலம் என்ற சொல் கப்பலைக் குறிப்பதற்கு முதலாம் இராஜேந்திரனின் மெய்கீர்த்தியில் பயன்படுத்தப்படுகிறது. அலை கடல் நடுவில் பல கலம் செலுத்தி, மேற்கண்ட குறிப்புகளிலிருந்து காந்தளூர்ச் சாலை என்பது சேர நாட்டின் கடற்கரையை ஒட்டிய ஓர் இடம் என்பது உறுதியாகிறது. ஆயினும் இது ஓர் கடற்படைத்தளமாக இருந்திருப்பின் காந்தளூர்ச் சாலை என்ற பெயரினை கொண்டது ஏன் என்ற கேள்விக்கு விடை யில்லை.

மேலும் காந்தளூர்ச் சாலையை முன்மாதிரியாகக் கொண்டு அமைக்கப் பட்ட பார்த்திவ கேசரபுரம் சாலைக்கு வழங்கப்பட்ட அறக்கட்டளை செயல்பாடு 'ஆலா போகம்' என்றே மேற்குறிப்பிட்ட செப்பேட்டில் கூறப்படுகிறது.

இது கல்விச்சாலை பயிற்சிக் கூடம் தானே தவிர துறைமுகத்துடன் இதற்கு தொடர்பில்லை என்பதை தெளிவுபடுத்துகிறது என்ற போதிலும் இத்தகைய காரணங்களால் பாண்டிய சேர நாடுகளின் எல்லைப் பகுதியில் திருவனந்தபுரம் அருகில் கடற்கரையில் காந்தளூர்ச் சாலை இருந்திருக்க வேண்டுமென்று அறிஞர்கள் முடிவு செய்தனர்.

கலமறுத்து என்பதற்கு வில்லங்கம் தீர்த்து என்றும் ஒரு சிலர் பொருள் கொள்கின்றனர். அப்படியாயின் காந்தளூர்ச் சாலை என்பது பேரரசர் களுக்கு ஏதோ ஒரு வகையில் வில்லங்கமாக அமைந்திருந்தது என்றும், அத்தகைய வில்லங்கத்தை தீர்த்துப் பேரரச விரிவாக்கத்திற்கு இருந்த தடையை நீக்கிய செயல்பாடு காந்தளூர்ச் சாலை கலமறுத்து என்று குறிப்பிடப்பட்டது என்றும் முடிவு செய்யலாம்.

*

14. குடிப்பெருமை உச்சம் கண்ட கங்கை கொண்ட சோழன்

புகழ்பெற்ற இராஜேந்திரச் சோழனின் மகத்தான யுத்த கள வெற்றிகள் இன்றுவரை தமிழர்களால் வியக்க வைக்கப்படுகின்றன.

தன் யானைகளை கப்பலில் எடுத்துச் சென்று தென்பர்மாவை வென்றவன் இராஜராஜ சோழனின் மைந்தன் இராஜேந்திர சோழன். வட இந்தியா சென்ற வங்காள மன்னனை தோற்கடித்தான்.

வடக்கே துங்கபத்ரா, வடகிழக்கே ஓரிசாவின் கலிங்கம், கிழக்கே வங்கக் கடல், தெற்கே பன்னிராயிரம் எனும் லட்சத்தீவு, மாலத்தீவு இவை இராஜேந்திரச் சோழனின் ஆட்சிக் காலத்து எல்லைகள்.

ஒரு தமிழன் அன்றே ஏகாதிபத்திய பேரரசு நடத்தி இருக்கிறானே என்று பலரும் புகழ்கின்றனர்.

எவ்வளவுக்கெவ்வளவு அதிகமாக நாடுகள் வெல்லப்பட்டனவோ அவ்வளவு ரத்தச் சகதியையும் சோழ மன்னர்கள் ஏற்படுத்தி இருக்கிறார்கள் என்பதை மறுப்பதற்கில்லை என்று மனித நேய மறுப்பாளர்களின் குற்றச்சாட்டுப் பதிவுகளும் வரலாற்றில் தொடர்ந்து வந்து கொண்டுதான் இருக்கிறது.

போர் நடக்கும்போது முதலில் வீடுகள் கொளுத்தப்படுகின்றன. ஊர்கள் கொள்ளை இடப்படுகின்றன. ஒரே கலகமும் குழப்பமும் இருந்தது. பெண்கள் கடத்தப்பட்டு பாலியல் பலாத்காரம் செய்யப்படு கிறார்கள். இது வஞ்சிப்போர் என்று குறிப்பிடப்படுகிறது.

ஆனிரை கவரும் வெட்சிப் போர் போல இதில் பெண்கள் கடத்தப் பட்டனர். இத்தகைய அழிவு வேலைகள் மூலம் தான் பண்டைக் காலத்தில் எல்லா அரசுகளும் போர் நடத்தினர். வென்றனர். தோற்றனர். மண் எங்கும் ரத்தச் சுவடுகள். இராஜராஜ சோழன் மற்றும் அவரது மைந்தரின் படையெடுப்புகளும் விதிவிலக்கு அல்ல.

மனிதக் குருதி ஆறு வழிந்தோடும் யுத்த களங்களுக்கு கஜானாவி லிருந்து நிதி ஒதுக்கீடும் ஏராளம். இராஜராஜ சோழனைப் பொறுத்த மட்டில் முழுமையாக பயிற்சி பெற்ற ராணுவத்தை முழு நேரமும் கட்டிக் காத்து வந்தான்.

சோழர்களின் கல்வெட்டுக்களில் பரிக்கிரகம் என்று குறிப்பு உள்ளது. இதுதான் ராணுவப் பயிற்சிக் கூடமாக இருந்திருக்க வேண்டும்.

குதிரைப் படை, யானைப்படை, காலாட்படை, கப்பல் படை என நால்வகை படைகள் இருந்தன. படையில் எழுபது பிரிவுகள் இருந்து உள்ளன.

சோழர் காலத்தில் போரில் தோற்கடிக்கப்பட்ட மன்னர் அல்லது தளபதிகளின் தலையை வெட்டிக் கொணர்ந்து தலைநகரில் கம்பத்தில் கோத்து வைக்கும் பழக்கம் இருந்துள்ளது.

இதனை பல்லவராயன் பேட்டை கல்வெட்டிலும், எசாலம் செப்பேடு களிலும் அறியலாம்.

இவ்வாறு பேரரசின் வெற்றிக்குப் பின்னால் அந்த காலத்திலிருந்து இந்தக் காலம் வரை எல்லாக் காலத்திலும் விதவையான பெண்கள் அனாதையான குழந்தைகள் முதியவர்கள் எப்படி ஏன் செத்தோம் என்று தெரியாமல் மாண்டு போனவர்களும் ஏராளம் உண்டு.

ஏகாதிபத்தியங்களும் பேரரசுகளும் எந்த யுத்த தர்மத்தையும் நெறி யையும் எந்தக் காலத்திலும் பின்பற்றியது இல்லை. நாடு பிடிப்பதற்காக எதையும் செய்வார்கள்.

இராஜராஜ சோழன் உத்தரவுப்படி அவன் மகன் இராஜேந்திர சோழன் தலைமையில் ஒன்பது லட்சம் போர் வீரர்கள் மேலைச் சாளுக்கிய நாடு மீது படை எடுத்தான். பெண்களும் குழந்தைகளும் ஈவிரக்கமின்றி கொல்லப்பட்டனர். பெண்கள் பாலியல் பலாத்காரம் செய்யப் பட்டார்கள் என்று சத்தியாசிரியனின் கல்வெட்டு கூறுகிறது.

இன உணர்வு மொழி உணர்வு அடிப்படையில் போருக்கான நோக்கங்கள் பாகுபாடு பார்ப்பதில்லை. சேரனும், சோழனும் சேர்ந்து பாண்டியனைத் தாக்குவதும், சேரனும் பாண்டியனும் சேர்ந்து சோழனைத் தாக்குவதும் அன்றாடக் காட்சிகளாகவே பார்க்கப்பட்டது.

சோழர்களை பாண்டியர்கள் அழித்த செய்தியில், சோழர் மீது சோழரே படையெடுத்த செய்திகளும் ஏராளம் உண்டு. கி.பி. 13ல் கோப்பெருஞ்சிங்கன் என்ற சோழச் சிற்றரசன் மூன்றாம் ராஜ ராஜச் சோழனைச் சிறையிலிட்டான். அப்போது மைசூர் பகுதியை ஆண்டு வந்த ஹொய்சால மன்னர் வீர நரசிம்மன் என்பவன் பெரும் படையுடன் சென்று கோப்பெருஞ்சோழனை வென்று சோழ வேந்தனை சிறை மீட்டான்.

இன்னும் கூற வேண்டுமானால் இராஜ ராஜ சோழனின் முதல் படையெடுப்பு அவனது தாய்மாமன் சார்ந்த சமூகப் பிரிவின் மீது தான்.

இராஜ ராஜனின் தாய் வானமாதேவி பிறப்பால் சேர நாட்டைச் சேர்ந்தவர். சேர நாட்டு இளவரசி ஆவார். இராஜராஜ சோழன் முதலில் படையெடுத்தது சேரன் பாஸ்ர ரவிவர்மன் மீதுதான்.

அன்றைய போர் முறைகள் குறித்து பாடும்போது பாண்டியன் பல் யாக சாலை முதுகுடுமியப் பெருவழுதியை கார்கிழார் பின்வருமாறு போற்றுகிறார்.

பகைவர் நாட்டை எரிப்பதால் எழும் புகையால் உன் தலை மாலை வாடட்டும்.

இதே மன்னனை நெட்டிமையார் என்ற புலவர் பகைவர் நாட்டில் தேர் செல்லும் தெருக்களை கழுதை பூட்டிய ஏரால் உழுது பாழ்படுத்தினாய். பறவைகள் ஒலிக்கும் புகழ் அமைந்த வயல்கள் குதிரைகள் பூட்டிய தேர் செலுத்தி விளைபயிர் அழித்தாய்.

கணைக்கால் இரும்பொறை என்ற சேர மன்னன் மூவன் என்பவனை வென்று அவன் பற்களைப் பிடுங்கி தொண்டி நகர் கோட்டை கதவில் பதித்தான்.

மத்தி என்ற பரதவர் தலைவன் எழி என்ற குறுநில மன்னன் பற்களைப் பிடுங்கி தன் வெண்மணி கோட்டை கதவில் பதித்தான்.

சோழன் ராஜசூயம் வேட்ட பெருநற்கிள்ளி பகைவர் நெல் விளையும் வயல்களைக் கொள்ளை அடித்து வீடுகளை கொளுத்தினான்.

நன்னன் என்ற குறுநில மன்னன் வேல் கெழு குட்டுவன் என்ற சேர மன்னன் பகைவரை வென்று அவர்கள் உரிமை மகளிர் கூந்தலை மழித்து அதைக் கயிறாக திரித்து யானைகளில் பூட்டி வண்டி ஓட்டினான்.

இந்திய மன்னர்களில் யாருக்கும் இல்லாத பெருமைகளைக் கொண்டவன் ராஜராஜ சோழன். இந்தியாவில் மட்டுமல்லாமல் தென் கிழக்கு ஆசியா முழுவதும் புலிக்கொடியை பறக்க வைத்தவன் ராஜ ராஜன்.

அவனுக்குப் பிறகு ஆட்சிக்கு வந்த அவனது மகன் ராஜேந்திர சோழனும், சோழ சாம்ராஜ்ய எல்லையை கங்கை கரையிலிருந்து கம்போடியா வரை விரிவுபடுத்தினான். கிட்டதட்ட நூற்றைம்பது ஆண்டு காலம் சோழ பேரரசின் வலிமை உச்சத்தில் இருந்தது. இதற்கு அடிகோலியவன் ராஜராஜ சோழன்.

ராஜ ராஜ சோழனைப் பற்றி ஏராளமான கல்வெட்டுக்கள், நூற்றுக் கணக்கான செப்புப் பட்டயங்கள், அவன் கட்டிய கோயில்கள் இன்னும் வரலாற்று ஆதாரங்கள் ஏராளம்.

ராஜ ராஜ சோழனின் தந்தை சுந்தரச் சோழர் இறுதிக் காலத்தில் காஞ்சியில் அவரது மூத்த மைந்தன் ஆதித்த கரிகாலன் கட்டிய பொன் மாளிகையில் இறந்ததால் 'பொன் மாளிகைத் துஞ்சிய தேவர்' என்று கல்வெட்டுகள் குறிப்பிடுகின்றன.

ராஜ ராஜனின் மகனான ராஜேந்திரச் சோழனும் 83 வயது வரை வாழ்ந்து காஞ்சியில் இருந்து கங்கை கொண்ட சோழபுரம் செல்லும் பயணத்தின் நடுவழியில் இறந்து போனான் என்று கூறப்படுகிறது.

ராஜேந்திரச் சோழன் எரியூட்டடப்பட்டது திருவண்ணாமலை மாவட்டம் செய்யாறிலிருந்து முப்பது கி.மீ. தூரத்திலுள்ள நட்டேரியை அடுத்த பிரம்ம தேசத்தில். இதை அங்குள்ள கோயிலில் கல்வெட்டாக பதிவு செய்திருக்கிறார்கள்.

ஆனால் ராஜராஜ சோழனின் மரணம் ஏன் எங்குமே பதிவு செய்யப் படவே இல்லை?

சோழர்கள் வாலீச பாசுபதம் என்கிற சைவ மதப் பிரிவை சேர்ந்த வர்கள். இவர்கள் வம்சத்தில் இறந்தவர்களை புதைப்பதில்லை. உடலைத் தகனம் செய்து சாம்பலை ஒரு சொம்பில் இட்டு புதைத்து அதன் மேல் சதுர வடிவ மேடை அமைத்து அதன் மேல் ஒரு சிவலிங்கத்தை வைத்து வழிபடுவார்கள்.

ராஜராஜன் மனைவி பங்சவம் மாதேவிக்கு பழையாறை அருகில் அப்படி ஒரு நினைவிடம் இருக்கிறது.

இலங்கை அரசனான மகிந்தனால் அனுப்பப்பட்ட ஒரு பெண் 'புத்த துறவி' தஞ்சை பெரிய கோவிலின் எட்டாவது நிலையிலிருந்து ராஜராஜ சோழனைக் கீழே தள்ளி விட்டு கொலை செய்ததாக ஒரு பழைய கதை கூறப்படுகிறது.

இதற்குச் சான்றாக ராஜேந்திரச் சோழன் இலங்கைக்கு படை யெடுத்துச் சென்று மகிந்தனை வென்று இலங்கை முழுவதையும் தன் ஆட்சியின் கீழ் கொண்டு வந்ததோடு மகிந்தனை கைது செய்து கொண்டு வந்து பழையாறை அருகே அவன் சாகும் வரை சிறை வைத்ததாக பதிவுகள் உள்ளன.

உடையாளூரில் உள்ளது ராஜராஜ சோழன் சமாதிதான் என்பதற்கு போதிய ஆதாரம் இல்லை. அவர்கள் அங்கிருந்து கொண்டு செல்லப்பட்ட தாகச் செல்லும் பால் குளத்தம்மன் கோவிலில் இருக்கும் தூண் ஒன்றில் இருக்கும் கல்வெட்டுகளில் அவை ராஜ ராஜன் சமாதியிலிருந்ததாக சொல்லப்படவில்லை.

சோழர் காலத்து சமுதாய அமைப்பில் பிராமணர்களுக்கு சிறப்பிடம் அளிக்கப்பட்டது. பிராமணர்கள் தங்களை வேதம் பயின்றவர்கள் என்ற அடிப்படையில் உயர்வானவர்களாக காட்டிக் கொண்டனர்.

வேதங்களை பிராமணர்களைத் தவிர பிற சமூகத்தவர் படிக்கக் கூடாது என்ற கருத்தியல் இவர்களை எப்போதும் உயர்வான இடத்திலேயே வைத்திருந்தது.

இது மட்டுமல்லாமல் சோழர் காலத்தில் பிராமணர்கள் அரசர்களால் ஆதரிக்கப்பட்டனர். இதனால் அவர்களின் செல்வாக்கு பன்மடங்கு உயர்ந்திருந்தது.

சோழ மண்டலத்தில் ஐம்பத்தேழு ஊர்களை முதலாம் இராசேந்திரன், 'திரிபுவனமாதேவிச் சதுர்வேதி மங்களம்' என்ற பெயருடன் ஒரு தொகுதி யாக்கி, வேதங்களிலும், சாஸ்திரங்களிலும் வல்ல பிராமணர் பலருக்கும் பிரம்மதேயமாக வழங்கினான்.

வீர ராஜேந்திர சோழனின் கன்னியாகுமரி கல்வெட்டு அவ்வரசன் சோழ நாடு, பாண்டிய நாடு, தொண்டை நாடு, கங்க நாடு, குலுத நாடு என்பவற்றில் மூன்று வேதங்களிலும் வல்ல நாற்பதினாயிரம் பிராமணர்களுக்கு பிரம்மதேயங்கள் வழங்கி, அந்நாடுகளில் நிலைபெற்று வாழு மாறு செய்தான் என்ற செய்தியை கூறுகிறது.

பல ஆயிரக்கணக்கான வேதம் வல்ல வடமொழிப் பிராமணர்கள் சோழப் பெருவேந்தர்களால் தமிழகத்தில் குடியமர்த்தப்பட்டார்கள் என்பதற்கு ஏராளமான கல்வெட்டு ஆதாரங்கள் உள்ளன. சோழர் காலத்தில் பிராமணர்களுக்கு தானமாக கொடுக்கப்பட்ட பிரம்ம தேயங்கள், சதுர்வேதி மங்கலங்கள் பல்கிப் பெருகின.

பிரம்மதேயமாக மட்டுமல்லாமல் பிற காரணங்களுக்காகவும் பிராமணர்களுக்கு நிலங்கள் தானமாக கொடுக்கப்பட்டன. அவை வருமாறு :

வேதம் வல்ல பிராமணர்களுக்கு, பட்டவிருத்தி மகாபாரதக் கதை படித்துரைப்பவர்க்கு, அர்ச்சனா போகம் வேதம் படிக்கும் அபூர்விகள் போன்றோருக்கும் உணவளிக்கும் அறச்சாலைகளுக்கு, சாலா போகம், இது மட்டுமல்லாமல் பாஷ்ய விருத்தி, சைவாச் சாயைக்காணி என பல பெயர்களில் இறையிலி நிலங்கள் பிராமணர்களுக்கு வழங்கப்பட்டன.

சோழர் காலத்தில் வேத கல்வியை வளர்ப்பதற்காக வடமொழிக் கல்வி நிலையங்களும், கல்லூரிகளும் உருவாக்கப்பட்டன. இக்கால கட்டத்தில் செயல்பட்ட வேத கல்வி நிலையங்கள் வருமாறு:

ஆனியூர் என்ற இடத்தில் வேதம் மற்றும் வடமொழி இலக்கியம் கற்றுத் தரும் பள்ளி ஒன்று செயல்பட்டது. இங்கு வேதம், பாணினியின் இலக்கணமாகிய அஷ்டத் தியாயி ஆகியவற்றைப் பயிற்றுவிக்க பட்ட விருத்தி நிலம் அளிக்கப்பட்டது.

வட ஆற்காடு மாவட்டத்தில் போளூர் வட்டத்தில் காமப்புல்லூர் என்ற ஊரில் வேதப் பயிற்சி பள்ளி ஒன்று நடைபெற்றது. இவ்வேதப் பள்ளிக்கு பட்டவிருத்தி நிலம் அளிக்கப்பட்டது.

வேதப் பயிற்சி பள்ளிகள் நடைபெற்றது பற்றிய கல்வெட்டுக்களின் செய்திகளில் அங்கு பயின்ற மாணவர்களின் எண்ணிக்கையைப் பற்றியும் நடத்தப்பட்ட பாடங்கள் பற்றியும் குறிப்பிடப்பட்டுள்ளது.

புதுச்சேரிக்கு அருகில் உள்ள திரிபுவனியில் சாத்திரங்கள் பயிற்று விக்கும் வடமொழிக் கல்லூரி செயல்பட்டது. இங்கு 270 மாணவர்களும், 12 ஆசிரியர்களும் இருந்தனர்.

பாரதம், இராமாயணம், மனுசாஸ்திரம் முதலியன கற்பிக்கப்பட்டன. ஆசிரியரும் மாணவரும் கவலையின்றி வாழ வசதிகள் செய்து தரப்பட்டன.

முதலாம் இராஜேந்திரன் காலத்தில் எண்ணாயிரம் என்ற இடத்தில் நூற்றுக்கணக்கான பிராமண மாணவர்களும், ஆசிரியர்களும் தங்கிப் படிக்க வேத, மீமாம்ச கல்லூரி இயங்கி வந்தது. வேதக் கல்வி பணிக்காக வும், மாணவர் விடுதிக்காகவும் கோயில் நிதியிலிருந்து செலவிட பெற்றுப் பேணிக் காத்த முறையைத் தெளிவாக கல்வெட்டு விளக்குகிறது.

திருமுக்கூடலில் வேதங்களையும் வியாகரணங்களையும் போதிக்கும் கல்லூரி இயங்கியது. இங்கு ரிக், யஜூர் ஆகிய இரண்டு வேதங்களும் இலக்கணமும் கற்பிக்கப்படடன.

மூன்று ஆசாரியர்கள் பணியாற்றினர். ஒவ்வொரு வேதத்தையும் படிப் பதற்கு 10 மாணவர்களுக்கு மட்டுமே இடமளிக்கப்பட்டது. இலக்கணம் கற்க 20 மாணவர்கள் மட்டுமே சேர்க்கப்பட்டனர்.

திருவாவடுதுறை, பெருவேளூர் ஆகிய இடங்களில் வடமொழிப் பள்ளிகள் செயல்பட்டன.

திருவொற்றியூர் கோயிலில் வடமொழி இலக்கணம் கற்பிக்க வியாகரணதான - வியாக்யாந மண்டபம் ஒன்று இருந்தது. இது குறை வின்றி நடைபெற 65 வேலி நிலம் தானமாக விடப்பட்டது. பாணினி இலக்கணத்தை கற்பிக்கும் சிறந்த இடமாக இக்கல்லூரி விளங்கியது. வேதமும், சித்தாந்த நெறிகளும் கற்கும் இடமாகவும் இக்கல்லூரி விளங்கியது.

கடிகைகள் மூலம் இல்லாமல் தனித்தனி கல்விச் சாலைகள் வழியும் வேதக் கல்வி சோழர் காலத்தில் வளர்க்கப்பட்டது. ஆனால் இவற்றிற்கெல்லாம் தலைமையான இடத்தில் கடிகைகள் இருந்தன.

தமிழகத்தில் அன்று செயல்பட்டு வந்த பல கடிகைகள், சாலைகள், கல்வி போதிப்பது மட்டுமில்லாமல் அரசியல் அதிகாரத்தோடு கைகோர்த்திருந்தன.

காலப்போக்கில் அயல்நாட்டார் வருகைக்குப்பின் இவை மெல்ல செல்வாக்கு இழந்தன. கல்வி நவீன உற்பத்தியின் இணைந்து விட்ட காலனியச் சூழலில் வேதகல்வி பண்பாட்டுக் கல்வியாக பின்னாளில் மாற்றம் பெற்று குறிப்பிட்ட ஒரு எல்லையோடு தன்னை தக்க வைத்துக் கொண்டது.

இந்நிலையில் சைவ மடம் வழி உருவான கல்வி புலமையாளர்கள் தமிழோடு தங்களை அடையாளப்படுத்திக் கொண்டு தமிழ்மொழி இலக்கிய வளர்ச்சிக்கு தங்கள் பங்களிப்பைச் செய்தனர்.

வேதக் கல்வியோ அரசதிகாரத்தில் இருந்த தன்னை துண்டித்துக் கொண்டு இறைவன் மொழியாக மட்டும் நின்று செயல்பட்டது. இப்படியாக சமஸ்கிருதமொழி மக்கள் மொழியாகாமல் இறைவனின் வழிபாட்டு மொழியாக நிறுத்திக் கொண்டன.

தமிழகத்தில் பழங்கால்தில் இயங்கிய வேத பாட சாலைகள் குறித்த வரலாறு முக்கியமான ஒன்றாகும்.

கடிகை என்பது குறித்து 'கல்வெட்டு கலைச்சொல் அகர முதலி' பின்வருமாறு விளக்கத்தை அளிக்கிறது.

பல்லவர் ஆட்சிக் காலத்தில் பூர்வாங்க வடமொழிக் கல்வி பெற்றவர்கட்கு மேலும் உயர்நிலைக் கல்வி புகட்டுவதற்குரியதாக நிறுவப்பட்ட உயர்தர வடமொழிக் கல்லூரி.

வடமொழிக் கல்வியை போதிப்பதற்கு உருவாக்கப்பட்ட இடங்களே கடிகைகள் எனப்பட்டது. சங்க காலத்தில் சமண, பௌத்த, பள்ளர்கள் மூலம் கல்வி கற்பிக்கப்பட்டன. காலப்போக்கில் வைதீகச் சமயம் பரவலுக்குப் பின் வேத கல்வி முறை பரவலாக்கப்பட்டது.

பிராமண சிறுவர்கள் படிப்பதற்கு வேத பாட சாலைகள் கடிகைகள் எனப்படும் உயர்நிலை கல்வி நிறுவனங்கள் உருவாக்கப்பட்டு வளர்க்கப் பட்டன. பல்லவர் காலத்தில் கடிகைகள் பல செயல்பட்டமைக்கான குறிப்புகள் உள்ளன.

கி.பி. 700ஆம் ஆண்டு ஆட்சி செய்த இரண்டாம் நரசிம்ம வர்மன் இரு பிறப்பாண்களின் கடிகையை வளர்த்தான். இக்கடிகை காஞ்சியில் அமைந்திருந்தது. வடமொழி ஆதரவாளனாக இருந்த இவன் காலத்தில் கடிகைகள் மூலம் வேத பாடங்கள் கற்பிக்கப்பட்டது பற்றி இவனது சாசனங்கள் வழி அறிய முடிகிறது.

காந்தளூர்ச் சாலை மீது இராஜ ராஜ சோழன் போர் தொடுக்க யாது காரணம் என்ற கேள்வி பலருக்கும் எழுந்துள்ளது.

ஆதித்த கரிகாலன் கொலைக்கும் காந்தளூர் சாலைக்கும் தொடர்பு இருப்பதாக அவனது இளைய சகோதரன் இராஜராஜ சோழனுக்கு சில ஆதார பூர்வ ஐயப்பாடுகள் இருந்ததன் காரணமாகவே காந்தளூர் மீது போர் தொடுத்து அழித்தான் என்ற கருத்து சில வரலாற்று ஆசிரியர் களிடம் வலுத்துள்ளது.

இன்னும் சிலர் காந்தளூரில் நடந்தது பிராமணர் - க்ஷத்திரியர் சண்டை என்று ஆதாரங்களோடு விவாதிக்கின்றனர்.

இந்த காந்தளூர்ச் சண்டை என்பது பூர்வீக புராணங்களிலிருந்தே துவங்குவதாக விவரிக்கின்றனர்.

அதாவது பரசுராமன் அரச குலத்தை (க்ஷத்திரிய குலத்தை) அழிப்பதற் காகச் சபதமேற்றுக் கொண்டு புகார் நகர் நோக்கி வந்து கொண்டிருக் கிறான். "நீ அவன் கண்ணில் படுவது தகாது. ஆதலால் நீ உன் கணிகை மகனான சுகந்தனிடம் ஆட்சியை ஒப்படைத்து விட்டு ஓடி ஒளிந்து கொள்" என்று புகாரின் கன்னித் தெய்வம் காந்தமன் என்ற சோழ அரசனிடம் கூறியதுதான் அச்செய்தி.

சோழர் சூரிய குலத்தைச் சேர்ந்த க்ஷத்திரியர் என்பதால்தான் பரசுராமன் சோழ வேந்தன் காந்தமனைத் தாக்க வந்திருக்கிறான். இந்த வரலாற்றுச் செய்தி மணிமேகலை இலக்கியத்தில் உள்ளது.

இந்தச் செய்திகள் அடிப்படையில் சூரிய குலத்திலுத்த சோழ க்ஷத்திரிய அரசர்கள் மீது பரசுராமனுக்கும் அவனது சந்ததியினருக்கும் தொடர்ந்து கோபமும் வஞ்சகமும் இருந்து வந்திருக்கிறது என்பது தெளிவாகிறது.

ஆதித்த கரிகாலனைக் கொன்றவர்களை கண்டுபிடிப்பதில் கால தாமதம் ஏற்பட்டாலும் அவர்களை இராஜராஜ சோழன் சரியாக அடையாளம் கண்டு அழித்தான் என்றும் இவ்வெற்றியை திருவாலங்காட்டுச் செப்பேடு கூறுகிறது.

ஆதித்த கரிகாலனை பிராமணர்கள் கொன்றதன் காரணத்தாலோ என்னவோ இராஜராஜன் தன் நாட்டில் வேதங்கள் ஒலிப்பதற்குப் பதிலாக திருமுறை ஓதுவதற்கு அதிக முக்கியத்துவம் தந்திருக்கிறான்.

மேலும் இந்த நோக்க வெற்றி காரணமாகவே 'க்ஷத்திரியர்களின் சிகாமணி' என்ற பட்டம் சூட்டிக் கொண்டிருக்கிறான் இராஜராஜ சோழன் என்று எண்ணுவதற்கு இடமளிக்கிறது.

காந்தளூர்ச் சாலை என்பது வேதம் மற்றும் போர்ப் பயிற்சிகள் சொல்லிக் கொடுக்கும் கடிகைப் பள்ளி என்றும் அங்கு பயிற்சி பெறுபவர்கள் மலையாள பிராமணர்கள் என்றும் அவர்களுடன் போரிட்டு அவர்களின் தலையை அறுத்தான் என்பது தான் செங்கையில் கிடைத்த நடுகல் கூறுவதாக ஒரு கருத்து உள்ளது.

காந்தளூர்ச் சாலையைத் தென்னாட்டின் தக்ஷசிலையென்றோ, நாளந்தா வென்றோ, விக்ரம சிலையென்றோ கூறுவது மிகையாகாது.

வடநாட்டு மன்னர் நாளந்தா முதலியவற்றை எவ்வாறு ஆதரித்து வந்தனரோ அவ்வாறே தென்னாட்டு மூவேந்தரும் காந்தளூர்ச் சாலையை ஆதரித்து வந்திருக்கின்றனர்.

இராஜராஜனுக்குப் பின்னர் கி.பி.12ஆம் நூற்றாண்டில் பராந்தகப் பாண்டியனாலும் காந்தளூர்ச் சாலைப் போர் நடைபெற்றுள்ளது.

பராந்தக பாண்டியன் சேர நாட்டை வென்று அடிமைப்படுத்திய பொழுது அந்நாட்டின் கண்மணி போல விளங்கிய காந்தளூர்ச் சாலை யினை கைப்பற்றி அதில் சில சீர்த்திருத்தங்கள் செய்திருப்பதாக தெரிய வருகிறது.

மணியம்பலம் என்பது அச்சாலையிலுள்ள அனைவரும் ஒருங்கு கூடும் சபா மண்டபமாகும்.

'ஆயிரத்தெண்மர்' என்பவர் அங்கு தங்கியிருத்தற்குரிய ஆயிரத்தெட்டு அந்தணர்களேயாவர்.

வேதாகமங்களை ஆராய்ந்து உண்மைகளை அறிந்து உலக தர்மங் களைப் பாதுகாப்பதே அவரது முக்கிய கடமையாகும்.

ஒவ்வோர் அரசனும் அச்சாலையைக் கைப்பற்றியவுடன் அதில் அநேக சீர்திருத்தங்கள் செய்து வந்திருக்கின்றனர்.

திருத்தணிக்கு அருகில் உள்ள வேளஞ்சேரி என்ற ஊரில் கண்டெடுக்கப்பட்ட செப்பேடு, காஞ்சியில் சோழர்களின் அரண்மனை இருந்ததை உறுதிப்படுத்துகிறது.

காஞ்சியில் இருந்த அரண்மனையில் இருந்தே ஆதித்த கரிகாலச் சோழன் ஆட்சி செய்தான் என்பதற்கு இதுவே ஆதாரமாகும்.

ஆதித்த கரிகால சோழனின் படுகொலை மற்றும் ஆட்சித் துயரங்கள் காரணமாக சுந்தரச் சோழன் தனது இறுதி நாட்களில் மிகவும் பாதிக்கப் பட்டான் என்ற குறிப்புகள் காணப்படுகிறது.

ஆதித்த கரிகாலனை யார் கொன்றது என்பதில் ஏற்பட்டிருந்த மர்மம் மற்றும் தனது மைந்தனின் கொலைக்கு யாதொரு நடவடிக்கையோ, தண்டனையோ கொடுக்க முடியாது. கைகள் கட்டப்பட்டு விட்ட சோகமும் சுந்தரச் சோழனை மிகவும் பாதித்து மரணத்துக்கு கொண்டு சென்று விட்டது.

ஆதித்த கரிகாலனை படுகொலை செய்தவர்கள் சோமன், ரவிதாசன் எனும் பஞ்சவன் பிரம்மாதிராசன், பரமேஸ்வரனான இருமுடிச் சோழ பிரம்மாதிராசன், மலையனூரான ரேவதாச கிராம வித்தன் எனும் பிராமணர்கள் என்ற உறுதிப்பாடும் சோழ அரண்மனையில் புதையுண்ட ரகசியமாகவே இருந்து விட்டது.

இந்த இழப்பும் துயரமும் சுந்தரச் சோழனை மட்டுமின்றி இளைய சகோதரன் இராஜ ராஜ சோழன் மற்றும் தமக்கை குந்தவை நாச்சியாரையும் வாழ்நாள் முழுவதும் பற்றி எரியச் செய்த சோகமாக குறிப்பிடப்படுகிறது.

கி.பி. 969ஆம் ஆண்டு உத்தமச் சோழன் ஆட்சிக்கு வந்தான். இவன் கலி என்ற பௌத்த மதத்தின் ஆதரவோடு அரியணை ஏறினான். ஆதித்த கரிகாற்சோழன் கொலை செய்யப்பட்ட சில திங்களுக்குப் பிறகு காஞ்சிபுரத்தில் இருந்த பொன்மாளிகையில் சுந்தரச் சோழன் இறந்தான்.

சுந்தரச் சோழன் இறந்த பிறகு இராஜ ராஜ சோழன் அரியணை ஏறாமல் உத்தமச் சோழன் அரியணை ஏறியுள்ளதைக் காணும்போது சுந்தரச் சோழன் தானே விரும்பி காஞ்சியில் உள்ள அரண்மனையில் தங்கியிருந்து இறந்துள்ளான் என்று தெரிகிறது.

சோழப் பேரரசின் மன்னனாக கோலோச்சிய தந்தை சுந்தரச் சோழனும், தாயார் வானவன் மாதேவியும் காஞ்சி அரண்மனையில் கொடும் துன்பத்தை அடைந்த செயல்களாகவே உணரலாம்.

சுந்தரச் சோழனின் மற்றொரு மனைவியான பராந்தகன்தேவியம்மன் என்பவள் சேர நாட்டினைச் சேந்தவள். அவள் தரப்பில் ஏதேனும் அரசியல் முடிவு எடுத்தாளா என்பதும் ஒரு மர்மமான கேள்வியாக அச்சமயம் எழுந்திருந்தது.

இவளுக்கும், சேர நாட்டிலிருந்த காந்தளூர்ச்சாலை நம்பூதிரி பிராமணர்களுக்கும் ஏதேனும் ரகசிய அரசியல் தொடர்பு இருந்து அதன் பின்னணியில் ஆதித்த கரிகாலச் சோழனின் படுகொலை அமைந்ததா என்ற கேள்வியும் எழுந்தது. இவள் கி.பி.1001ஆம் ஆண்டு வரை உயிரோடு இருந்துள்ளார்.

சோழ அரசிகளில் வானவன் மாதேவிக்கு நேர்ந்ததைப் போன்ற கொடுமைகள் வேறு சோழ அரசிகளுக்கு ஏற்படவில்லை. ஏனெனில் இவரைப் போல சோழ அரச மகளிர் யாரும் உடன்கட்டை ஏறவில்லை.

சுந்தரச் சோழன் இறந்தபோது, வானவன்மாதேவியின் உடன்கட்டை நிகழ்ச்சியானது அப்போது சோழ மக்களுக்கு உடன்பாடான செயல் இல்லை என்ற கருத்தும் உள்ளது.

இராஜ ராஜ சோழனின் மகன் இராசேந்திரச் சோழனின் மனைவிகளில் ஒருத்தியான வீரமாதேவி என்பவள் தனது கணவன் இறந்தபோது உடன்கட்டை ஏறி உயிர் துறந்தாள் என்று பொன்னையாற்றங்கரையில் உள்ள கல்வெட்டு தெரிவிக்கிறது.

போளூருக்கும் அருகில் பிரம்மதேசம் எனும் ஊரில் முதலாம் இராஜேந்திரச் சோழனும் இவனது அரசியும் சிவலோகம் எழுந்து அருளினார்கள் என்றும் இவர்களது பூத உடல்கள் மீது சிவன் கோயில் கட்டப்பட்டது என்றும் ஒரு கல்வெட்டு கூறுகிறது. இங்கு இராஜேந்திரச் சோழனின் மகனாகிய இராசாதி ராஜன் ஓர் ஏரியும் வெட்டினான் என்றும் கல்வெட்டு மூலமாகத் தெரிகிறது.

கணவனும் மனைவியும் சேர்ந்து ஒரே ஆன்மாவாக இறைவனை அடைய வேண்டும் என்று வைணவ பிராமணர்கள் கூறிய சதியாகவே இதனைக் கொள்ளலாம்.

அந்த வகையில்தான் சுந்தரச் சோழன் இறந்த நிலையில் அவனது மனைவியும் இராஜ ராஜ சோழனின் தாயுமான வானவன் மாதேவி வைதீக பிராமணர்களின் சதியால் தான் விரும்பாத நிலையிலும், வேறு வழியின்றி உடன்கட்டை ஏறும் நிலைக்கு தள்ளப்பட்டு இருந்துள்ளார் என்ற குறிப்புகள் அதிர்ச்சியூட்டுகின்றது.

சோழ நாட்டில் ஆதித்த கரிகாலனின் படுகொலைச் சம்பவமும் அதனையொட்டி நிகழ்ந்த அசாதாரணமான அரசியல் சூழ்நிலைகள் காரணமாக உத்தமச் சோழனின் ஆட்சியில் இராஜ ராஜ சோழனும், அவனது தமக்கை குந்தவை நாச்சியாரும் தலைமறைவு வாழ்க்கை வாழ வேண்டிய சூழ்நிலை ஏற்பட்டது.

சுந்தரச் சோழன் ஆதித்த கரிகாலனின் படுகொலைக்குப் பிறகு உத்தமச் சோழனால் காஞ்சியில் உள்ள அரண்மனையில் சிறை வைக்கப்பட்டு அங்கேயே இறந்துள்ளான் என்பதற்கான சாத்தியக் கூறுகள் ஏராளம் உள்ளது.

ஆனால் உத்தமசோழன், சுந்தரசோழனை பயன்படுத்தி வைணவ பிராமணர்களின் கலவரங்களை அடக்க முயற்சி செய்தான் என்ற கருத்தும் நிலவுகிறது.

சுந்தரச் சோழனின் இறப்பைத் தொடர்ந்து அவனது மனைவி வானவன்மாதேவியும் உடன்கட்டை ஏற்றப்பட்டு கொல்லப்பட்டார் என்பதும் ஆதித்த கரிகாலன் படுகொலைச் சம்பவமும் வைணவ பிராமணர்கள் தங்களது ஆதிக்கத்தை நிலை நிறுத்த மேற்கொண்ட சம்பவம் என்பதையும் வரலாற்று ஆய்வாளர்கள் கல்வெட்டுச் சான்றுகள் மூலம் வெவ்வேறு விதமாக வெளிப்படுத்துகிறார்கள்.

இராஜராஜ சோழனை செம்பியன் மாதேவியும், குந்தவையும் வளர்த்த தாகக் கூறினாலும் எந்தெந்த காலத்தில் வளர்த்தனர் என்பது குறித்த குறிப்புகள் ஏதும் இல்லை.

ஆதித்த கரிகாலன் இறந்த சூழலில் செம்பியன்மாதேவியின் வளர்ப் பிலும் இருந்து விடுவிடுத்து குந்தவை தன் கவனத்தில் வளர்த்ததாக கருத முடிகிறது. இராஜராஜ சோழன் காலத்தில் சமூகங்களுக்கிடையே நிறைய பாரபட்ச அணுகுமுறைகள் இருந்ததாக கூறப்படுகிறது.

பல்லவர் காலத்திலும் நடந்தது என்றாலும் சோழர்கள் காலத்தில் பேரளவு நடந்த சம்பவமாக பார்க்கப்பட்ட ஒன்று என்னவென்றால் இக் காலத்தில் வடக்கிலிருந்து தமிழ்நாட்டுக்கு அலை அலையாக வந்து நுழைந்த வடமொழி அந்தணர்கள் பற்றிய செய்தியாகும்.

தமிழ் மக்கள் சமூகத்தில் பிராமணரின் செல்வாக்கு ஓங்கி நின்றது. சங்க கால பார்ப்பனர் தமிழ் மக்கள் ஆவர். அவர்களுடைய பண்பாடும் நாகரிகமும் தமிழ் மக்கள் வளர்த்து வந்தமையாகும். அவர்கள் பேசியதும் புலமை பெற்றதும் தமிழில்தான்.

ஆனால் பல்லவர் காலத்திலும் சோழர் காலத்திலும் மன்னரின் அழைப்பின் பேரிலோ தாமாகவோ, தமிழகத்தில் அலையலையாக வந்து குடியேறிய பிராமணர்கள் புதுப்புதுப் பெயர்களை பூண்டவர்கள். புதிய குல தருமத்தை கடைப்பிடித்தவர்கள்.

வடமொழியையன்றி வேறு மொழியை விரும்பாதவர்கள். வடமொழியின் ஏற்றத்திற்கு ஏற்ப மன்னர்களிடம் பல சலுகைகளையும், செல்வர்களையும் கைக்கொண்டு தமிழ்மொழிக்கு கூற்றமாக வந்தவர்கள்.

தமிழகத்து வேந்தர்கள் தமிழகத்து அந்தணர்களிடம் என்ன குறை கண்டார்கள் என்று புரியவில்லை.

ஆயிரக்கணக்கில் வடநாட்டு பிராமணரை இறக்குமதி செய்து கோயில் களிலும், மடங்களிலும், கல்வி நிலையங்களிலும் அவர்களை அர்ச்சகர் களாகவும், புரோகிதர்களாகவும் வேத பாராயணம் செய்வோராகவும் ஆங்காங்கு அமர்த்தினர். இவ்வரிசையில் இராஜராஜ சோழன் பிராமணீயத்தை தமிழகத்தில் வலுப்படுத்தியதாகவே வரலாறு கூறுகிறது.

சோழ மன்னர்கள் அரிந்தமன் என்பவர் வடநாட்டிலிருந்து மறை யவரை தமிழகத்திற்கு கொணர்ந்தவர். அவர்களை அழைத்து வந்தபோது அவர்களின் ஆடைகளையும் செப்புகளையும் இடங்கையர் என்ற பிரிவினர் ஏந்தி வந்தனராம்.

இவர்களுக்கு ராஜராஜ சோழன் கொடைகளை அள்ளி வழங்கி யமைக்கு ஏராளமான சான்றுகள் கிடைக்கின்றன. காவிரிக் கரையோரம் இருந்த வளமான ஆயிரம் கிராமங்கள் அவர்களுக்கு அளிக்கப்பட்டன.

அகரம், அக்கிரகாரம், பட்டவிருத்தி நிலம், சதுர்வேதி மங்களம், பிரம்மதேவர், பிராமண குடி இருப்புகள் என்று பல பெயர்கள் சூட்டப் பட்டு நிலம் வழங்கப்பட்டது.

மேலும் வழங்கப்பட்ட நிலங்கள் பிரம்மதேயம், தேவதானம், வெள்ளான் வகை ஜீவிதம் என்று பிரிக்கப்பட்டன.

பிரம்மதேயம் பிராமணருக்கு வழங்கப்பட்டது. தேவதானத்திலும் சிவன் கோயிலுக்கு தேவதானம் திருமால் கோயிலுக்கு திருவிளை யாட்டம் என்று கூறப்பட்டது.

சிறு உடைமையாளருக்க நிலமும், பிறரை உழுவித்து வாழும் பெருநிலக்கிழார்களுக்கு உரிமையான நிலமும் வெள்ளான் வகை எனப்பட்டது. அரசு ஊழியர்களுக்கும் கோவில் பணியாளருக்கும் அவர்கள் ஆயுள் உள்ளவரை இனாமாக வழங்கப்பட்டது ஜீவிதமாகும்.

காணியாட்சி உரிமையுடன் பிராமணருக்கு முழுமையாக கொடுக்கப் பட்டது பிரம்மதேயம் எனப்பட்டது. பெரும்பாலும் தேவதானம் நில வருவாயில் ஒரு பகுதியாக மட்டும் கொடை செய்தல் எனப்பட்டது.

தேவதானத்தில் குடி நீக்கிய தேவதானம் குடிநீங்கா தேவாதானம் என வகைப்படுத்தப்பட்டது. கோவிலுக்கு நிலத்துடன் குடிமக்களையும் தானமாக கொடுப்பது குடிநீங்கா தேவதானமாகும்.

நிலக்கிழார்கள் நிலமானியங்களும் வரிச்சலுகைகளும் பெற்று காணி ஆட்சி நடத்தினர்.

சோழர் காலத்தில் கிராம நிலங்களின் வருவாய் கோயில் நிலங்களின் வருவாய், கோவில் வழிபாடுகள், திருவிழாக்கள், கிராமத்தின் பிற தேவைகள் இவை முழுவதும் பிராமணர்களால் அரசின் நிதி உதவியோடு நிர்வகிக்கப்பட்டன. கிராமங்கள், ஊர்கள் என்ற பெயர்களில்கூட ராஜராஜ சோழன் ஆட்சியில் வருண வேறுபாடு இருந்துள்ளது. வேதியர் களுக்கு இறையிலியாக மன்னர் வழங்கிய குடியிருப்புகள் கிராமங்கள் எனப்பட்டன.

ஏனையோர் வாழ்ந்த குடியிருப்புகள் ஊர் எனப்பட்டன. கிராமங்ள் மேல் வருணமாகவும், ஊர் என்ற அமைப்பு கீழ் வருணமாகவும் பாவிக்கப் படடன.

கிராமங்களில் கிராம சபைகள் இருந்தன. வேதியர்கள் சார்ந்த அனைத் திற்கும் இராஜராஜ சோழன் வரிவிலக்கு தந்தான்.

ஆலயங்களுக்காகவும், ஆலய நடன மங்கைகளுக்காகவும், மடங்களுக் காகவும், வேதப் பள்ளிகளுக்காகவும், அவர்களின் குடியிருப்புக்களுக்காக வும் மண்ணின் வளத்தை ராஜ ராஜசோழன் வாரி வாரி வழங்கினான் என்ற குமுறலும் மக்களிடம் இருந்ததாகக் கூறப்படுகிறது.

சோழர்கள் தங்களுடைய மெய் கீர்த்திகளில் தங்களை மனுநீதி காப்போர்கள் என்றும் நால்வருண நெறியை நிலைநிறுத்துவதே தங்கள் தர்மம் என்றும் குறிக்கச் செய்தனர்.

பிராமணருக்கும் வேளாளருக்கும் சிறப்புரிமைகள் அளிக்கப் பட்டிருந்தன. கொலைக் குற்றமே செய்திருந்தாலும் அவர்களுக்கு மரண தண்டனை விதிக்கக்கூடாது என்று அறிவிக்கப்பட்டது.

ஏற்கனவே குறிப்பிட்டுள்ளபடி பிராமணர்களையும், வேளாளர்களை யும் எதிர்த்து கலகம் செய்யக் கூடாது என்றும் மீறிக் கலகம் செய்பவர் களுக்கு இருபதாயிரம் காசு வரை தண்டம் விதிக்கப்படும் என்றும் தண்டம் செலுத்த தவறினால் அவர்களின் நிலங்கள் பறிமுதல் செய்யப் படும் என்றும் அரச உத்தரவு இருந்தது.

கீழையூரில் உள்ள மூன்றாம் குலோத்துங்கன் கல்வெட்டு பிராமணர்

களுக்கும் வெள்ளாளர்களுக்கும் எதிராக கலகம் செய்த இருவருக்கு திருவெழுந்தூர் மகாசபை ஆயிரம் காசுகள் தண்டம் விதித்த செய்தியை கூறுகிறது.

●

பிற்காலச் சோழர் வரலாற்றில் பெரும் திருப்புமுனையை ஏற்படுத்தியது உத்தமச் சோழனின் காலகட்டம்தான்.

பராந்தகச் சோழனின் மூத்தமகன் கண்டராதித்தன் மகன் உத்தம சோழனை அரசனாக்காமல் இளைய மகன் அரிஞ்செயனின் மகன் சுந்தரச் சோழனை அரசனாக்கியதிலிருந்து தான் சோழ நாட்டில் பெரும் புகைச்சல் ஏற்படத் தொடங்கியது.

அரிஞ்செயனுக்குப் பிறகு சோழ நாட்டை ஆளும் தகுதியும், திறனும் உத்தம சோழனுக்கு இல்லை என்பதால்தான் அவனை விடுத்து அவனுக்கு தம்பி உறவும் சித்தப்பா அரிஞ்செயனின் மகனுமான சுந்தரச் சோழனை அரசனாக்கி உள்ளார்கள் என்பது தெளிவாகிறது.

சுந்தரச் சோழனை அரசனாக்கி உள்ளதற்கு சுந்தரச் சோழனைவிட உத்தம சோழன் வயதில் குறைந்தவனாக இருந்ததுதான் காரணம் என்று கூறப்பட்டது.

சுந்தரச் சோழன் ஆட்சி ஏற்பட்ட ஐந்து ஆண்டுகள் கழித்து உத்தம சோழன் கலகம் செய்தான் என்று கூறப்படுகிறது. ஆட்சி அதிகாரத்தை உத்தமசோழன் கைப்பற்ற நினைத்தது அவனது திறமையை வெளிப் படுத்துவதாக உள்ளது.

சுந்தரச்சோழன் 13 ஆண்டுகளுக்கும் மேலாக ஆட்சியில் இருந்து இறந்த பிறகு ஏறத்தாழ 16 ஆண்டுகள் சோழப் பேரரசை ஆண்டுள்ளான் உத்தமசோழன்.

ஆட்சி நடத்தி வந்த சோழர்கள் மரபில் அடுத்து அரசனாகும் ஒருவரை முன்பே தேர்ந்தெடுத்து அவர்களுக்கு நிர்வாகம், போர்த்திறன் முதலிய வற்றை அறியச் செய்து மக்களின் ஆதரவைப் பெற்றும் விளங்கக்கூடிய நிலையிலேயே சோழ நாட்டின் மன்னாக்கிய செயல்கள் நடந்துள்ளன.

சுந்தரச் சோழன் ஐந்தாவது ஆட்சியாண்டின்போது உத்தமச்சோழன் தான் அரசராக வேண்டி ஆதரவு திரட்டி, சோழ நாட்டில் குழப்பங்கள்

ஏற்படக் காரணமாக இருந்ததால், உள்நாட்டுக் கலகங்கள் எழுந்தன என்றும், சுந்தரச்சோழன் தனது ஆற்றல் உள்ள மகனான ஆதித்த கரிகாலனைக் கொண்டு அவற்றை அடக்கி தொண்டை நாட்டுப் பகுதியில் அரசாண்டான் எனவும் திருவாலங்காட்டுச் செப்பேடுகள் கூறுகின்றன.

இத்தகைய பயிற்சி உத்தமச் சோழனுக்கு கிடைக்காத நிலையில் நாட்டில் கலவரம் செய்கின்ற அளவிற்கு நாட்டில் செல்வாக்கு இருந்திருக் கிறது என்பதும் தெரிகிறது.

இந்தச் செல்வாக்கு என்பது வைணவ ஆதரவும், ஆரிய மொழி ஆதரவும் என்று கருதலாம். இதனால் உத்தமச் சோழனுக்கு வயது குறை வாக இருந்ததாலும், போதிய பயிற்சி இல்லாமல் இருந்ததாலும் உடனடி யாக சுந்தரச் சோழனுக்கு இருந்த செல்வாக்கு வரவில்லை. அதனால் உத்தமச் சோழன் படிப்படியாக செல்வாக்கைப் பெற்று வளர்ந்திருக் கிறான் என்பது விளங்குகிறது.

ஆட்சியில் இருந்த வடநாட்டு பிராமணர்கள் அப்பொழுதிற்கு அப்பொழுது கலகங்களும் ஏற்படுத்தி உத்தம சோழனைக் கொண்டு ஆட்சி அதிகாரத்தை மாற்றிட முயன்றனர்.

சுந்தரச் சோழனை விட புத்த மதத்தை சீரழிக்கவும், சைவ மதத்தை வீழ்த்தவும் உத்தமச் சோழனை ஏற்றவனாக்கி பயன்படுத்திக் கொள்ள முயன்றனர்.

உத்தமச் சோழனுக்கு ஆட்சி கிடைக்காத நிலையில் சோழ அரசுக்கு எதிராக உள்நாட்டுக் குழப்பங்களை உருவாக்கி வந்துள்ளதும், அவனுக்கு ஆதரவாக சோழ அரசின் அதிகாரிகளில் ஒரு சிலர் இயங்கி வந்ததும் தெரிய வருகிறது.

உத்தமச் சோழன் ஆட்சியைக் கைப்பற்றும் ஆவலில் இருந்துள்ளான் என்பதும், அதற்கான முயற்சிகளைச் சுந்தரச் சோழன் ஆட்சிக்கு வந்த கி.பி.957-கி.பி.970 நாள் முதலே முனைந்துள்ளான் என்பதும், சுந்தரச் சோழன் ஆட்சிக்கு வந்த ஐந்தாம் ஆண்டான கி.பி.963ல் அதற்கான முயற்சியை மேற்கொண்டான் எனினும் அம்முயற்சியை சுந்தரச் சோழன் தனது மகனான ஆதித்த கரிகாலனைக் கொண்டு முறியடித்துள்ளான்.

உத்தமச் சோழனின் முயற்சி முறியடிக்கப்பட்ட நிலையில் மக்களின் ஆதரவும் இருந்ததை அறிந்து கி.பி.966ல் ஆதித்த கரிகாலன்

இளவரசனாக்கப்பட்டது விளங்குகிறது.

எனவே உத்தம சோழனின் வயது மற்றும் ஆட்சியில் முறையான பயிற்சி இன்மை காரணமாகத்தான் இவன் ஆட்சிக்கு வர முடியவில்லை என்பது உறுதிப்படுகிறது.

சுந்தரச் சோழனின் மகன் ஆதித்த கரிகால் சோழனே அரியணை ஏறத் தகுதியுள்ளவன் என்று அடையாளம் காட்டப்பட்டு கி.பி.966ல் முடி சூட்டப்பட்ட தகவலை கல்வெட்டுகள் தருகின்றன. சோழ நாட்டின் ஆட்சிப் பகுதியான தொண்டை மண்டலத்தை ஆதித்த கரிகாலன் ஆண்டு வந்தான்.

கி.பி.969ல் ஆதித்த கரிகாலன் படுகொலை செய்யப்பட்டான். சோமன், ரவிதாசனான பஞ்சவன் பிரம்மாதிராசன், பரமேஸ்வரனான இருமுடிச் சோழ பிரும்மாதிராசன், மலையனுரான தேவதாச கிராமவித்தன் எனும் பிராமணர்கள் இந்தப் படுகொலையை நிகழ்த்தினார்கள்.

கரிகாலனைக் கொன்ற துரோகிகள் என்று கல்வெட்டில் குறிக்கப் பட்டுள்ளது. ஆதித்த கரிகாலனை கொன்றவர்கள் அரசுக்கும் நாட்டுக்கும் விசுவாசத்திற்கும் துரோகமாக செயல்பட்டவர்கள் என்பதும், இந்தத் துரோகம் உத்தம சோழனை ஆட்சியில் அமர்த்தும் பொருட்டும், தங்களது இனநல மேன்மையை உத்தேசித்தும் செய்யப்படடது என்பதையும் இது விளக்குகிறது.

ஆதித்தன் எனும் சூரியன் மறைந்தான் பாவம் எனும் இருள் சூழ்ந்தது.

வீர நாராயண சதுர்வேதி மங்கலத்தில் வாழ்ந்த பிராமணர்கள் சோழ அரசில் அதிகாரிகளாக பணிபுரிந்தவர்கள் என்பதோடு, அவர்கள் மலையனுார் எனும் ஊரைச் சேர்ந்தவர்கள் என்பதும் தெரியவருகிறது.

மலையனுார் உத்தமச் சோழனின் தாயாரான செம்பியன்மாதேவியின் ஊர் என்பதும் இங்கே குறிப்பிடத்தக்கதாக உள்ளது.

இவர்கள் உத்தமச் சோழனால் அல்லது இவனது தாயால் இங்கு குடியமர்த்தப்பட்டிருந்தார்கள் எனக் கருதலாம்.

இத்தகைய சூழ்நிலையில் உத்தமச் சோழனுக்கு ஆதித்த கரிகாலன் கொலையில் தொடர்பு உண்டு என்று கூறுவதற்கான ஆதரவும், அதிசயமும் இருப்பதாக வரலாற்றாசிரியர்கள் கூறுகிறார்கள்.

ஆனால் உத்தமச் சோழன்தானே திட்டமிட்டு இதனைச் செய்தான் என்று கூற முடியவில்லை. இக்கொலை நடந்த வீர நாராயணபுரம் பகுதியில் இருந்த கல்வெட்டுச் செய்தியையும், புராண விளக்கத்தையும், அரசியல் நிலையையும் ஆராயும்போது கொலைக்கான காரணம் விளங்குகிறது.

அக்காலத்தில் இங்கு பெரும்பாலும் பிராமணர்கள்தான் நில உடைமையாளர்களாக விளங்கி இருக்கிறார்கள் என்பதையும் கல்வெட்டுகள் காட்டுகின்றன.

ஆதித்த கரிகாலன் கொலையைக் குறிப்பிடும் சிவன் கோயில் உள்ள இடம் தற்காலத்தில் உடையார் குடி என்னும் ஊர்ப்பகுதி ஆகும். அனந்தீசுவரன் கோயில் உள்ளடங்கியது. கடலூர் மாவட்டம் காட்டு மன்னார் கோயில் என்னும் பேரூரில் உள்ளது. இது சிதம்பரம் தாலுகாவைச் சேர்ந்தது ஆகும்.

உடையாங்குடியில் காணப்படும் இக்கல்வெட்டு கி.பி. 969ல் ஆதித்த கரிகாலனை கொலை செய்தவர்களைப் பற்றிய குறிப்பை தெளிவாகச் சொல்கிறது என்று கூறப்படுகிறது.

வீர நாராயணபுரம் (உடையார்குடி) கல்வெட்டு கூறும் செய்தி :

1. ஸ்வஸ்திஸ்ரீ கோராச கேசரி வர்மர்க்குயாண்டு 2வது வடகரை ப்ரமதேயம் ஸ்ரீவீரநாராயணச் சதுர்வேதி மங்கலத்துப் பெருங்குறி பெருமக்களுக்கு சக்ரவர்த்தி ஸ்ரீமுகம் பாண்டியனைத் தலை கொண்ட கரிகால சோழனைக் கொன்று த்ரோஹிகளான சோம(ன்) இவன்றம்பி.

2. ரவிதாசனான பஞ்சவன் ப்ரஹமாதிராசனும் இவன்றம்பி பிரமேச்வரனான இருமுடி சோழ ப்ரஹ்மாதிராசனும் இவர்கள் உடன்பிறந்த மலையானூரானும் இவர்கள் தம்பிமாரும் இவர்கள் மக்கிளதும் இவர் ப்ராஹ்மணிம(ார்) பேராலும் (இவர்கள்) றம்த்தம்

3. பேரப்பன் மாரிதும் இவன் மக்களிதும் இவகளுக்கு பிள்ளை கொடுத்த மாமன்மாரிதும் தாயோடப் பிறந்த மாமன் மாரிதும் இவகள் உடன்பிறந்த பெண்களை வேட்டாரினவும் இவகள் மக்களை வேட்டாரினவும் ஆக இவ்வனைவர் (முறி)யும் நம்மானைக்குரியவாறு கொ

4. ட்டையூர் ப்ரஹ்ம ஸ்ரீராசனும் புள்ள மங்கலத்து சந்தரசேகர பட்டனையும் பெரத்தந்தோம் தாங்களும் இவகள் சொன்னவாறு நம்மானைக்குரியவாறு குடியொடு குடிபேறும் விலைக்கு விற்றுத் தாலத்திடுக இவை குறு(காடி) கிழான் எழுந்தென்று இப்பரிசு வர....

இவ்வாறு ஆதித்த கரிகாலன் கொலையாளிகள் யார் என்பதை தெளிவுபடுத்துகிறது இக்கல்வெட்டு. இந்தக் கொலையாளிகளின் பெயர்கள் பிராமணர்களைச் சுட்டுகின்றன.

கண்டராதித்த சோழனின் மகனும் சுந்தரச் சோழனின் ஒன்றுவிட்ட சகோதரனுமான உத்தம சோழன் தான் இவ்வந்தணர்களை ஏவி ஆதித்த கரிகால சோழனைக் கொன்றிருக்கலாம் என்று கூறப்படுகிறது.

ஆதித்த கரிகாலன் விசர் பாண்டியனை வென்று இவனது தலையைக் கொண்டதால் பாண்டியனின் சந்ததியார் இவ்வந்தணர்களின் ஒருவரான பஞ்சவன் பிரமாதிராசன் மூலம் ஆதித்த கரிகாலனைத் தீர்த்துக் கட்டி யிருக்கிறார்கள் எனும் பார்வையும் உள்ளது.

இரவிதாசன் என்பது சூரிய குல அடியானாகிய வென்று பொருள் கொள்ளலாம். எனவே இப்பெயர் சோழ வேந்தனால் சூட்டப்பட்டதாக கருதுகிறார் மற்றும் ஒரு ஆய்வாளர்.

உத்தம சோழனின் தந்தை கண்டராதித்தன் கொலை செய்யப்பட்ட காந்தளூர் பிராமணர்களாக இருக்க வேண்டும் என்றும் அதற்குக் காரணம் பரசுராமன் காலத்தில் இருந்து வைணவ பரசுராமன் பிராமணர்களுக்கும் சூரிய குலத்திற்கும் பகை இருந்த செய்தியும் மறுப்பதற்கில்லை.

சுந்தரச் சோழன் ஆட்சியின் ஐந்தாம் ஆண்டில் உத்தமச் சோழன் கலகம் செய்வதற்கு காரணம் வைணவ பிராமணர்களின் ஆதரவாக இருக்கலாம் எனக் கருதினாலும் பிற்காலத்தில் உத்தமச் சோழன் தனது தந்தை கண்டராதித்தன் இறப்பிற்கு பரசுராமன் வழியினர் காரணம் என்பதை அறிந்து வைணவ பிராமணர்களின் சூழ்ச்சிக்கு உட்படாமல் இருந்திருக்க வேண்டும்.

இந்த நிலையில் சுந்தரச் சோழனின் ஆட்சிக் காலத்தின் இறுதியில் தான் இக்கொலையாளிகள் தெரிய வந்திருக்கலாம். இதனால் சுந்தரச் சோழன் அதற்கு எதிராகப் போர் புரிய தயாராகி இருக்கலாம்.

இதனையறிந்த பரசுராமன் வழிவந்த பிராமணர்கள் ஆதித்த கரிகாலனை கொலை செய்து இருக்கலாம். உத்தம சோழன் இந்தப் போரை செய்யாமல் இருந்தாலும் இராஜ ராஜ சோழன் ஆட்சிக்கு வந்த மூன்றாம் ஆண்டிலேயே முதன்முதலாக இந்தக் காந்தளூர் சாலை மீதுதான் போர் தொடுத்துள்ளான் என்பதும் உறுதி செய்வதாக உள்ளது. வைணவ பிராமணர்களின் நலனுக்காக ஆதித்த கரிகாலன் கொலை செய்யப்பட்டான் என்பது இதனால் விளக்கமாகிறது.

சுந்தர சோழன் தமிழ் பற்றாளன் என்று வீர சோழியம் கூறுகிறது. மேலும் சமண மதத்தையும் ஆதரித்துள்ளான். இதனால் இவன் மீதும் வைணவ பிராமணர்களுக்கு வெறுப்பு இருந்திருக்கலாம்.

இவன் இஸ்லாம் மீது கொண்டிருந்த பற்று கண்டு பிராமணர்கள் வெறுப்பு கொண்டிருக்கலாம். அதனாலும் பரசுராமன் காலத்திலிருந்து வந்த பகை காரணமாகவும் பிராமணர்கள் ஆதித்த கரிகாலனை கொன்றிருக்கலாம்.

திருவாலங்காட்டு செப்பேட்டில் முதலாம் இராஜராஜனுடைய காந்தளூர் வெற்றி பரசுராமனது நாட்டை வென்றது என்று குறிப்பிடப் பட்டுள்ளது. எனவே காந்தளூர் போர் என்பது பரசுராமன் வழிவந்த பிராமணர்களின் மீது தொடுத்த போர் என்பதும் அந்தப் பிராமணர்கள் சோழப் பேரரசர்கள் மீது எப்பொழுதும் பகையாக இருந்தனர் என்பதும் விளங்கும்.

இவர்கள் திருவரங்கம், சிதம்பரம், காந்தளூர் இடங்களிலிருந்து சூழ்ச்சி செய்து பல கலவரங்கள் செய்தனர். அதன் அடிப்படையில் கண்டராதித்தன் மற்றும் ஆதித்த கரிகாலச் சோழன் கொலைக்கு காரணமாக இருந்த காந்தளூர் பிராமணர்கள் மீது இராஜராஜ சோழன் முதன் முதலாகப் போர் தொடுத்தான்.

இராஜ ராஜ சோழன் மகன் இராஜேந்திர சோழன் தனது ஆட்சியின் ஐந்தாம் ஆண்டில் கி.பி.1019ல் பரசுராமரால் சாந்திமத் தீவில் வைக்கப்பட்டிருந்த செம்பொன் முடியையும் கவர்ந்து கொண்டான் எனக் கல்வெட்டுகள் கூறுகின்றன.

ஆதித்த கரிகாலன் கொலை செய்யப்பட்ட இரண்டு மாதங்களுக்குப் பிறகு காஞ்சிபுரத்தில் இருந்த ஆதித்த கரிகாலன் கட்டிய பொன்

மாளிகையில் இருந்தபோது சுந்தரச் சோழன் இறந்தான்.

சுந்தரச் சோழனுக்குப் பிறகு இராஜ ராஜ சோழன் அரியணை ஏறாமல் உத்தமச்சோழன் அரியணை ஏறியுள்ளதைக் காணும் போது சுந்தரச் சோழனே விரும்பி காஞ்சியில் உள்ள அரண்மனையில் தங்கியிருந்து இறந்துள்ளான் என்று அறிகிறோம்.

இவன் இறந்ததற்கு காரணம் வைணவ மதத்திற்கும் பாசுபத மதத்திற்கும் இடையே ஏற்பட்ட கலவரங்களே காரணம்.

சுந்தரச் சோழனின் இறப்பு குறித்தும் அவன் பொன் மாளிகையில் துஞ்சியது குறித்தும் அக்கறை கொள்ளாமல், சுந்தரச் சோழனின் இறப்பைப் பெருமைப்படுத்தும் விதமாகவும், உண்மையை மறைக்கும் நோக்கிலும் மேம்போக்காகவே பல வரலாற்று ஆய்வாளர்களும், பொன்மாளிகையில் துஞ்சினான் என்பதாக மேலோட்டமாக பதிவு செய்துள்ளனர்.

சோழப் பேரரசன் மன்னனாக கோலோச்சிய தந்தை சுந்தரச் சோழனும், தாயார் வானமாதேவியும் காஞ்சி அரண்மனையில் சிறையில் வைக்கப்பட்டதொரு போன்ற சூழ்நிலையில் கொடும் துன்பங்களை சந்தித்தனர்.

சுந்தரச் சோழனின் இறப்பையடுத்து இராஜராஜனின் தாயாரும் சுந்தரசோழனின் மனைவியுமான வானமாதேவி உடன்கட்டை ஏறிய செய்தி திருவாலங்காட்டு செப்பேட்டில் குறிக்கப்பட்டுள்ளது.

வைணவ மதக்கோட்பாட்டின்படி வானவன்மாதேவியார் ஆன்மா இறைவனை சுந்தரச சோழனின் ஆன்மாவோடு சென்றடைய முயன்றுள்ளார்.

வைணவ பிராமணர்களின் கலவரங்களையும் பெண்களின் இழிநிலை களையும் ஏற்றுக் கொள்ளாத நிலையில், வைணவக் கோட்பாட்டின்படி தனித்து இருக்க முடியாத நிலையில் செம்பியன்மாதேவி போன்று தேவதாசிகளோடு கோயில் வாழ்க்கை வாழ விரும்பாத நிலையில் தீயில் புகுந்து இறந்தாள் அல்லது நிர்ப்பந்திக்கப்பட்டாள் என்று கருதலாம்.

உத்தமச் சோழன் அரியணை ஏறிய நிலையில் சுந்தரச் சோழனை வடபகுதியில் தங்கி, நாட்டின் விவகாரங்களை கவனிக்க சுதந்திரமாக

அனுமதித்திருப்பான் என்று நம்புவதே கடினமாகும். தனது ஆட்சிக்காக சோழர் குலத்தில் யாரும் செய்யத் துணியாத செயலினைச் செய்த உத்தமச் சோழன் அரியணை ஏறிய பிறகு சுந்தரச் சோழனைத் தன்னோடு இணைந்து ஆட்சி செய்ய அனுமதித்திருக்க மாட்டான் என்பதே உண்மை யாகும்.

தவிர சுந்தரச் சோழனின் ஆட்சி குறித்த கல்வெட்டுக்கள் பிற சான்றாவணங்கள் கி.பி.970க்குப் பிறகு சோழர் ஆட்சிப் பகுதியில் கிடைக்காத நிலை உள்ளதிலிருந்தும் இதனை விளங்கிக் கொள்ளலாம்.

சுந்தரச் சோழன் வைணவ பிராமணர்களை அடக்கும் முயற்சியி லேயே காஞ்சியில் தங்கியிருந்தான் என்பதே சரியான செய்தியாகும்.

மேலும் இராஜராஜ சோழன், சுந்தரச் சோழன் கல்வெட்டுகள் யாவும் சேதப்படுத்தப்பட்ட நிலையில் கி.பி.970ல் இறந்த சுந்தரச் சோழன் பற்றி 970க்கு பிறகு கல்வெட்டு ஏற்படவில்லை.

சோழப் பேரரசை வைதீக மதத்தின் ஆளுகையின் கீழ் கொண்டு வரவும், பிற சமயங்களை வேரறுக்கவும் முனைந்த பிராமணர்களுக்கு திறமையற்றவனும் பேராசை கொண்டவனுமான உத்தமச் சோழன் போன்ற ஒரு மன்னனின் தேவையை உணர்ந்தே உத்தம சோழனை அவர்கள் அரியணையில் அமரச் செய்ய முனைந்திருக்கின்றனர்.

உத்தமச் சோழன் தனது ஆட்சியில் இந்த பொன்மாளிகையின் உண்ணாழியில் (உள்மண்படம்) இருந்து தானம் வழங்கியதை கல்வெட்டு தெரிவிக்கிறது.

தமிழையும் தமிழக மக்களையும் முன்னிறுத்தி போரிட்ட படைக்கு எதிராக வைணவ மதத்தினர் உத்தம சோழன் ஆதரவைப் பெறும் நிலையில் அவனை அரசனாக ஆக்க முயன்று இருக்கக் கூடும். கி.பி. 963ல் ஏற்பட்ட கலவரத்தில் வைணவ பிராமணர்கள் காரணமாக இருந்திருக்க வேண்டும்.

ஆனால் தனது தந்தை கண்டராதித்தன் சுந்தரச் சோழன் மகன் ஆதித்த கரிகாலச் சோழன் இறப்பிற்கு வைணவ பிராமணர்கள் காரணம் என்று அறிந்த நிலையில் இவர்களின் ஆதரவில் ஆட்சியை உத்தமச் சோழன் அடைந்தான் என்பதை முழுமையாக ஏற்றுக் கொள்ள முடியாது என்பது சில வரலாற்றாய்வாளர்களின் குரலாக உள்ளது.

அதே பிராமணர்களுக்கு எதிராக பாசுபத பிராமணர்கள் ஆரிய மொழி ஆதிக்கத்தோடும் வைதீக ஆதரவோடும் உத்தமச் சோழனுக்கு ஆதரவு அளித்திருக்க வேண்டும். இதனால் இவன் வைணவ பிராமணர்களின் போராட்டத்தை அடக்கி அரசாட்சி செய்வதிலேயே தனது காலத்தை அழித்தவனாக இருக்கிறான்.

வைணவ பிராமணர்கள் இன்றைய காட்டுமன்னார் கோயிலில் சைவ பிராமணர்களை விட அதிகமாக இருப்பதே இதற்குச் சான்று ஆகும். இவ்வூரில் சைவ பிராமணர்கள் ஐந்து குடும்பத்திற்குள் இருக்கும் நிலையில் வைணவ பிராமணர்கள் ஐந்து குடும்பத்திற்குள் இருக்கும் நிலையில் வைணவ பிராமணர்கள் நூற்றிற்கும் அதிகமான குடும்பங்கள் இருப்பதை காண்கிறோம்.

வைணவ பிராமணர்கள் திட்டமிட்டு ஆதித்த கரிகாலனைக் கொன்று தமிழக நிலங்களைக் கொள்ளை கொண்டனர். எனவே தான் ஆதித்த கரிகாலனை கொன்றவர்களைத் தண்டிக்க முடியாமல் வைணவ பிராமணர்களின் ஆதிக்கம் தடை கல்லாக இருந்தது.

இதனால்தான் ஆதித்த கரிகாலச் சோழனைக் கொன்றவர்கள் யார் என்பது குறித்தும், கொன்றவர்களைத் தண்டிப்பது குறித்தும் உத்தம சோழன் ஆட்சிபுரிந்த 15 ஆண்டுகளில் (கி.பி.970-985) நடவடிக்கை எதுவும் எடுக்கப்படவில்லை.

சுந்தரச் சோழனும் வானமாதேவியும் மறைந்ததும் சுந்தரச் சோழனின் அண்ணன் மகன் உத்தமச் சோழன் அரசுக் கட்டிலில் அமர்ந்தான். அண்ணன் ஆதித்த கரிகாலன் கொல்லப்பட்டதற்கான சதியின் மர்மம் புலப்படாமல் போகவே திருச்சியில் இஸ்லாம் மதத்தினரிடம் அடைக்கலம் பெற்று தலைமறைவாகத் தங்கி விட்டனர் இராஜ ராஜ சோழனும், தமக்கை குந்தவை நாச்சியாரும்.

வைதீக வைணவ மதத்தினரின் சதியில் இருந்து தப்பிக்க நாட்டு மக்களின் ஆதரவு போதிய அளவு இல்லாமல் இருந்ததால் இஸ்லாம் மதத்தினர்களின் ஆதரவைப் பெற்றான் இராஜராஜ சோழன் என்ற கருத்தும் உள்ளது.

வைணவ மதத்தின் கலவர ஆதிக்கத்திலிருந்து விலகி இஸ்லாம் மதத்தின் ஆதரவுடன் இருந்ததை தலைமறைவாக இருந்தனர் என்று கூறுகிறார்கள்.

குந்தவை நாச்சியார் தன்னை தற்காத்துக் கொண்டு சிறுவனாக இருந்த இராஜ ராஜனையும் பாதுகாத்து வருவதற்கு முயன்ற போராட்டங்களில் சோழக் குடிமக்களும், சோழப் பேரரசில் வைதீக மதத்திற்கு எதிரான பிற சமய மக்களும் உதவியுள்ளனர்.

சோழ நாட்டின் மலையனூர் பகுதியில் இருந்ததும் இன்றைய நாமக்கல் மாவட்டத்தின் மலைப்பகுதியாக இருந்து வரும் கொல்லி மலையில் உத்தமச் சோழனால் கட்டப்பட்ட கோயில் அறப்பலீஸ்வரர் கோயில் என்று இக்கோயில்கள் உள்ள கல்வெட்டுகள் குறிப்பிடுகின்றன.

ஆதித்த கரிகாலனைக் கொன்றதால் ஏற்பட்ட பிரம்மசத்தி தோசத்தி லிருந்து விடுபடவும் ஆதித்த கரிகாலச் சோழனைக் கொன்றதற்குப் பிராயச்சித்தம் செய்ய வேண்டியும், இக்கோயிலை பிராமணர்களின் ஆலோசனையின் பேரில் உத்தம சோழன் கட்டினான் என்பது விளங்கு கிறது.

இந்து அறத்தைக் காப்பாற்றும் பொருட்டு ஆதித்த கரிகாலன் சோழனின் படுகொலையைப் பிராமணர்கள் முன்னின்று செய்துள்ளபடி யால், இக்கோயிலுக்கு அறபலி ஈஸ்வரம் எனப் பெயரிட்டும் இங்குள்ள இறைவிக்கு அறம் வளர்த்த நாயகி என்றும் பெயரிட்டு விளங்குகிறது.

ஆட்சிப் பொறுப்பேற்ற பின்பு இராஜராஜ சோழன் தனது அண்ணன் ஆதித்த கரிகாற்சோழனைக் கொன்ற அந்தணர்களைக் கண்டு தண்டித் துள்ளான்.

ஆதித்த கரிகாலனைக் கொன்றவர்களது நிலங்களும் உடைமைகளும் பறிமுதல் செய்யப்பட்டு, ஏலத்திற்கு விட்டுப் பணத்தை கோயில் பண்டாரத்தில் சேர்க்க வேண்டும் என்ற இராஜராஜனின் ஆணைப்படி வீரநாராயண சதுர்வேதி மங்கல சபையின் நடவடிக்கை மேற்கொண்டு குற்றவாளிகளோடு சேர்த்து அவர்களது உறவினர்களையும் சோழ நாட்டை விட்டு வெளியேற்றியதாக காட்டுமன்னார்குடி (உடையார்குடி) கல்வெட்டு குறிப்பிடுகிறது.

*

15. இராஜேந்திரச் சோழன் வழிபாடு செய்த சமாதி

இந்திய வரலாற்றில் பெருமைக்குரிய சோழ மாமன்னர் பரம்பரையில் பொற்கால ஆட்சியைத் தந்தவர் இராஜராஜ சோழன் ஆவார்.

கி.பி.985ல் முடி சூடி கி.பி.1014 வரை நல்லாட்சி தந்த நாயகர், இன்றும் உலகமே வியக்கும் தஞ்சை பெரிய கோயில் என்று அழைக்கப்படும் பெருவுடையார் சிவன் கோவிலை கட்டி வரலாற்றில் இடம் பெற்றுள்ளார்.

புகழ்மிக்க இராஜராஜ சோழன் 17 ஜனவரி 1014ல் தனது ஆட்சி ஆண்டு 29ல் மார்கழி பூர்வபட்சத்தில் சதுர்த்தசி திதியில் இயற்கை எய்தினார்.

இவரின் முதல் திவசத்தை ஜனவரி 6, 1015ல் பிண்டமளித்து, பின் எட்டு பொற்பூக்களை கேந்திர பாலதேவருக்கு திருவடி சாத்தி முதலாம் ராஜேந்திரன் வழிபாடு செய்த இடம் திருவலஞ்சுழி அருகில் உள்ளது. இதற்குரிய கல்வெட்டும் அங்குள்ளது. இராஜராஜ சோழன் திருவுருவமும், கோப்பெருந்தேவியின் திருவுருவமும் சிலை வடிவில் திருவிசலூர் கோயிலில் இருக்கின்றன.

கும்பகோணத்துக்கு 6 கி.மீட்டர் தொலைவிலுள்ள உடையலூரில் ராஜராஜ சோழன் இறந்தார். அங்கே இம்மன்னரைப் புதைத்த இடத்தில்

ஒரு பள்ளிப் படைக்கோயில் கட்டப்பட்டது.

ஒட்டன்தோப்பு கிராமத்தில் வயற்புரத்தில் ஒரு மூலையில் உள்ள மணல்மேடுதான் பள்ளிப் படையின் மிச்சம். அங்கே கோணலாகப் புதையுண்டிருக்கும் சோழர் காலத்திய சிவலிங்கத்தையும் காணலாம்.

இப்பெரு மன்னன் சமாதி, குடந்தை அருகே பட்டீஸ்வரம் அருகிலுள்ள உடையாளூர் கிராமத்தில் புதைந்திருப்பதை வரலாற்று ஆய்வாளர்கள் உறுதி செய்துள்ளனர்.

இராஜராஜ சோழன் பெரிய கோவிலை கட்டி முடித்ததும், சிவபாத சேகரன் என்ற பட்டத்தையும் பெற்றான். ஆகவே சிவபாதசேகரன் அதாவது இராஜராஜ சோழன் தன் இறுதிக் காலத்தில் அமரரான இடம் இது என்பதைக் குறிக்கும் வகையில் இந்த ஊருக்கு 'சிவபாதசேகர மங்கலம்' என்ற பெயர் இருந்திருக்கிறது.

மாமன்னர் இராஜ ராஜ சோழனின் உடல் உடையாளூரில் தான் அடக்கம் செய்யப்பட்டுள்ளது என்பதற்கு மற்றொரு ஆதாரம் இங்குள்ள 'பால்குளத்தி அம்மன்' கோயிலின் முன்புறம் உள்ள கல்தூணில் பொறிக்கப்பட்டுள்ள கல்வெட்டுக்கள். இக்கல்வெட்டில் சிவபாத சேகர மங்கலத்தில் (இன்றைய உடையாளூர்) சிவபாதசேகர தேவர் (இராஜராஜ சோழன்) திருமாளிகை இருந்ததாகவும் குறிப்பிடப்பட்டுள்ளது.

இதைத் தவிர 1927-28ல் அரசாங்கம் வெளியிட்ட கல்வெட்டு ஆய்வறிக்கையில் இந்த இடத்தை 'சமாதி கோயில்' அல்லது பள்ளிப்படை என்று குறிப்பிடப்பட்டுள்ளது. இந்த இடத்தின் வரலாற்றுச் சிறப்பை மேலும் உறுதிப்படுத்துகிறது.

உடையாளூர் செல்வ காளியம்மன் அருகே உள்ள வாழைத்தோப்பில் தான சிறப்பு பெற்ற மாமன்னன் இராஜராஜ சோழனின் சமாதி புதைந்துள்ளது என்று ஆய்வாளர்கள் தெரிவித்துள்ளனர். சமாதியின் மேற்புற முள்ள பெரிய லிங்கமும் இந்த இடத்தில் புதைந்துள்ளது.

*

16. இராஜேந்திர சோழனுக்கு முந்தைய மன்னர்கள்

பண்டைத் தமிழகத்தில் மூவேந்தர்களுள் ஒருவராகப் பெரும் புகழுடன் விளங்கிய சோழ மன்னர்கள் நிலை தாழ்ந்து சிற்றரசர்களாக நீண்டகாலம் இருந்தனர்.

இந்த நிலையைப் போக்கி சோழர்களின் பெருமையை மீண்டும் தமிழகத்தில் நிலை நிறுத்தியவர் கோப்பரகேசரி வர்மன் குவாவன் சாத்தன் மகன் விக்ரம பூபதி என்னும் விஜயாலய சோழன் ஆவார்.

கி.பி.850ல் சோழனின் மகனான விஜயாலய சோழன் உறையூரில் சிற்றரசராக பதவியேற்றார். இவரே பிற்கால சோழப் பேரரசிற்கான வலிமையான அடித்தளத்தை இட்டவர்.

கி.பி.880ல் நடந்த திருப்புறம்பியப் போரில் அக்காலத்தில் வலிமை பெற்றிருந் பாண்டியர்களுக்குள் இருந்த உட்பகையைப் பயன்படுத்தி முத்தரையர்களின் கீழிருந்த தஞ்சாவூரைத் தாக்கி, பல்லவ பேரரசிற்கு சார்பாக போரிட்டு தஞ்சையை கைப்பற்றினார். இதற்கு பின்னர் 250 வருடங்கள் தஞ்சாவூர் சோழர்களின் தலைநகராக விளங்கியது.

தென்னிந்திய வரலாற்றில் ஒரு திருப்புமுனையாக இருந்த இந்த திருப்புறம்பயம் போர் இக்காலத்தில் சிறப்புப் பெற்றிருந்த பல்லவர்

களுக்கும், பாண்டியர்களுக்கும் இடையில் நடைபெற்றது.

இதே காலத்தில் முத்தரையர் என்னும் குறுநில மன்னர்கள் தஞ்சை மாவட்டத்தில் செழிப்பான பல ஆற்றோரப் பகுதிகளைத் தம் வசப்படுத்தினர். இவர்களே செந்தலை அல்லது நியமம் என்ற ஊரைத் தம் தலைநகராகக் கொண்டு தஞ்சையை ஆண்டு வந்தனர் என்று செந்தலைக் கல்வெட்டுகள் கூறுகின்றன.

இவர்களும் சோழர்களைப் போலவே தம் சுதந்திர ஆட்சியை நிலை நாட்ட முடியாமல் பாண்டியர்களுடனோ பல்லவர்களுடனோ நட்பு கொள்ள வேண்டியிருந்தது.

தங்கள் முன்னேற்றத்தை மட்டும் நோக்கமாகக் கொண்டு அவ்வப் போது தங்கள் ஆதரவை முத்தரையர் மாற்றிக் கொண்டனர் என்பதை இவர்களது கல்வெட்டுக்களும் விருதுகளுமே விளக்குகின்றன.

வரகுண பாண்டிய மன்னன் காலத்தில் தாமாகவோ அல்லது வரகுணனின் முயற்சியாலோ இவர்கள் தம் முழு ஆதரவையும் பாண்டியர் களுக்கு அளித்தனர். இதன் விளைவாக பல்லவர்களின் உரிமைகளைக் காக்கும் பொருட்டு செயல்பட்ட விஜயாலயனிடம் தஞ்சையை இழக்கலாயினர்.

தம் அதிகாரத்துக்குட்பட்ட சோழ மன்னனை இச்செயலில் இறக்கியது. விஜயாலயனும் இவ்வெற்றியே இந்திய வரலாற்றில் காணப் படும் ஒரு பேரரசை நிறுவுவதற்கான மிகச் சிறப்பான தொடக்கமாக அமைந்தது.

விஜயாலயனுடைய வெற்றி பாண்டிய மன்னன் வரகுண வர்மனின் நண்பர்களான முத்தரையரின் பலவீனத்தையே காட்டியதால் சம நிலையை மீண்டும் நிலைநாட்டும் பொருட்டு, பாண்டியர்கள் சோழ நாட்டின் மீது படையெடுத்து வடகரையிலுள்ள இடவை என்னு மிடத்தை அடைந்தனர்.

இந்த நிகழ்ச்சிக்கு சற்று முன்பே நிருபதுங்க வர்மனுக்கு அடுத்த மன்னனான அபராஜிதன் கங்க மன்னன் முதலாம் பிருதிவிபதி உள்ளிட்டு தன் நண்பர்களைக் கூட்டி பாண்டியர்களை முறியடிக்க வேண்டிய பெரும் முயற்சியை மேற்கொண்டான்.

திருப்புறம்பயத்தில் நடந்த பெரும் போரில் விஜயாலயனை அடுத்து ஆட்சிக்கு வந்த ஆதித்த சோழனும் அபராஜித மன்னனுடன் இருந்து போரிட்டான்.

பல்லவர்க்கும் கங்க மன்னர்களுக்கும் இடையில் தொன்றுதொட்டு நட்பு ஏற்பட்டிருந்தாலும் இப்போரில் கங்க மன்னன் உயிர் நீத்ததால் போரில் கிடைத்த வருவாயின் பெரும் பங்கை ஆதித்தனே பெற்றான். ஆதித்தன் போரில் தனக்கு உதவியதற்கான நன்றிப் பெருக்கால், முத்தரையரிடமிருந்து முன்னால் ஆதித்தன் தந்தை விஜயாலயனால் எடுத்துக் கொள்ளப்பட்ட பகுதிகளையும் அபராஜித்தன், ஆதித்தனுக்கு அளித்தான்.

திருப்புறம்பயம் போரில் ஆதித்தன் பெரும்பங்கை ஏற்காவிடினும், தனக்கு அனுகூலமாக அமைந்த சூழ்நிலையை அறிந்து தன் உயர்வுக்காக தன் பலத்தை விரைவிலேயே பயன்படுத்த தொடங்கினான்.

முதலாம் பிருதிவிபதியின் கடைசி ஆண்டு 879 என்று கூறப்படுகிறது. எனவே இதே ஆண்டில்தான் இவர் மரணமடைந்திருக்க வேண்டிய நிர்பந்தமும் திருப்புறம்பயம் போரும் நடைபெற்றிருக்க வேண்டுமென அனுமானிக்கப்படுகிறது.

இதிலிருந்து முதலாம் ஆதித்தன் 870லிருந்து 907 வரை ஏறத்தாழ 36 ஆண்டுகள் ஆட்சி செய்தான் என அறிய முடிகிறது. கி.பி.850ல் துவங்கிய விஜயாலய சோழனின் ஆட்சி கி.பி.870ஆம் ஆண்டு அளவில் முடிவுற்றது. ஆனால் தொடர்ந்து 400 ஆண்டுகளுக்கு மேல் நடைபெற்ற பிற்கால சோழர்களின் பொற்கால ஆட்சியை தொடக்கி வைத்த சிறப்பு இவனுக் குரியது.

கோப்பரகேசரி விஜயாலய சோழனின் மகன்தான் ஆதித்த சோழன் (871-907) இவனும் தன் தந்தையுடன் திருப்புறம்பயப் போரில் பங்கு பெற்றுள்ளான்.

மேலும் பல்லவ மன்னன் அபராசிதவர்மனைக் கொன்று தொண்டை நாட்டை கைப்பற்றினான். இவன் காலத்தில் சோழ அரசு சிற்றரசு நிலையில் இருந்து விடுபட எத்தனித்தது.

மேற்கே சகயாத்திரி மலை முதல் கிழக்கே கீழ்க்கடல் வரை காவிரியின் இரு கரைகளிலும் எண்ணற்ற சிவாலயங்களை கட்டுவித்தான் ஆதித்த

சோழன் என்று சுந்தர சோழன் காலத்து அன்பில் செப்பேடுகள் கூறுகின்றன.

ஆதித்தன் காலத்தில் மண்டளிகள் பல கற்றளிகளாக மாற்றியமைக்கப் பட்டன என்றும் இவன் காலத்தில் சுமார் 50 கோயில்கள் வரை கட்டப் பட்டிருக்க வேண்டும் என்றும் கருதப்படுகின்றது.

பலம்மிக்க பல்லவ மன்னன் அபராசித வர்மனை தோற்கடித்து அவனது ஆட்சியைக் கைப்பற்றினான் என்று திருவாலங்காட்டுப் பட்டயங்கள் கூறுகின்றன.

கோதண்டராமன் என்னும் சிறப்புப் பெயரை இவனுக்கு இடுவ தோடு, ஒரு உயர்ந்த யானையின் மீது அமர்ந்திருந்த பல்லவ மன்னன் மீது பாய்ந்து அவனைக் கொன்றான் என்றும் கன்னியாகுமரி கல்வெட்டு கூறுகிறது.

தில்லைத்தானம் என்னுமிடத்திலுள்ள ஒரு கல்வெட்டு இராஜகேசரி தன் இராச்சியத்தை தொண்டை நாடு வரை பரவச் செய்தான் எனத் தெளிவாகக் கூறுகிறது.

இதிலிருந்து ஆதித்தன் தொண்டை மண்டலத்தைக் கைப்பற்றி அதன் மூலம் பல்லவர்களின் ஆட்சியை ஒரு முடிவிற்கு கொண்டு வந்ததோடு சோழ இராச்சியத்தை இராஷ்டிர கூடர்களின் எல்லைவரை பரப்பினான் என்றே கூற வேண்டும். இதை வைத்து இவன் 890ல் தான் பல்லவர் களைத் தோல்வியுறச் செய்து அந்நாட்டை கைப்பற்றியிருத்தல் வேண்டும்.

புதிதாகக் கைப்பற்றப்பட்ட தொண்டை மண்டலப் பகுதியில் அமைதியை ஏற்படுத்த சில ஆண்டுகள் தேவைப்பட்டதோடு பல புதிய படையெடுப்புகளுக்கும் காரணமாயிற்று.

இவ்வெற்றிகளில் கங்க மன்னன் உதவியிருக்கக் கூடும் என்றும் தெரிகிறது. இது எவ்வாறு இருப்பினும் விரைவிலேயே கங்கர் மன்னன் ஆதித்தன் தலைமையை ஏற்றான்.

தஞ்சாவூர் பட்டணத்தில் முடிசூட்டிக் கொண்ட பின் ஆதித்தன் கொங்கு தேசத்திற்கு வந்து இந்நாட்டை வெற்றி கொண்டு தன்னாட்டு டன் சேர்ந்து ஆட்சி செய்தான் என்று கொங்கு தேச அரசர்கள் என்னும்

குறிப்பேடு கூறுகிறது.

இவன் காலத்தில் வாழ்ந்த சேர மன்னன் தாணுரவி என்பவனுடன் ஆதித்தன் நெருங்கிய உறவு கொண்டிருந்தான் என்று தில்லைத் தானத்தி லுள்ள ஆண்டு குறிப்பிடாத ஒரு கல்வெட்டு கூறுகிது.

சோழர் நாட்டின் படையெடுப்பின்போது பாண்டிய மன்னர் இரண்டாம் வரகுண வர்மன் பல்லவ மன்னர் மூன்றாம் நந்திவர்மனின் மூத்த மகனான நிருபதுங்கனிடம் நட்புடன் இருந்தார்.

கி.பி.869ல் நந்திவர்மன் இறந்தபோது நிருபதுங்கனுக்கும் அவரது சகோதரன் அபராசித வர்ம பல்லவனுக்கும் இடையே வேறுபாடுகள் எழுந்தன.

அநேகமாக இராச்சியத்தை தனது சொந்த உரிமையில் ஆட்சி செய்ய வேண்டும் என்ற லட்சத்தின் காரணமாக இருக்கலாம். இரு தரப்பினரும் தங்களுக்கு உதவ நட்பு நாடுகளைத் தேடினர்.

அபராசித வர்மன் மேலைக் கங்க மன்னர் முதலாம் பிருதிவிபதி மற்றும் முதலாம் ஆதித்த சோழன் ஆகியோருடன் கூட்டணி வைத்திருந் தான். நிருபதுங்கன் வரகுண பாண்டியனிடம் நட்பு கொண்டிருந்தான்.

சில விளக்கங்களின்படி அபராசித வர்மன் நிருபதுங்க வர்மனின் மகன் என்றும் அவரது தாயார் கங்க மன்னரின் மகள் பிருத்திவி மாணிக்கம் என்றும் குறிப்பிடப்பட்டுள்ளது.

ஆகவே முதலாம் பிருதிவிபதி நிர்பதுங்காவுக்கு எதிராக போரில் இறங்கினான் என்பது முற்றிலும் ஏற்றுக் கொள்ள முடியாதது.

கி.பி. 885ல் இரு நாட்டுப் படைகளும் கும்பகோணத்திற்கு அருகி லுள்ள திருப்புறம்பியத்தில் சந்தித்தன.

பாண்டியர்கள் மற்றும் நிருபதுங்க பல்லவனின் படைகள் அபராசித பல்லவன் மற்றும் முதலாம் ஆதித்த சோழரால் விரட்டடப்பட்டன.

ஆனால் சில கல்வெட்டுகள் போரின் போது நிர்பதுங்கன் உயிருடன் இல்லை என்பதை தெளிவுபடுத்துகின்றன.

பல்லவர்களுக்கும் பாண்டியர்களுக்கும் இடையிலான போர் என்பது தங்கள் ஆதிக்கத்தை நிறுவது என்பதேயாகும்.

திருப்புறம்பயம் போரில் வெற்றி பெற்றவர் அபராசிதன் என்றாலும் உண்மையான லாபங்கள் முதலாம் ஆதித்த சோழருக்கு சென்றன.

இந்தப் போர் தெற்கில் பாண்டியர்களின் சக்தியின் முடிவை உறுதி செய்தது. பாண்டியன் வரகுண வர்மன் தனது அரியணையைத் துறந்து துறவற வாழ்க்கையைப் பின்பற்றினார்.

நன்றியுள்ள அபராஜிதன், விஜயாலய சோழன் வென்ற பிற தேசங்களை வைத்திருக்க ஆதித்த சோழனை அனுமதித்தது மட்டுமல்லாமல் தோற்கடிக்கப்பட்ட பாண்டியர்களிடமிருந்து புதிய பிரதேசங்களையும் சேர்க்க அனுமதித்தார்.

அவரது ஆட்சியின் 32வது ஆண்டு 903ஆம் ஆண்டில் முதலாம் ஆதித்த சோழர், பல்லவ மன்னர் அபராஜிதன் மீது திட்டமிட்டு தாக்குதலை நடத்தினார்.

பின்னர் நடந்த போரில் ஆதித்த சோழன் ஒரு யானை மீது ஏறி அவரைக் கொன்றார். இது தொண்டை மண்டலத்தில் பல்லவ ஆட்சியின் முடிவை ஏற்படுத்தியது மற்றும் பல்லவ இராச்சியம் முழுவதும் சோழ பிரதேசமாக மாறியது.

இது தென்னிந்திய வரலாற்றில் ஒரு காலத்தில் பெரிய பல்லவ சாம்ராஜ்யத்தின் பயனுள்ள முடிவைக் குறித்தது.

இந்த வெற்றியின் மூலம் முதலாம் ஆதித்த சோழனுக்கு 'தொண்டை நாடு பாவின இராஜகேசரி வர்மன்' எனப் பெயர் பெற்றான்.

முதலாம் ஆதித்த சோழன் ஆட்சியில் சேரர்களுக்கிடையே உறவுகள் இருந்ததாக தெரிகிறது. சமகாலத்தி சேர அரசன் தாணுரவி ஆதித்த சோழனிடமிருந்து அரச மரியாதைகளைப் பெற்றதாக கல்வெட்டுகளில் குறிப்பிடப்பட்டுள்ளது. ஆதித்த சோழனின் மகன், முதலாம் பராந்தகன், தாணுரவியின் மகனை மணந்தார்.

முதலாம் ஆதித்த சோழன் காவிரியின் கரையில் சிவனுக்காக 108 கோயில்களைக் கட்டியதாக அறியப்படுகிறது. கன்னியாகுமரி கல்வெட்டு முதலாம் ஆதித்த சோழன் கோதண்டராமன் என்ற குடும்பப் பெயரால் அறியப்பட்ட தகவலை நமக்கு வழங்குகிறது.

மேலும் ஆதிதீசுவரர் என்றும் அதன் கல்வெட்டுகளில் குறிப்பிடப் பட்டுள்ளது. தொண்டை மன்னனூர் அருகே கோதண்டாமேசுவர் என்ற ஒரு கோவில் உள்ளது.

இது முதலாம் ஆதித்த சோழனால் கட்டப்பட்டதாகத் தெரிகிறது. கி.பி.872-900ஆம் ஆண்டில் திருவண்ணாமலையில் உள்ள அண்ணாமலை யார் கருவறையையும் திருத்தியுள்ளார்.

ஆதி சங்கராச்சாரியாரின் விருப்பமான மாணவரான குமரில பட்டரினங் மாணவர்களாக இருந்த சுரேசுவர மற்றும் பிரபாகரனின் புரவலராகவும் முதலாம் ஆதித்த சோழன் இருந்தார்.

சித்தூர் மாவட்டம் காளத்தியன் அருகேயுள்ள தொண்டை மானோடு என்னுமிடத்தில் ஆதித்தன் இறந்தான். இவனது மகன் பராந்தகன், இறந்த இடத்தில் அவனுக்கு பள்ளிப்படை அமைத்தான். அது தற்காலத்தில் கோதண்ட இராமேசுவரம் என்றும் ஆதிசுதீசுவரம் என்றும் அழைக்கப்படுகிறது. பராந்தகனைத் தவிர ஆதித்தனுக்கு கன்னரதேவர் என்ற மற்றொரு மகனும் இருந்தான்.

●

ஈழத்தையும் மதுரையையும் வென்ற கோப்பரசேகரி வர்மன் முதலாம் பராந்தக சோழன் (907-953) முதலாம் ஆதித்த சோழனின் மகனாவான்.

இவனுடைய இயற்பெயர் வீரநாராயணன். களப்பிரரை முறியடித்து (575) தோற்றுவிக்கப்பட்ட பாண்டிய அரசு இந்த பராந்தக சோழன் காலத்தில் கி.பி.915ல் முறியடிக்கப்பட்டது.

அச்சமயத்தில் பாண்டிய நாட்டை ஆண்டது இரண்டாம் இராஜ சிம்ம பாண்டியன் ஆவான். பல ஆண்டுகள் நடைபெற்ற இப்போரில் இலங்கை மன்னன் ஐந்தாம் காசியப்பன் (913-923) பாண்டியனுக்கு ஆதரவாக போரிட்டான்.

முடிவில் பராந்தகன் மதுரையைக் கைப்பற்றினான். போரின் முடிவில் பாண்டிய மன்னன் இலங்கைக்கு தப்பி ஓடினான்.

பாண்டியனின் அரசைக் கைப்பற்றியதே இவன் காலத்தில் நிகழ்ந்த முக்கிய நிகழ்வாகும். தன் தந்தை கட்டத் தவறிய பல கோயில்களை இவன் முயன்று கட்டினான்.

தஞ்சையையும் உரையூரையும் கொண்ட சிறு பகுதியைச் சோழர்கள், பல்லவர்களின் தலைமையின் கீழ் ஆட்சி செய்து வந்தனர்.

ஆனால் அடுத்து வந்த இருபத்தைந்து ஆண்டுகளுக்குள்ளாகவே சோழர்களின் பலம் பல மடங்கு பெருகிற்று. இந்நிலைக்கு மிக முக்கிய காரணமாயிருந்தவன் ஒப்பற்ற மாவீரனும் ராஜ தந்திரியுமான முதலாம் ஆதித்தனே ஆவான்.

முதலாம் ஆதித்தனுக்குப் பிறகு இவன் மகன் முதலாம் பராந்தகன் என்ற பட்டப் பெயருடன் அரியணையில் அமர்ந்த சிறிது காலத்திலேயே பாண்டிய நாட்டின் மீது படையெடுத்தான்.

தனது மூன்றாம் ஆட்சி ஆண்டிலேயே 'மதுரை கொண்ட' என்ற விருதினைப் பெற்றான். இவன் ஆட்சிக்கு வந்தபொழுது சோழ நாடு வடக்கில் மைசூர் பீடபூமி நீங்கலாக, தெற்கே காவிரி வரையிலான பகுதியும், மேற்கு கடற்கரையோரமாக ஒரு பகுதியும் சென்னை, காளத்தி வரையிலும் பரவியிருந்தது.

கங்க மன்னர்கள் சோழரது அதிகாரத்துக்கு உட்பட்ட நண்பராகவும், சேர மன்னன் நெருங்கிய நண்பராகவும் கருதப்பட்டனர்.

இலங்கையின் வரலாற்றுப் பதிவான மகாவம்சம் கூறும் குறிப்புகளிலிருந்து சோழர் பாண்டியர் போரினை மூன்று கட்டங்களாக அறியலாம்.

முதல் கட்டத்தில் பராந்தகனிடம் பாண்டிய மன்னன் தோல்வியுற்றான். இரண்டாம் கட்டத்தில் பாண்டிய மன்னன் ஈழ மன்னனது உதவியைக் கோரி பெற்று சோழப் படையை தாக்கினான். பாண்டிய ஈழத்துப் படைகள் சோழப் படையிடம் பின் வாங்கின.

ஈழப்படைத் தலைவன் சோழரை வெல்ல மீண்டும் முயன்றது மூன்றாம் கட்டமாகும்.

தான் புதிதாக வெற்றி பெற்ற பகுதிகளில் தன்னுடைய அதிகாரத்தை ஏற்கச் செய்யும் பணி பெரும்பாலும் முடிந்து விட்டது என்று பராந்தகன் எண்ணினான்.

தன் வெற்றியை மதுரையில் கொண்டாடும் பொருட்டு பாண்டிய மன்னனின் முடியையும் மற்ற சின்னங்களையும் தானே அணிந்து கொள்ள எண்ணினான்.

ஆனால் இவையனைத்தும் பாண்டிய மன்னன் இராஜசிம்மனால் ஈழத்து மன்னனிடம் ஒப்படைக்கப்பட்டிருந்தது. எனவே பராந்தகன் நான்காம் உதயன் ஆட்சிக் காலத்தில் (945-953) இவற்றை ஈழ மன்னனிட மிருந்து திரும்பிப் பெறுவதற்கு மேற்கொண்ட முயற்சியில் தோல்வி யடைந்தான்.

இவை பராந்தகனின் ஆட்சிக் காலத்தின் இறுதிக் காலத்து நிகழ்வு களாகும். அழியாத வடுவாக இருந்த தோல்வியின் காயம் பல ஆண்டு களுக்குப் பின் இவனது வலிமைமிக்க வழித் தோன்றலான முதலாம் இராஜேந்திரச் சோழனால் வென்றெடுக்கப்பட்டது. ஈழ மன்னனும் பாண்டியனும் பலி வாங்கப்பட்டனர்.

கேரள மன்னன் கீழப்பழுவூர் தலைவர்களான பழுவேட்டரையர் ஆகியோரைத் தவிர கொடும்பாளூரைச் சேர்ந்த வேளிர் தலைவரும் பாண்டியருக்கான போர்களில் பராந்தகச் சோழனுக்கு உதவி புரிந்தனர்.

கொடும்பாளூர் வம்சத்தைச் சேர்ந்த தென்னவன் இளங்கோவேள் என்பவரின் குடும்பத்தைச் சேர்ந்த பூதி ஆதிக்க பிடாரி என்பவளை பராந்தகனின் மக்களில் ஒருவரான அரிகுல கேசரி முன்பே திருமணம் செய்திருந்தான்.

முதலாம் பராந்தகச் சோழன் 48 ஆண்டுகள் ஆட்சி செய்தான் என்பதை அவனது 48ஆம் ஆட்சி ஆண்டின் கல்வெட்டிலிருந்து அறிய முடிகிறது.

இராஷ்டிர கூட மன்னன் இரண்டாம் கிருஷ்ணன் தன் பேரன் கன்னர தேவனைச் சோழ நாட்டின் அரியணையில் அமரச் செய்த முயற்சியை முதலாம் பராந்தகன் தன் ஆட்சியின் தொடகத்திலேயே முறியடித்தான்.

அதுமுதல் பராந்தகன் தன் ஆட்சிக்காலம் முழுவதும் வெற்றி மேல் வெற்றி பெற்று பீடுநடை போட்டான்.

தன் தந்தையின் வெற்றிகளை நிறைவேற்றும் வகையில் இவன் பாண்டியரின் சுதந்திரத்தைப் பறித்து, தன் நாட்டை தெற்கே கன்னியா குமரி வரை பரவச் செய்தான். ஈழத்தின் மீதும் படையெடுத்தான். ஆனால் இம்முயற்சியில் இவனது குறிக்கோள் நிறைவேறவில்லை. ஏனைய போர்களில் இவன் பாணர்களை வென்று கங்க மன்னன் ஹஸ்தி மல்லனை தன் அதிகாரத்துக்கு உட்படுத்தினான்.

எஞ்சியிருந்த பல்லவர்களின் அதிகாரம் அடியோடு மறைந்தது. பராந்தகன் ஆட்சிக் காலத்தில் சோழ நாடு, வடக்கே நெல்லூர் வரை விரிவடைந்திருந்தது.

எனினும் இவனது ஆட்சி முடிவதற்கு முன், வடமேற்கிலிருந்து மிகுந்த படைபலத்துடன் மூன்றாம் கிருஷ்ணன் சோழ நாட்டின் மீது படையெடுத்தான்.

தக்கோலத்தில் நடைபெற்ற போரில் பராந்தகனின் மூத்த மகனான இராஜாதித்த சோழன் உயிரிழந்தான். இதற்குப் பின் பராந்தகனும் நீண்ட காலம் உயிர் வாழவில்லை.

கி.பி.940ல் பராந்தகச் சோழனின் நம்பிக்கைக்குரிய நண்பனும் அவன் ஆளுகைக்கு உட்பட்டவனுமான கங்க மன்னன் இரண்டாம் பிருதிவிபதி மரணம் அடைந்தான்.

இதுவே கங்க நாட்டிலிருந்து பராந்தக சோழனுக்கு ஏற்பட்ட தொல்லைகளின் தொடக்கமாக இருந்தது.

பிரதிவிபதி தன் வாழ்நாளின் இறுதியில் ஒரே மகன் விக்கியண்ணனை இழந்திருந்தான். இரண்டாம் பிரதிவிபதியின் தாயாதியான இரண்டாம் பூதுகன் என்பவன் இராஷ்டிரகூட இளவரசியும் மூன்றாம் கிருஷ்ணனின் சகோதரியுமான ரேவகா என்பவளை மணந்தான்.

இவன் கங்க நாட்டின் தனிப்பெரும் தலைவனாக இப்போது விளங்கினான். சோழர்களின் வலிமையைக் கண்டு அஞ்சிய வாணர்களும் வைதும்பர்களும் ஏற்கனவே கிருஷ்ணனுடைய பாதுகாப்பை கோரியிருந்ததோடு சோழருக்கு எதிராகவும் அவனது உதவியைப் பெற விழைந்தனர்.

அப்போதுதான் தன் நாட்டில் ஏற்பட்ட எதிர்ப்புகள் அனைத்தையும் அழித்துப் புகழேணியில் இருந்த ராஷ்டிர கூட மன்னன் கிருஷ்ணன் தெற்கு நோக்கி தன் நாட்டை மேலும் விரிவாக்கம் செய்ய சோழருக்கு எதிராக தக்கோளத்தில் போர் தொடுத்தான்.

பத்தாம் நூற்றாண்டின் இறுதியில் தென் இந்தியாவில் இரண்டு சாளுக்கிய அரசுகள் ஆட்சிப் பொறுப்பில் இருந்தன.

மேலைச் சாளுக்கியர் என்று அழைக்கப்பட்டவர்கள் கல்யாணியை தலைநகராகக் கொண்டு ஆட்சி புரிந்தவர்கள். கீழைச் சாளுக்கியர் என்று அழைக்கப்பட்டவர்கள் வேங்கியை தலைநகராகக் கொண்டு ஆட்சி புரிந்தவர்கள்.

இராஜராஜ சோழன் ஆட்சியின் துவக்கத்தில் ஏற்பட்ட அரசியலின் தொடர்ச்சியாக அவன் வேங்கி விவகாரங்களில் தலையிட வேண்டிய தாயிற்று.

கீழைச் சாளுக்கியரை அவர் தம் தாயாதியினரான மேலைச் சாளுக்கி யரிடமிருந்து பிரித்து விட வேண்டுமென்ற அரச தந்திரத்தின் அடிப்படை யில் இத்தலையீடு இருந்தது.

சோழ ஏகாதிபத்தியக் கொள்கையின் அடிப்படையிலேயே இராஜராஜ சோழனும் அவனுடைய சந்ததியினரும் தங்கள் வலிமையை துங்க பத்திரை ஆற்றின் கிழக்கு கரையோரத்தில் பரவச் செய்ய முடிந்ததே தவிர, அவ்வாற்றின் மறுபக்கத்தில் தம் வலிமையைப் பரவச் செய்ய முடியவில்லை.

கீழைச் சாளுக்கியர், மேலைச் சாளுக்கியருக்கிடையேயான வேறு பட்ட நிலைகளே இதற்குக் காரணமாகும்.

மூன்று ஆண்டுகளுக்கு மேலாக வேங்கியை ஆட்சி செய்த காலத்தில் கீழைச் சாளுக்கியர்கள் மேலைத் தக்காண இராஷ்டிர கூடர்களுடன் தொடர்ந்து போரிட்டதன் விளைவாக வலியிழந்து சோர்வுற்றதோடு உள்நாட்டு குழப்பத்திற்கும் பலியாயினர்.

சோழரின் வரவினால் கீழைச் சாளுக்கிய மன்னர் குடும்பம் உற்சாகம் பெற்று அடுத்து நூறு ஆண்டுகள் சோழரது அதிகாரத்திற்குட்பட்ட நண்பர்களாய்த் திகழ்ந்து, அதன் பின்னர் முதலாம் குலோத்துங்க சோழன் காலத்திலும் அவனது சந்ததியினரான சோழ சாளுக்கியர் என்றழைக்கப் பட்டவரின் காலத்திலும் சோழ நாடும் மேம்படும் வகையில் உதவி புரிந்து தங்கள் நன்றிக் கடனைத் தீர்த்தனர்.

மேலைச் சாளுக்கியரோ பல நூற்றாண்டுகளாக இராஷ்டிர கூடர்களின் அடிமைகளாக இருந்து அப்போதுதான் இரண்டாம் தைலப்பனின் தலைமையில் தன்னுரிமையை நிலைநாட்டித் தனிநாடாக உருவெடுத்து மிகவும் உற்சாகத்துடன் காணப்பட்டனர்.

சத்தியாசிரயனின் செப்ரோணு கல்வெட்டு கூறுவதுபோல கீழைச் சாளுக்கியரின் வலிமையையும் தம்முடன் இணையச் செய்யும் முயற்சியையும் இவர்கள் மேற்கொண்டனர்.

ஆனால் வடக்கில் பாராமாரர்களாலும் தெற்கே சோழர்களும் இவர்களை ஒரே வேளையில் தாக்கியதால் தம் முன்னோரது ஆட்சியில் இருந்த இரட்டப்பாடி ஏழரை லட்சம் பகுதியை இழக்காமல் பாதுகாப்பதைத் தவிர வேறு முயற்சிகளில் இவர்களால் ஈடுபட முடியவில்லை.

கீழைச் சாளுக்கியரின் இன்னல்கள் 945-70ல் ஆட்சி செய்த இரண்டாம் அம்மன் காலத்தில் தொடங்கின. இவ்வின்னல்களுக்கு பேராசை கொண்ட ராஷ்டிரகூட மன்னன் மூன்றாம் கிருஷ்ணனுக்கும் கீழைச் சாளுக்கியரின் இளைய குடும்பத்தினருக்கும் இடையே ஏற்பட்ட பூசல்களே காரணம்.

கி.பி.945ஆம் ஆண்டில் தன் ஒன்றுவிட்ட அண்ணனைப் புறக்கணித்து விட்டு, இரண்டாம் அம்மன் அரியணையைப் பெற்றான். இளையவன் வழிவந்தவர்களான பாடபனும் இரண்டாம் தாழனும் ஆட்சியைக் கைப்பற்ற தகுந்த சந்தர்ப்பத்திற்கு காத்திருந்தனர்.

முதலாம் பராந்தகச் சோழனை வென்ற இராஷ்டிரகூட மன்னன் மூன்றாம் கிருஷ்ணன், வேங்கி நாட்டின் மீதும் தன் கவனத்தைச் செலுத்தினான்.

கீழைச் சாளுக்கிய இளவரசர்களுக்கிடையே உண்டான உட்பகைகள் இம்மன்னனுக்கு சாதகம் ஆயின.

இரண்டாம் அம்மன் பேடகல்லு மன்னனான ஜடாசோட வீமனின் சகோதரியை மணந்தான். இக்காலத்தில் புகழ் பெற்று நிலவிய வீமன் தன் மைத்துனருக்கு பெரிதும் உதவி புரிந்தான்.

இரண்டாம் அம்மனின் ஆட்சி 25 ஆண்டுகள் அதாவது 970 வரை நிலவினாலும், இது நிலையற்றதாகவே இருந்தது.

இம்மன்னன் அரியணை ஏறிய பொழுது இரண்டாம் யுத்த மல்லன் என்பவனோடு போரிட்டு வெற்றியடைந்தான். ஆனால் யுத்த மல்லனின் தோல்வி, அவனது புதல்வர்களான பாடபனாலும் இரண்டாம் தாழனாலும் பழிவாங்கப்பட்டது.

வேங்கி நாட்டிலிருந்த சிலர் மற்றும் இராஷ்டிரகூட மன்னன் கிருஷ்ணன் உதவியுடன் இரண்டாம் அம்மனை நாட்டை விட்டே விரட்டி அவனது அரியணையையும் கைப்பற்றினர்.

மூன்றாம் கிருஷ்ணன் விரைவிலேயே வேங்கி நாட்டின் மீது மீண்டும் படையெடுக்க, அம்மன் இரண்டாம் முறையாக கலிங்கத்திற்கு தப்பி ஓட வேண்டியதாயிற்று.

இந்நிகழ்ச்சி அம்மனுடைய 11ஆம் ஆண்டிற்குப் பிறகே நடை பெற்றது என்று மாங்கல்லு பட்டயங்கள் கூறுகின்றன.

வேங்கி நாட்டில் அம்மனுக்கு விரோதமான ஒரு கூட்டத்தின் ஆதரவைப் பெற்ற தானார்ணவனிடம் ஆட்சிப் பொறுப்பை கிருஷ்ணன் அளித்தான்.

இராஜராஜன் அரியணையேறிய பொழுது, இரண்டாம் தைலன், சத்தியாசிரயன் ஆகியோரது தலைமையில் மேலைச் சாளுக்கியர் எழுச்சியுற்றனர்.

999ஆம் ஆண்டில் சக்தி வர்மனை வேங்கி நாட்டு அரியணையில் அமர்த்தும் எண்ணத்துடன் இராஜராஜன் வேங்கி நாட்டின் மீது படை யெடுத்தான்.

இதை எதிர்க்க வீமன் அனுப்பிய ஏகவீரன் என்ற பெரும் வீரனை இராஜராஜ சோழன் கொன்றான். பின்னர பட்தேமன், மகாராசன் என்ற பலம் வாய்ந்த இரு தலைவர்களையும் கொன்றான். அயினும் இப்போர் கடுமையாகவும் பல ஆண்டுகள் நீடித்ததாகவும் இருந்தது.

1011ஆம் ஆண்டு விமலாதித்தன் வேங்கி நாட்டு அரியணையில் அமர்ந்தான் என்று கல்வெட்டு ஆதாரங்கள் கூறுகின்றன.

வீமனின் வீழ்ச்சியையும் வேங்கிநாடு ராஜராஜ சோழனின் அதிகாரத் திற்கு உட்பட்டதையும் சத்தியாசிரயனால் பொறுத்துக் கொள்ள இயலவில்லை.

இப்போது முதல் அடுத்த 135 ஆண்டுகளுக்கு சோழர்களுக்கும் மேலைச் சாளுக்கியருக்கும் வேங்கி நாட்டைக் குறித்து அடிக்கடி போர் நிகழத் தொடங்கியது.

வீர ராஜேந்திர சோழனை அடுத்து பதவியேற்ற அதிராஜேந்திர சோழன் சில மாதங்களிலேயே இறந்ததனால் சோழ நாட்டில் அரசுரிமைப் பிரச்சனை உருவானது.

அதி ராஜேந்திரனுக்கு வாரிசு இல்லை. இந்த நிலையில் முதலாம் ராஜேந்திர சோழனின் மகள் அம்மங்கை தேவிக்கும் தெலுங்கு மரபு வேங்கி நாட்டு இளவரசன் இராஜராஜ நரேந்திர சோழனுக்கும் பிறந்த குலோத்துங்க சோழனை சோழ நாட்டின் மன்னனாக முடி சூட்டப் பட்டது.

குலோத்துங்க சோழன் கங்கை கொண்ட சோழபுரத்தில் உள்ள இராஜேந்திர சோழனின் அரண்மனையில் பிறந்தவன். இவன் கடாரத்தை வென்றதை பறைசாற்றும் கலிங்கத்துப்பரணி ஜெயங்கொண்டரால் பாடப்பட்டது. இவனது ஆட்சி காலத்தில் பல்வேறு சுங்க வரிகளை நீக்கப்பட்டதால் சுங்கவரி தவிர்த்த சோழன் என்று புகழப்பட்டது.

சோழ மரபினரின் பொற்காலம் என்று போற்றத்தக்க வகையில் ஆட்சி செய்த மாமன்னன் இராஜகேசரி வர்மன் முதலாம் இராஜராஜ சோழன் ஆவார்.

அருண்மொழி வர்மன் எனும் இராஜராஜ சோழனின் முப்பதாண்டு (கி.பி.985-1014) ஆட்சிக் காலம் சோழப் பேரரசின் வரலாற்றில் மிகவும் குறிப்பிடத்தக்க சிறப்புகளைக் கொண்ட காலமாக வர்ணிக்கப்படுகிறது.

கி.பி.957 முதல் 973 வரை சோழ நாட்டை ஆண்ட சுந்தர சோழ னுடைய இரண்டாவது மகன் இவர். சுந்தர சோழனுக்கும் சேர நாட்டு வானமாதேவிக்கும் ஐப்பசி திங்கள் சதய நன்னாளில் பிறந்த இவரது இயற்பெயர் அருண்மொழி வர்மன் ஆகும்.

இவர் ஆட்சிப் பீடமேறிய மூன்றாவது ஆண்டு முதலே இராஜராஜ சோழன் என அழைக்கப்பட்டார்.

இவரது தந்தை சுந்தர சோழன் கி.பி. 988ல் இறந்ததும் இவர் உடனடியாக பதவிக்கு வரவில்லை. உத்தம சோழரின் 15 வருட ஆட்சிக்கு பின்னரே க்ஷத்திரிய முறைப்படி ஆட்சிப் பொறுப்பை ஏற்றுக் கொண்டார்.

இராஜ ராஜ சோழன தன்னை அரசர்களுக்கெல்லாம் அரசன் (க்ஷத்திரிய சிகாமணி) என்ற புனைப்பெயர் கொண்டு வாழ்ந்தார்.

விஜயாலய சோழன் நிறுவிய பிற்கால சோழ அரசு இவரது காலத்திலும் இவரது மைந்தன் இராஜேந்திர சோழன் காலத்திலும் மிக உயிர் நிலை எய்தியது. இராஜராஜனின் காலம் பிற்காலச் சோழர் வரலாற்றில் மட்டுமின்றி தென்னிந்திய வரலாற்றிலேயே ஒரு பொற் காலமாகும்.

இராஜகேசரி இராஜராஜ சோழனின் இரண்டாம் ஆண்டு கல்வெட்டு மூலம், இவரது மூத்த சகோதரர் ஆதித்த கரிகாலன் ஒரு சதியின் மூலம் மேலக்கடம்பூர் (இப்போதைய கடலூர் மாவட்டம், காட்டுமன்னார் கோயில் வட்டம்) என்று அழைக்கப்படும் ஊரில் கொலை செய்யப் பட்டான் என்பது தெரிய வருகிறது.

இக்கல்வெட்டு, 'பாண்டியன் தலை கொண்ட கரிகாலச் சோழனை' கொலை செய்த குற்றத்திற்காக சிலருடைய சொத்துக்களை பறிமுதல் செய்து, விற்கும் பணியினை மன்னனின் கட்டளைப்படி சதுர்வேத மங்கலச் சபை மேற்கொண்டதாக தெரிவிக்கிறது.

இந்த இராஜகேசரி கல்வெட்டு சுந்தர சோழனுக்கும், ஆதித்த கரிகாலனின் தம்பி உத்தம சோழனுக்குப் பின் பட்டத்துக்கு வந்தவனான இராஜராஜ சோழனுக்கும் பொருந்தும்.

இரண்டாம் ஆதித்தனின் கல்வெட்டுக்கள் 5ஆம் ஆண்டு வரை கிடைத்திருப்பதாலும், ஆதித்த கரிகாலன் தன் தந்தைக்கு முன்பே ஆட்சி செய்ததாகக் கூற முடியாததாலும் இக்கல்வெட்டு இராஜராஜ சோழ னுடையது என்பது தெளிவாகிறது.

உத்தம சோழன் ஆட்சி செலுத்திய பதினாறு ஆண்டுகளில் ஆதித்த கரிகாலனை கொலை செய்தவர்கள் பழி வாங்கப்படவில்லை என்பதும் இதன் மூலம் தெரிய வருகிறது.

குடும்ப வாழ்வில் ஏற்பட்ட பேரிழப்பால் சுந்தரசோழன் தன் இறுதி நாட்களில் மிகவும் பாதிக்கப்பட்டிருந்தான். மகனை இழந்த சுந்தர சோழன், தன் மகனைக் கொன்றவர்களைத் தண்டிக்க இயலாதவாறு செய்யப்பட்ட சூழ்ச்சிகளைக் கண்டு மனம் வருந்தி இறந்தான்.

உத்தம சோழனுக்கு இக்கொலையில் தொடர்பு இல்லையென்று சொல்வதற்கில்லை. உத்தம சோழனுக்கு அரியணை ஏற வேண்டும் என்ற

ஆசையிருந்தது. மன்னர் பதவி தவிர அதற்கு கீழ்ப்பட்ட எந்த பதவியையும் அவன் ஏற்க விரும்பவில்லை.

அரச குடும்பத்தின் மூத்த இளையினன் என்ற காரணத்தால் அரியணை தனக்கே என்று அவன் கருதினான். தனக்கு ஆதரவாக ஆட்களைத் திரட்டி இரண்டாம் ஆதித்தனைக் கொன்று தன்னை இளவரசனாக்குமாறு சுந்தரச் சோழனை வற்புறுத்தினான். வேறு வழியின்றி சுந்தர சோழன் இதற்கு சம்மதித்தான் என்று திருவாலங்காட்டுப் பட்டயங்களிலும் உடையார் குடி கல்வெட்டிலும் உள்ள குறிப்புகளை இணைத்துப் பார்க்கும்போது புலனாகிறது.

விண்ணுலகுக்கு செல்ல வேண்டும் என்ற ஆசையால் ஆதித்தன் மறைந்தான். கலியின் வல்லமையால் ஏற்பட்ட காரிருளைப் போக்க அருண்மொழிவர்மனை அரசனாகுமாறு அவனுடைய குடிமக்கள் வேண்டினர். ஆனால் க்ஷத்திரிய தர்மத்தை நன்கு உணர்ந்த அருண்மொழி அரசப் பதவியை விரும்பவில்லை என்று கூறிவிட்டான்.

தன்னுடைய சிற்றப்பன் அவ்வரசப் பதவியை விரும்புவதை உணர்ந்தமையால் தன் சிற்றப்பன் ஆசை தீருமட்டும் அரசனாக இருக்கட்டும் என்று அருண்மொழி வர்மன் அரசப் பதவியை மறுத்து விட்டான்.

இதனைக் கொண்டு அருண்மொழி வர்மனின் அடக்கத்தால் உத்தம சோழனின் பேராசை வெற்றி கண்டது. அருண்மொழியை கோழை, அரசியல் திறமை இல்லாதவன் சட்டப்படி உரிமை இல்லாதவன் என்றெல்லாம் சொல்லி விட முடியாது.

உள்நாட்டுக் குழப்பம் ஏற்பட்டுவிடக் கூடாது என்ற ஒரே காரணத்திற்காக அவன் உத்தம சோழனுக்கு அரியணையை விட்டுக் கொடுத்து அவன் காலத்திற்குப் பிறகு தான் பட்டத்திற்கு வருவதற்காக பொறுமையுடன் இசைந்தான் என்று கொள்ளலாம்.

மேலும் அருண்மொழியின் உடலில் காணப்பட்ட சில அடையாளங்களைப் பார்த்து மூவுலகையும் காக்கும் ஆற்றல் படைத்த திருமாலே பூவுலகுக்கு வந்திருப்பதாக நினைத்து, மதுராந்தகன் அவனை இளவரசனாக்கி மண்ணுலகை ஆளும் பொறுப்பை தானே மேற்கொண்டான் என்றும் தெரிவிக்கின்றது.

பிறருக்கு தானங்களை வழங்கும்போது அவ்வறச் செயல்களை தரும சாஸ்திரங்களைத் தழுவி செப்பேடுகளில் பொறித்து உரியவர்களுக்கு அளிக்கும் வழக்கத்தினை பாண்டியர்களும் பல்லவர்களும் மேற்கொண்டு வந்தனர்.

இச்செப்பேடுகளில் தம் முன்னோர் வரலாறுகளை முதலில் எழுது வித்தனர். தன் ஆட்சியில் நிகழ்ந்த வரலாற்று உண்மைகளை அதிகார பூர்வமாக தெரிவித்து நன்கு விளக்கும் மெய் கீர்த்திகளை இனிய தமிழ் அகவற்பாவில் தன் கல்வெட்டுக்களின் தொடக்கத்தில் பொறிக்கும் வழக்கத்தை உண்டாக்கியவன் இராஜ ராஜசோழன் ஆவான்.

இவனுக்கு பின் வழிவந்த சோழ மன்னர்கள் அனைவரும் இந்தப் பழக்கத்தை பின்பற்றினர்.

இவனது மகன் முதலாம் இராஜேந்திரச் சோழனின் ஆட்சித் தொடக்கத்தில் குறைந்த அளவிலான மெய்கீர்த்தி, நாளடைவில் விரிந்து அவ்வப்போது நடைபெற்ற நிகழ்ச்சிகளையும் தன்னுள் சேர்த்துக் கொண்டது.

சோழர் கல்வெட்டுக்களில் காணப்படும் இத்தகைய வரலாற்று முன்னுரைகள், ஒவ்வொரு மன்னனுடைய ஆட்சிக் காலத்திலும் நடைபெற்ற நிகழ்ச்சிகளை அறியவும், கல்வெட்டுகள் எந்தெந்த மன்னர் களுடையவை என்பதை அறியவும் பெரிதும் உதவுகின்றன.

சில அரசர்கள் ஒன்றுக்கு மேற்பட்ட மெய்க்கீர்த்திகளை உடையவ ராக விளங்கினர்.

முதலாம் இராஜராஜ சோழன் மூன்று வித மெய்கீர்த்திகளைக் கையாண்டாலும் 'திருமகள் போல' என்று தொடங்கும் மெய்கீர்த்தி யையே எட்டாம் ஆண்டிலிருந்து பெரும் அளவில் பயன்படுத்தப்பட்டது.

இவ்வகை மெய்கீர்த்தி இவரது ஆட்சியில் நடைபெற்ற முதற்போரைக் குறிக்கும் வகையில் காந்தளூர்ச் சாலை கலமறுத்த என்ற பட்டத்தைக் குறிப்பிடுகிறது.

கீழ்வருவது இராஜராஜ சோழனின் மெய்கீர்த்திகளில் ஒன்று...

ஸ்வஸ்திஸ்ரீ திருமகள் போல
பெருநிலச் செல்வியுந்

தனக்கேயுரிமை பூண்டமை
மனக்கொளக் காந்தளூர்ச் சாலைக்
களமறுத்தருளி வேங்கைநாடும்
கங்கைபாடியும் நுளம்பாடியும்
தடிகைபாடியும் குடமலை நாடும்
கொல்லமும் கலிங்கமும் எண்டிசை
புகழ்தர ஈழமண்டலமும் இரட்டபாடி
ஏழரை இலக்கமும் திண்டிறல்
வென்றி தண்டால் கொண்டதன்
பொழில்வளர் ஊழியுள் எல்லா
யாண்டிலும் தொழுதகை
விளங்கும் யாண்டே செழிஞறை
தேசுகொள்
ஸ்ரீகோவிராஜராஜ கேசரி பந்மரான
ஸ்ரீராஜராஜ தேவர்

இரண்டாம் வகையான மெய்கீர்த்தியிலும் காந்தளூர்ச் சாலை வெற்றிக்கே முதலிடம் அளிக்கப்பட்டுள்ளது.

இவரது 20ஆம் ஆண்டைச் சேர்ந்த மூன்றாம் வகை மெய்கீர்த்தியில் இராஜராஜன் மதுரையை அழித்தார் என்றும், கொல்லம், கொல்லதேசம், கொடுங்கோளூர் ஆகிய நாட்டு மன்னர்களை வெற்றி கொண்டார் என்றும் கடல் கடந்த பகுதிகளின் மன்னர்கள் அவருடைய பரிவாரமாக பணிபுரிந்தனர் என்றும் கூறுகிறது.

இராஜ ராஜ சோழன் தனது ஆட்சியின் தொடக்கத்திலேயே மும்முடிச் சோழன் என்ற பட்டம் பெற்றான். இவன் ஆட்சிக் காலத்தில் முதற்போர் கேரள நாட்டுடன் நடந்தது.

இப்போரின் விளைவைப் பற்றி இம்மன்னது நான்காம் ஆண்டு முதலாக கல்வெட்டுகளில் காணப்படும் 'காந்தளூர்ச் சாலை கலமறுத்த' என்ற பட்டத்தால் விளக்கப்பட்டுள்ளது.

இப்பட்டம் இராஜராஜனின் நான்காம் ஆண்டு கல்வெட்டிலேயே காணப்பட்டாலும் எட்டாம் ஆண்டிற்கு முற்பட்ட கல்வெட்டுகள் கேரளத்திலும் பாண்டிய நாட்டிலும் காணப்படவில்லை என்பதால் வெற்றி கொண்ட பகுதியை தனது நேரடி ஆட்சியின் கீழ் கொண்டுவர

சில ஆண்டுகள் பிடித்திருக்கலாம் என்று தெரிவிக்கிறது.

இம்மன்னனின் வெற்றி பற்றித் தெளிவாக கூறும் திருவாலங்காட்டு பட்டயங்கள் இவன் முதன் முதலில் தென்திசையிலேயே தன் வெற்றியை நிலைநாட்டினான் என்று கூறுகிறது.

பாண்டிய மன்னன் அமர புயங்கனை சிறைப் பிடித்தான் என்று கூறும் இக்குறிப்பு சூரிய வம்சத்தின் ஒளி விளக்கான இந்த தண்டநாதன் பிறகு விழிஞம் என்னும் தவிர்க்க முடியாத கடற்கோட்டையை பிடித்தான்.

வெற்றித் தெய்வத்தின் நிலையான இருப்பிடம் என்று சொல்லத்தக்க சிறப்புடையது அக்கோட்டை. பாண்டிய, கேரள, சிங்கள நாடுகளை தென்னாட்டு அரசுகள் மூன்றும் இணைந்திருந்து இராஜராஜ சோழன் ஆட்சியிலும் இக்கூட்டணி செயல்பட்டது.

இம்மன்னனின் தென்திசைப் போரில் பாண்டியர், சேரர் இருவரையுமே எதிர்க்க வேண்டியிருந்தது. அப்போது சேர மன்னனாக இருந்தவன் பாஸ்கர ரவிவர்மன் திருவடி (கி.பி.978-1036) இம்மன்னனின் கல்வெட்டுகள் திருவாங்கூரின் பல்வேறு பகுதிகளில் காணப்படுகின்றன.

கி.பி.1008ஆம் ஆண்டுக்கு முன் மேற்கொள்ளப்பட்ட இப்படையெடுப்பின் போது உதகைக் கோட்டையைத் தாக்கி கைப்பற்றியது முக்கியமான நிகழ்ச்சியாகும்.

மேற்கு மலைப் பகுதியான மலைநாடு அல்லது குடமலை நாடு இப்போதைய குடகு நாடாகும். உதகைக் கோட்டை குடகின் அருகே மேற்குத் தொடர்ச்சி மலையிலோ அல்லது சிறிது தென்திசையிலோ இருந்ததாகக் கொள்ளலாம்.

இம்மன்னனின் ஆட்சியைப் பற்றிக் கூறும் கலிங்கத்துப்பரணி உதகையைக் கைப்பற்றியதை மட்டுமே குறிப்பிட்டுள்ளது.

சேர நாட்டில் தான் பிறந்த சதய நாள் விழாவைத் தொடக்கி வைத்தான் என்றும் இராஜராஜனுடைய தூதுவன் அவமதிக்கப்பட்டதால் அந்தப் பழியைத் தீர்க்கும் வகையில் பதினெட்டு காடுகளை இவன் கடந்து சென்று உதகையைத் தீயிட்டு அழித்தான் என்றும் மேலும் இது இராஜராஜ சோழனின் பெரும் சாதனை என்றும் ஒட்டக்கூத்தர் தமது மூன்று உலாக்களிலும் கூறுகிறார்.

உதகைக் கோட்டை எனப்படுவது இப்போது தென்குமரி நாட்டில் உள்ள உதயகிரி கோட்டை. இங்கே சோழர் தளபதியாக இருந்த இராஜேந்திர சோழன் இரணிய சிங்கநல்லூர் தலைமையாக்கி வேணாட்டை ஆண்ட பாஸ்கர ரவிவர்மனால் சிறை பிடிக்கப்பட்டு வைக்கப்பட்டிருந்தான். இதனால் கோபம் கொண்ட இராஜராஜ சோழன் பெரும் படையுடன் வந்து வேணாட்டை வென்றான்.

உதயகிரியை அழித்தான். சேர நாட்டு அதர்வ வேத பாடசாலைகளை அழித்தான். இதையே காந்தளூர்ச் சாலை கலமறுத்தல் என்று தன் மெய்கீர்த்திகளில் குறிப்பிடுகிறான்.

இராஜராஜ சோழனால் வென்று கைப்பற்றப்பட்ட நாடுகளுள் ஈழமும் ஒன்று என்பதை இம்மன்னனது 'திருமகள் போல' என்று தொடங்கும் கி.பி. 993 ஆம் ஆண்டு மெய்கீர்த்தியால் அறியலாம்.

கொடுமை மிக்க சிங்களவர்கள் வசமிருந்த ஈழ மண்டலத்தை இம்மன்னன் கைப்பற்றியதன் மூலம் இவனது புகழ் எண் திசைகளிலும் பரவியது.

தஞ்சையில் ராஜராஜ சோழன் எடுப்பித்த சிறந்த கோயிலுக்கு ஈழத்தின் பல கிராமங்களை இவனுடைய 29ஆம் ஆண்டில் தானமாக அளித்தான் என்றும் ஈழப் படையெடுப்பை பற்றி திருவாலங்காட்டு பட்டயங்கள் சிறப்பாக குறிப்பிடுகின்றன.

இப்படையெடுப்பின்போது ஈழ மண்டலத்தில் ஆட்சி புரிந்து கொண்டிருந்தவன், கி. பி. 981 ஆம் ஆண்டில் பட்டம் பெற்ற ஐந்தாம் மகிந்தன் என்பவனாவான்.

முதலாம் இராஜேந்திரனின் தலைமையில் சோழப்படை சென்றபோது இம்மன்னனே ஆட்சியில் இருந்தான். ஆனால் இராஜராஜனின் இப்படை யெடுப்பை பற்றி இலங்கையின் மகாவம்சம் குறிப்பிடவில்லை.

மகிந்தன் ஆட்சியில் பத்தாம் ஆண்டிற்குப் பிறகு கி.பி. 991ல் ஓர் ராணுவப் புரட்சி ஏற்பட்டு அதன் விளைவாக பெரும் குழப்பம் ஏற்பட்டது.

கேரள கன்னட வீரர்களின் செல்வாக்கு இவன் நாடு முழுவதும் பரவியதே இந்த குறைபாட்டிற்கு காரணமாக இருக்கலாம்.

ராணுவ புரட்சியின் விளைவாக மகிந்தன் ஈழ மண்டலத்தின் தென் கிழக்கிலுள்ள ரோகண நாட்டிற்கு தப்பி ஓடி விட்டான்.

இதனால் ஈழ மண்டலத்தின் வடபகுதியை இராஜராஜன் எளிதில் கைப்பற்றி மும்முடிச் சோழ மண்டலம் என்று அதற்குப் பெயரிட்டான் என்று கல்வெட்டுகள் குறிப்பிடுகின்றன.

சோழப் படையெடுப்பு ஈழ நாட்டில் ஒரு நிலையான விளைவை ஏற்படுத்தியது. ஓராயிரம் ஆண்டிற்கு மேலாக ஈழத்தின் தலைநகராக விளங்கிய அநுராதபுரம் இப்போரில் சோழரால் அழிக்கப்பட்டது.

இப்பகுதியில் இராணுவ காவல் நிலையமாக விளங்கிய பொலன்னறுவை சோழரது புதிய தலைநகராக்கப்பட்டது.

இராஜராஜ சோழனுக்கு முன்னர் ஈழத்தின் மீது படையெடுத்துச் சென்ற தமிழ் அரசர்களில் தாட்டியன் என்னும் பாண்டிய வேந்தன் தவிர மற்றவர்கள் அதன் வடபகுதியை மட்டும் கைப்பற்றுவதையே தங்கள் குறிக்கோளாக கொண்டிருந்தனர்.

ஆனால் இராஜராஜ சோழன் ஈழ மண்டலம் முழுமையையும் கைப் பற்றித் தன் ஆட்சிக்குட்பட்டதாக எண்ணியதால் பழைய தலைநகரை விட்டு புதிய தலைநகரை அமைத்துக் கொண்டான்.

ஆனால் இவனது மகனான இராஜேந்திரச் சோழன் காலத்திலேயே ஈழத்தின் தென்பகுதி தாட்டியனுக்குப் பிறகு இரண்டாவது முறையாக தமிழர்களுக்கு கீழ் வந்தது.

பிற்காலத்தில் சிங்கள வேந்தனாகிய முதலில் விஜயபாகு, அனுராத புரத்தில் முடிசூட்டப்பட்டான் என்றாலும் பொலன்னறுவையைத் தொடர்ந்து தன் தலைநகரமாக் கொண்டு ஆட்சி செய்தான்.

இராஜராஜ சோழனின் கல்வெட்டுகள் பல, ஈழத்தில் உள்ளன. ஈழத்தை சோழர் கைப்பற்றியதைக் கொண்டாடும் வகையில் பொலன்னறுவையில் இராஜராஜ சோழன் சிவனுக்கு ஒரு கற்றளி எடுப்பித்தான்.

பொலன்னறுவை நகரின் சுவர்களுக்குள் அமைந்துள்ள இந்த அழகிய சிவாலயம் ஈழ நாட்டில் காணப்படும் புராதனச் சின்னங்கள் இன்றளவும் நன்கு பாதுகாக்கப்பட்டுள்ளது.

இதன் கட்டட அமைப்பைக் காணும்போது இது கி.பி.10 முதல் 12ஆம் நூற்றாண்டுகளுக்குள்ளேயே கட்டப்பட்ட சோழர்காலத்து கோயில்கள் போன்றே அமைந்துள்ளது.

●

கங்கர்களின் கங்கபாடியும், நுளம்பர்களின் நுளம்ப பாடியும் சில வேளைகளில் தடிகை வழி என்றழைக்கப்பட்ட தடிகைபாடியும், இராஜராஜ சோழன் ஆட்சியில் சோழ நாட்டுடன் இணைக்கப்பட்டன.

இராஜராஜனின் காந்தளூர்ச் சாலை வெற்றியைத் தொடர்ந்து கீழைச் சாளுக்கியரை எதிர்த்து வேங்கி நாட்டிற்குள் படையெடுப்பதற்கு முன்னர் மைசூர் கைப்பற்றப்பட்டதாக கல்வெட்டுகளில் காணப்படும் மெய்கீர்த்திகளில் இருந்து அறிய முடிகிறது.

பின்னர் கொங்கு நாட்டிலிருந்து காவிரி ஆற்றைக் கடந்து தடிகைபாடி யையும் தலைக்காட்டையும் முதலில் தாக்கியபோது சோழருக்கு பெரும் வெற்றி கிட்டியது. மேலும் அடுத்த ஒரு நூற்றாண்டுக்கும் மேலாக கொங்கு நாட்டின் மீதான ஆதிக்கமும் சோழருக்கு கிடைத்தது.

●

மேலைச் சாளுக்கியர் இராஜராஜ சோழன் தலைமையில் ஏற்பட்ட சோழப் படையெடுப்பை உதாசீனம் செய்யவில்லை. கி.பி.922ஆம் ஆண்டு கல்வெட்டு ஒன்றில், இரண்டாம் தைலப்பன் சோழ மன்னனுக்கு எதிராக ஒரு வெற்றி பெற்றதாகவும் அவனிடமிருந்து 150 யானைகளைக் கைப்பற்றியதாகவும் கூறுகிறான்.

கி.பி. 922ஆம் ஆண்டிற்கு பிறகு சில ஆண்டுகளில் இரண்டாம் தைலப்பன் இறந்தான். அதன் பின்னர் அவனுடைய மகன் சத்தியாசிரியன் சாளுக்கிய மன்னரானான். சத்தியாசிரயனை எதிர்த்துப் போர் புரிந்து வெற்றியடைந்து அவனிடமிருந்து செல்வத்தில் ஒரு பங்கை தஞ்சை பெரிய கோயிலுக்கு என்று இராஜராஜன் ஆட்சியின் பிற்பாதிக் கல்வெட்டுகளில் காணப்படுகிறது.

மாளவ நாட்டு பாரமாரர் இதே சமயம் சாளுக்கியர்களை வடக்கிலிருந்து தாக்கினர். மேலைச் சாளுக்கியர் இருபெரும் பகைவரை ஒரே நேரத்தில் எதிர்த்துப் போரிட்டுச் சமாளிக்க முடியாமல் திணறினர்.

ஏறக்குறைய கி.பி.1003ஆம் ஆண்டைச் சேர்ந்த இராஜராஜ சோழனின் கல்வெட்டுகள் இச்சோழ மன்னன் 'இரட்டப்பாடி' ஏழரை இலட்சம் என்ற நாட்டைப் படையெடுத்து கைப்பற்றினான் என்று கூறுகின்றன.

ஆனால் இக்கூற்று மிகைப்படுத்தப்பட்டதாகும். சத்தியாசிரியன் இராஜராஜ சோழனது கடல் போன்ற பெரும் படையைக் கண்டு அஞ்சி போர்க் களத்தை விட்டு ஓடி விட்டான் என்று திருவாலங்காட்டு செப்பேடுகள் கூறுவது நம்பத்தன்மை உள்ளதாக இருக்கிறது.

தார்வார் மாவட்டம் ஒட்டூரில் கி.பி. 1007ஆம் ஆண்டைச் சேர்ந்த சத்தியாசிரயனின் கல்வெட்டு ஒன்று. சோழர் குலத்திற்கு அணியாக விளங்கியவனும் இராசராச நித்யாவிநோதனின் மகனுமாகிய நூர்மடிச் சோழ இராஜேந்திர வித்யாதரன் என்பவன் ஒன்பது நூறாயிரம் வீரர்கள் அடங்கிய பெரும் படையுடன் பீஜப்பூர் மாவட்டத்திலுள்ள தோனூர் வரையில் வந்து, பெரும் போர் புரிந்து நாட்டைச் சூறையாடிப் பாழ் படுத்தியும் நகரங்களைக் கொளுத்திலும் இளங்குழவிகள், அந்தணர் என்றும் பாராமல் அவர்களைக் கொன்றும், கன்னியரைக் கைப்பற்றி மனைவியராக்கியும், அந்தச் சாதியை அழித்தும் அளவற்ற பொருள் களைக் கவர்ந்து கொண்டு தன் நாட்டுக்கு திரும்பிச் சென்றான் என்று இக்கல்வெட்டு கூறுகிறது.

இதன் பிறகு சத்தியாசிரயன் சோழரை விரட்டியடித்து அவரிடமிருந்து தன் பொருளையும் வாகனத்தையும் மீட்டு தென்பகுதியையும் கைப்பற்றினான் என்று இதே கல்வெட்டு மேலும் கூறுகிறது.

பகைவனின் கல்வெட்டுகளில் காணப்படும் நாச வேலைகளையும் கற்பழிப்புக்களையும் சோழ இளவரசன் செய்திருக்கக் கூடுமா என்ற வினா எழுந்தாலும், இராஜேந்திரச் சோழன் மேலைச் சாளுக்கிய நாட்டின் மீது படையெடுத்துச் சென்று இரட்டபாடியை வென்றான் என்ற செய்தி உறுதிப்படுத்தப்படுகிறது.

சோழர்களின் வடமேற்குப் படையெடுப்பின் மூலம் மைசூரில் கங்கர்களும் நுளம்பர்களும் ஆண்ட பகுதிகளோடு ஏறக்குறைய

இப்போதைய பெல்லாரி மாவட்டம் முழுவதும் சோழ நாட்டுடன் இணைக்கப்பட்டது.

இராஜராஜனின் கல்வெட்டோ அல்லது இக்காலச் சாளுக்கிய மன்னரது கல்வெட்டுக்களே பெல்லாரியில் இதுவரை அகப்படவில்லை. ஆனால் பொதுவாக சோழ நாட்டின் தூரப் பகுதிகளில் அவர்களுடைய கல்வெட்டுக்கள் பெரிதும் காணப்படுவதில்லை.

கங்கை, வேங்கி மண்டலங்களுக்கென்றே ஒரு மாதண்ட நாயகனை இராஜராஜன் தன் ஆட்சியின் இறுதியில் அமர்த்தியிருந்தான் என்பதே இவ்விரு மண்டலங்களும் ஒன்றோடொன்று இணைந்திருந்ததோடு சோழ நாட்டுடன் சேர்ந்திருந்தன என்பதற்கும் போதுமான சான்றாகும்.

●

இராஜராஜ சோழன் ஆட்சியின் தொடக்கத்தில் ஏற்பட்ட அரசியலின் தொடர்ச்சியாக அவன் வேங்கி நாட்டு விவகாரங்களில் தலையிட வேண்டியதாயிற்று.

கீழைச் சாளுக்கியரை அவர் தம் தாயாதியினரான மேலைச் சாளுக்கியரிடமிருந்து பிரித்து விட வேண்டுமென்று ராஜ தந்திரத்தின் அடிப்படையில் இத்தலையீடு இருந்தது.

சோழ ஏகாதிபத்தியக் கொள்கையின் அடிப்படையிலேயே இராஜராஜ சோழனும் அவனுடைய சந்ததியினரும் தங்கள் வலிமையை துங்க பத்திரை ஆற்றின் கிழக்கு கரையோரத்தில் பரவச் செய்ய முடிந்ததே தவிர, அவ்வாற்றின் மறுபக்கத்தில் தங்கள் வலிமையை பரவச் செய்ய முடியவில்லை.

கீழைச் சாளுக்கியர், மேலைச் சாளுக்கியர்களுக்கிடையேயான வேறுபட்ட நிலைகளே இதற்கு காரணமாகும்.

வேங்கியை ஆட்சி செய்த காலத்தில் கீழைச் சாளுக்கியர்கள் மேலைத் தக்காண இராட்டிரகூடர்களுடன் மூன்று ஆண்டுகளுக்கு மேலாக தொடர்ந்து போரிட்டதன் விளைவாக வலியிழந்து, சோர்வுற்றதோடு உள்நாட்டுக் குழப்பத்திற்கும் பலியாயினர்.

சோழரின் வரவினால் கீழைச் சாளுக்கிய மன்னர் குடும்பம் உற்சாகம் பெற்று அடுத்து நூறு ஆண்டுகள் சோழரது அதிகாரத்திற்குட்பட்ட

நண்பர்களாகத் திகழ்ந்து, அதன் பின்னர் முதலாம் குலோத்துங்க சோழன் காலத்திலும் அவனது சந்ததியினரான சோழ சாளுக்கியர் என்றழைக்கப் பட்டவரின் காலத்திலும் சோழ நாடும் மேம்படும் வகையில் உதவி புரிந்து தங்கள் நன்றிக் கடனைத் தீர்த்தனர்.

மேலைச் சாளுக்கியரோ பல நூற்றாண்டுகளாக இராட்டிரகூடர்களின் அடிமைகளாக இருந்து அப்போதுதான் இரண்டாம் தைலப்பனின் தலைமையில் தன்னுரிமையை நிலைநாட்டி தனிநாடாக உருவெடுத்து மிகவும் உற்சாகத்துடன் காணப்பட்டனர்.

சத்தியாசிரயனின் செப்ரோலு கல்வெட்டு கூறுவதுபோல கீழைச் சாளுக்கியரின் வலிமையையும் தம்முடன் இணையச் செய்யும் முயற்சி யையும் இவர்கள் மேற்கொண்டனர். ஆனால் வடக்கில் பாராமாரர்களும் தெற்கே சோழர்களும் இவர்களை ஒரே வேளையில் தாக்கியதால் தம் முன்னோரது ஆட்சியில் இருந்த இரட்டப்பாடி ஏழரை இலட்சம் பகுதியை இழக்காமல் பாதுகாப்பதைத் தவிர வேறு முயற்சிகளில் இவர் களால் ஈடுபட முடியவில்லை.

வேறு நாடுகளைத் தம் கீழ்க் கொண்டு வரும் முயற்சிக்கு இவர்களுக்கு நேரம் கிடைக்காததோடு உற்சாகமும் இல்லாமல் போயிற்று.

இந்நிலைக்கு விஞ்ஞான ரீதியாக விளக்கம் கூற முடியாது என்றாலும் பொதுவாக எந்த அரச வம்சத்திலும் முதல் மன்னர்களே சிறந்த ஆட்சி யாளர்களாய் விளங்கினாலும் இத்தகைய அரச வம்சங்கள் தொடர்ந்து சில தலைமுறைகள் சிறந்து விளங்குகின்றன.

முதல் பராந்தகன் ஆட்சியில் சோழ நாடு வடக்கே நெல்லூர் வரையில் பரவியிருந்தது. இராட்டிரகூடரின் படையெடுப்பின் பொழுது வடபகுதி களை இழக்க நேரிட்டது.

பின்னர் முதலாம் பராந்தகனின் வழி வந்தோரால் ஒரு சில பகுதிகள் மட்டுமே மீட்கப்பட்டன. இவர்கள் காலத்தில் சென்னைக்கு அருகே யுள்ள திருவொற்றியூர் உட்பட்டிருந்த வடபகுதி அனைத்தையும் மீட்கும் பொருட்டு இராஜராஜன் தன் ஆட்சியின் தொடக்கத்திலேயே ஒரு படையை வடக்கு நோக்கி செலுத்தினான்.

கீழைச் சாளுக்கியரின் இன்னல்கள் கி.பி. 945-970 காலத்தில் ஆட்சி செய்த இரண்டாம் அம்மன் காலத்தில் தொடங்கின. இவ்வின்னல்களுக்கு

பேராசை கொண்ட இராட்டிரகூட மன்னன் மூன்றாம் கிருட்டிண னுக்கும் கீழைச் சாளுக்கியரின் இளைய குடும்பத்தினருக்கும் இடையே ஏற்பட்ட பூசல்களே காரணம்.

கி.பி.945ஆம் ஆண்டில் தன் ஒன்று விட்ட அண்ணனைப் புறக்கணித்து விட்டு இரண்டாம் அம்மன் அரியணையைப் பெற்றான்.

இளைய வான்வழி வந்தவர்களான பாடபனும் இரண்டாம் தாழனும் ஆட்சியைக் கைப்பற்ற தகுந்த சந்தர்ப்பத்திற்காக காத்திருந்தனர்.

முதலாம் பராந்தகச் சோழனை வென்ற இராட்டிரகூட மன்னன் மூன்றாம் கிருட்டிணன் வேங்கி நாட்டின் மீதும் தன் கவனத்தை செலுத்தினான்.

கீழைச் சாளுக்கிய இளவரசர்களுக்கிடையே உண்டான உட்பகைகள் இம்மன்னனுக்கு சாதகம் ஆயின. இரண்டாம் அம்மன் பேடகல்லு மன்ன னான செடாசோட வீமனின் சகோதரியை மணந்தான். இக்காலத்தில் புகழ் பெற்று நிலவிய வீமன் தன் மைத்துனனுக்கு பெரிதும் உதவி புரிந்தான். இரண்டாம் அம்மனின் ஆட்சி இருபத்தைந்து ஆண்டுகள் அதாவது 970 வரை நிலவினாலும் இது நிலையற்றதாகவே இருந்தது.

இம்மன்னன் அரியணை ஏறிய பொழுது இரண்டாம் யுத்த மல்லன் என்பவனோடு போரிட்டு வெற்றியடைந்தான். ஆனால் யுத்த மல்லனின் தோல்வி, அவனது புதல்வர்களான பாடபனாலும் இரண்டாம் தாழனாலும் பழி வாங்கப்பட்டது.

வேங்கி நாட்டிலிருந்த சிலர் மற்றும் இராட்டிரகூட மன்னன் கிருட்டிணன் உதவியுடன் இரண்டாம் அம்மனை நாட்டை விட்டே விரட்டி அவனது அரியணையையும் கைப்பற்றினர்.

பாடபன், தாழன் ஆகியோரது செப்பு பட்டயங்களில் கூறப்பட்டுள்ள கிருட்டிணனின் உதவி, இவர்களுக்கு இச்சமயம் கிடைத்திருக்க வேண்டும். ஆனால் சில ஆண்டுகளுக்கு பிறகு கலிங்கத்திற்கு ஓடிவிட்ட அம்மன், கொலனு நாட்டுத் தலைவனான நிருபகாமாவின் உதவியுடன் நாடு திரும்பி 955க்கு முன்னர் தாழனது ஆட்சியை முடித்தான்.

கொலனுத் தலைவனின் மகளை மணந்த அம்மன், தாழனுடன் செய்த போரில் தாழனைக் கொன்றான்.

இது அம்மன் தன் தாயாதியான ஒரு மன்னனை விண்ணுலகத்திற்கு அனுப்பினான் என்று சக்தி வர்மனுடைய படிப்பற்று பட்டயம் கூறுவதிலிருந்து புலனாகிறது.

ஆனால் விரைவிலேயே மூன்றாம் கிருட்டிணன் வேங்கி நாட்டின் மீது மீண்டும் படையெடுக்க, அம்மன் இரண்டாம் முறையாக கலிங்கத்திற்கு தப்பி ஓட வேண்டியதாயிற்று. இந்நிகழ்ச்சி அம்மனுடைய பதினோராம் ஆண்டிற்குப் பிறகே நடைபெற்றது என்று மாங்கல்லு பட்டயங்கள் கூறுகின்றன.

வேங்கி நாட்டில் அம்மனுக்கு விரோதமான ஒரு கூட்டத்தில் ஆதரவைப் பெற்ற தானர்ணவனிடம் ஆட்சிப் பொறுப்பை கிருட்டிணன் அளித்தான். சில வருடம் கழித்து அந்நாட்டை தானார்ணவன் மீண்டும் படையெடுத்து சென்று அரியணையை கைப்பற்றினான்.

இராஜராஜ சோழனுக்கு ஏராளமான பட்டங்களும், பெயர்களும் சூட்டப்பட்டிருப்பது வரலாற்றில் அறியப்படுகிறது. மும்முடிச்சோழன், ஜெயங்கொண்டான், அருண்மொழி போன்ற பெயர்கள் நகரங்களின் பெயர்களாக மாறியதோடு, வளநாடுகளும் மண்டலங்களும் இம் மன்னனின் பெயராலேயே அறியப்பட்டன.

அழகிய சோழன், மும்முடிச்சோழன், காந்தளூர் கொண்டான், சோழ நாராயணன், அபயகுல சேகரன், அரித்துர்க்கலங்கன், அருள்மொழி, இரணமுக பீமன், ரவிவம்ச சிகாமணி, ராசபாண்டியன், ராச சர்வக்ஞன், இராசராசன், இராசகேசரிவர்மன், சோழேந்திர சிம்மன், இராச மார்த்தாண்டன், இராசேந்திர சிம்மன், இராச விநோதன், உத்தம சோழன், உத்துக்துங்கன், உய்யக் கொண்டான், உலகளந்தான், கேரளாந்தகன், சண்ட பராக்கிரமன், சத்ருபுசங்கன், சிங்கனாந்தகன், சிவபாதசேகரன், சோழ குல சுந்தரன், சோழ மார்த்தாண்டன், திருமுறை கண்ட சோழன், தெலிங்ககுல காலன், நித்ய விநோதன், பண்டித சோழன், பாண்டிய குலாசனி, பெரிய பெருமாள், செனநாதன், செயங்கொண்ட சோழன், சத்திரிய சிகாமணி, கீர்த்தி பராக்ரமன், தைல குலகாலன் போன்ற நாற்பதுக்கும் மேற்பட்ட பெயர்களில் இராஜராஜ சோழன் அழைக்கப்பட்டுள்ளார்.

*

17. வேளத்து பெண்டாட்டியர் சிறப்பு

கி.பி. 1015ஆம் ஆண்டு முதலாம் ராஜேந்திர சோழன் ஆட்சி காலத்தில் ஆழ்வார் வேளத்து பெண்டாட்டி ஆயிரவன் கற்றளி என்பவள் தன்னுடைய தனமயர் விச்சாதரன் மற்றும் தனது தாய் கரோகியின் நினைவாக 53 காசுகளை தஞ்சை திருவிசலூர் கோயிலுக்கு அளித்துள்ளார்.

வேளத்துப் பெண்டாட்டி எனும் அலுவலர்கள் சமுதாயத்தில் மிக உயர்ந்த நிலையில் மதிக்கப்பட்டு இருக்கிறார்கள் என்பதை அறிய முடிகிறது.

புதுக்கோட்டை மாவட்டம் கொடும்பாளூர் முசுகுந்தேஸ்வரர் கோயிலில் கிடைத்த பத்தாம் நூற்றாண்டு கல்வெட்டு பின்வரும் செய்தியை தருகிறது.

கி.பி. பத்தாம் நூற்றாண்டில் மதுராந்தக சுந்தரசோழன் வேளத்து பெண்டாட்டிகள்ளச்சி உத்தம என்பவள் பூதிபட்டாலகன் எனும் கொடும்பாளூர் அரச குடும்பத்தைச் சேர்ந்த ஒருவரோடு நகர முக்கிய ஸ்தர்கள் முன்னிலையில் வழக்காடியது தொடர்பாக கல்வெட்டு குறிப்பிடுகிறது.

கொடும்பாளூரில் வேளத்து பெண்டாட்டி எனும் அலுவலராக இருந்த கள்ளர் மரபினைச் சேர்ந்த ஒரு பெண் பணிபுரிந்ததையும், இவர் அரச குடும்பத்தோடு தொடர்புடைய பூதிபட்டாலகன் என்பவரோடு ஏதோ ஒரு வழக்கு தொடர்பாக வாதத்தில் ஈடுபட்டதை கல்வெட்டு உணர்த்து கிறது.

வேளத்து பெண்டாட்டிகள் எனும் அலுவலர்கள் சோழர்களின் அரண்மனைகளில் நிர்வாகத்தில் முக்கிய பங்காற்றியதும், இவர்கள் செல்வ வளத்திலும் செல்வாக்கிலும் சிறந்து விளங்கியதும், இராஜராஜ சோழ னோடு இணைந்து தஞ்சை பெரிய கோயிலுக்கு தானம் அளிக்கும் அந்தஸ்தை பெற்று இருந்தனர் என்பதையும் அறிய முடிகிறது.

சோழர் காலத்தில் தமிழக மக்களின் வாழ்க்கை முறை உயர்ந்த நிலையில் இருந்தது. சோழர் காலத்தில் சமூக கட்டமைப்பில் பெண்களின் பங்களிப்பு முக்கியத்துவம் வாய்ந்ததா திகழ்கிறது.

செம்பியன் மாதேவியார், குந்தவை நாச்சியார் முதலிய சோழப் பெருந்தேவிகள் பொது அரசியலிலும், பொது வாழ்விலும் தங்களை ஈடுபடுத்திக் கொண்டதை கல்வெட்டுகள் குறிப்பிடுகின்றன.

அந்த வகையில் சோழர் காலத்தில் வேளத்துப் பெண்டாட்டி எனும் அதிகாரிகள் பல கல்வெட்டுக்களில் முக்கியத்துவம் பெற்று விளங்கு கின்றனர்.

வேளம் என்பதற்கு சோழர் காலத்தில் இருந்த அரச மரபினர் மற்றும் அரண்மனை பணியாளர்களின் குடியிருப்பு என பொருள்படும்.

அரச மரபினர் வசிக்கும் பகுதியான வேளத்தில் பணிபுரியும் அலுவலர் வேளத்துப் பெண்டாட்டி என குறிப்பிட்டுள்ளனர்.

சோழர் காலத்தில் தஞ்சையில் பல்வேறு வேளங்கள் குடியிருப்புகள் இருந்ததை கல்வெட்டுகள் உணர்த்துகின்றன.

தஞ்சையில் இருந்த வேளங்கள் பஞ்சவன் மாதேவியார் வேளம் உத்தம சீலியார் வேளம், திருமஞ்சனத்தார் வேளம், திருப்பரிகலத்தார் வேளம் எனப் பல பெயர்களில் இருந்துள்ளன.

தஞ்சாவூரில் இருந்த தெரிஞ்ச திருமஞ்சனத்தார் வேளத்துப் பெண்டாட்டி வரகுணன் எழுவாத்துள் என்பவர் தஞ்சை பெரிய

கோயிலில் விளக்கு எரிப்பதற்கு சேனாதிபதி குரவன் உலகளத்தானோடு சேர்ந்து 12 பசுக்களை தானமாக அளித்துள்ளதை தஞ்சை பெரிய கோயில் கல்வெட்டு உணர்த்துகிறது.

மேலே குறிப்பிட்ட வரகுணன் எழுவாத்துள் மற்றொரு சமயத்தில் தஞ்சை பெரிய கோயிலுக்கு ராஜராஜ சோழன் 45 ஆடுகளை கொடுக்கும் போது இவரும் 6 பசுக்களை தானமாக அளித்துள்ளார்.

முதலாம் இராஜராஜன் ஒன்பதாம் ஆட்சியாண்டைச் சேர்ந்த ஆடுதுறை கல்வெட்டில் தஞ்சாவூர் உடையார் கோதண்ட வேளத்துப் பெண்டாட்டி அடியார் சோலை, அடியள் பிரமாணி, சண்டனவல்லி, முருகன் திருவடி முதலிய நால்வரின் பெயரிலும் ஆடுதுறை கோயிலில் விளக்கு எரிப்பதற்கு பராந்தக தெரிஞ்ச கைக்கோளரில் சாத்தன் என்பவன் விலைக் கொடுத்து நிலம் வாங்கியதை கல்வெட்டு தெரிவிக்கிறது.

முதலாம் பராந்தக சோழன் காலத்தில் தஞ்சாவூர் கற்றளிப் பிராட்டியார் வேளத்துப் பெண்டாட்டி மாநெருங்கண்டி என்பவர் 20 காசினை கும்பகோணம் நாகேஸ்வரசாமி கோயிலுக்கு அளித்துள்ளார். அதனைக் கொண்டு காவிரியில் இருந்து கோயிலுக்கு நீர் கொண்டு வருபவனுக்கு நிலம் அளிக்கப்பட்டது.

கி.பி. பத்தாம் நூற்றாண்டை சேர்ந்த மற்றொரு கல்வெட்டு உடைய பிராட்டியார் கிழானடிகள் கீழை வேளத்துப் பெண்டாட்டி அவினி சிகாமணி என்பவர் திருக்கீழ் கோட்டத்து கோயிலுக்கு 90 ஆடுகளை தானமாக அளித்ததைக் குறிப்பிடுகிறது.

கி.பி. பத்தாம் நூற்றாண்டைச் சேர்ந்த ஆதித்த கரிகாலன் காலத்து கல்வெட்டில், “தஞ்சாவூர் கூற்றத்து தஞ்சை பழைய வேளத்துப் பெண்டாட்டி பெரியான் திரிபுவனசுந்தரி 85 கழஞ்சு பொன்னை விற்று அதன் மூலம் கிடைத்த வருவாயை திருக்கீழ் கூட்டத்து திருக்கோயிலுக்கு தானமாக அளித்துள்ளது” குறிப்பிடப்பட்டுள்ளது.

பராந்தக சோழன் காலத்து மற்றொரு கல்வெட்டில் தஞ்சாவூர் கீழானடிகள் வேளத்து பெண்டாட்டி பாளூரான் பொற்றாமரை என்பாள் திருச்சேறை கோயிலுக்கு 96 ஆடுகளை தானமாக அளித்தது குறிப்பிடப் பட்டுள்ளது.

சோழர்கால செப்புத் திருமேனிகள் என்றாலே நினைவுக்க வருபவர் பெரிய பிராட்டி செம்பியன்மாதேவியார் என்று தமிழாய்வு ஆர்க் போற்றுகிறது.

செம்பியன்மாதேவி (கி.பி.910-1001) சிவஞான கண்டராதித்தரின் பட்டத்தரசி ஆவார். இவரது சமாதி இன்று சேவூரில் (செம்பியன் கிழானடி நல்லூர்) அமைந்துள்ளது.

செம்பியன் மாதேவி சித்திரை மாதம் கேட்டை நட்சத்திரத்தில் மழவர் குடும்பத்தில் பிறந்தவர். சோழப் பேரரசு கண்டராதித்தனாரை மணந்தார்.

அவரைப்போல தேவியாரும் சிறந்த சிவத்தொண்டராக விளங்கினார். தன் மகன் மதுராந்தகன், தன் கொழுந்தன் அரிஞ்சயரின் மகன் சுந்தர சோழரின் மகன்களான ஆதித்த கரிகாலன், அருள்மொழிவர்மன் மற்றும் சுந்தர சோழரின் மகளான குந்தவைப் பிராட்டியையும் பொறுப்புடன் வளர்த்தவர்.

சோழப் பேரரசுகளில் கண்டராதித்தனார் மறைந்த பிறகும் ஏற்பட்ட சங்கட சூழலில் பட்டத்திற்கு உரியவர் யாரென ஆலோசனை கூறியவர் இவர்.

ராஜராஜ சோழனான அருள்மொழி வர்மன் சிறந்த சிவபக்தனாக இருந்தமைக்கும் தஞ்சை பெருவுடையார் கோயிலை கட்டுவதற்கு பெரும் காரணமாக இருந்தவர் செம்பியன்மாதேவியார்.

முதலாம் பராந்தகச் சோழன் கண்டராதித்த சோழன், அரிஞ்சய சோழன், சுந்தர சோழன், உத்தம சோழன், ராஜராஜ சோழன் முதலிய ஆறு சோழப் பேரரசர்களின் அரசியல் வழிகாட்டியாக இருந்தவர் பெரிய பிராட்டி செம்பியன்மாதேவியார்.

கண்டராதித்த சோழர் கி.பி.957ல் மரணமடைந்தபோது அரிஞ்சய சோழனை அரசாள வைத்தவர். ஆதித்த கரிகாலன், ராஜராஜன், குந்தவை ஆகியோரை அன்போடு வளர்த்தவர்.

மேலும் கணவர் இறந்தபிறகு சிவ வழிபாடு, ஆலயத் திருப்பணிகள், தர்ம காரியங்கள் என வாழ்நாளை கழித்த செம்பியன் மாதேவியார் சுமார் 90 ஆண்டுகள் (கி.பி.910-1001) வாழ்ந்து ஆறு சோழ மாமன்னர்களின்

ஆட்சியைக் கண்டவர்.

செம்பியன்மாதேவியார் தம் காலத்தில் ஏராளமான சிவன் கோயில்களைக் கட்டி திருப்பணிகள் செய்துள்ளார்கள். அவை கி.பி.7ஆம் நூற்றாண்டிலும், கி.பி. 8ஆம் நூற்றாண்டிலும் சோழப் பேரரசுகளினால் மண்ணாலும் செங்கற்களாலும் கட்டப்பட்ட சிவ ஆலயங்கள். அவர் முதன் முதலில் சீரமைத்த திருக்கோயில் திருநல்லம் ஆகும்.

சோழ மண்டலத்தில் செங்கற்கோயிலாக இருந்த பத்து ஆலயங்களைக் கருங்கல் கட்டமைப்பாக (கற்றளி) மாற்றிக் கட்டினார். அவை திருநல்லம் (கோனேரி ராஜபுரம்) திருமுதுகுன்றம் (விருதாசலம்) திருவாரூர் அறநெறி (அசலேஸ்வரார் கோயில்) திருமணஞ்சேரி, தென் குரங்காடு துறை (ஆடுதுறை) திருக்கோடிக்காவல், ஆநாங்கூர், குத்தாலம், திருவக்கரை, செம்பியன்மாதேவி முதலியன ஆகும்.

புதிதாகவும் ஆக விதிக்கு உட்பட்டும் கற்றளியாக இவர் கட்டிய கோயிலே செம்பியன்மாதேவியில் இருக்கும் ஸ்ரீ கயிலாசநாதர் திருக் கோயிலாகும். கோயில்களுக்கு நாள்தோறும் திங்கள் தோறும் கைங்கரியங்கள் சிறப்பாக நடக்க இறையிலி கொடுத்தார்.

பல சிவ தலங்களுக்கு பொன், வெள்ளியென அணிகலன்களும் கொடுத்ததாக கல்வெட்டுகளில் அறிய முடிகிறது.

செம்பியன் மாதேவியின் குறித்த கல்வெட்டுகள் திருவேள்விக்குடி சிவதலத்தில் உள்ளது. இன்றளவும் சோழர்கள் காலக் கோயில்கள் நிலைத் திருக்க செம்பியன்மாதேவியாரின் கற்றளி மாற்றமே காரணமாகும்.

10ஆம் நூற்றாண்டில் சோழ நாட்டின் அரச குலத்தில் தோன்றிய கண்டராதித்தரை அவருடைய தந்தை பராந்தக சோழர் இவரை மிகச் சிறந்த சிவபக்தராகவே விளங்குமாறு வளர்த்துள்ளார்.

இத்தகைய சிவபக்தருக்கு அமைந்த சிறப்பான மணவாழ்வு என்பது சிவன் செய்த அருளாகவே பார்க்கப்படுகிறது.

நற்குணங்கள் மிக்க மழபாடி நாட்டின் இளவரசியான செம்பியன் மாதேவி சோழப் பேரரசின் பட்டத்து மகிஷியாக அமைந்தது பெருஞ் சிறப்பு.

கண்டராதித்தர் நடராஜப் பெருமான் மீது பத்து பதிகங்கள் பாடினார். அவை ஒன்பதாம் திருமுறையில் உள்ளன. சிவபக்தியில் தோய்ந்த இத்தம்பதியினருக்கு குழந்தை பிறந்தது.

குழந்தை பிறந்து சிறிது காலமே ஆனபோது கண்டராதித்தர் சிவபதமடைந்தார்.

செம்பியன்மாதேவி குழந்தையை சிவபக்தி நிரம்பியவராகவே வளர்த்து வந்தார்.

கணவர் கண்டராதித்தருக்குப் பிறகு சோழ அரியணையில் அமர அவருடைய பிள்ளைக்கு உரிமை இருந்தாலும் மிகச் சிறிய பாலகனான தால், தாய் அனைவருக்கும் வழிகாட்டினாள்.

சோழ நாட்டின் அரியணையை கண்டராதித்தரின் சகோதரர் அரிஞ்சய சோழர் அலங்கரிக்க வேண்டும் என்று செம்பியன்மாதேவி வேண்டிக் கொண்டாள்.

கண்டராதித்தரின் புதல்வன் மதுராந்தகன் என்ற உத்தம சோழன் இளம் பாலகனாக இருப்பதாலும், நாடு அரசனின்றி இயங்காது என்பதாலும் ராஜ மாதாவான செம்பியன்மாதேவியின் வேண்டுகோளை அரிஞ்சயர் ஏற்றார். நாட்டின் அரசரானார். இவ்வாறு செம்பியன் மாதேவியின் வழிகாட்டுதலால் நாட்டின் அரசுரிமை பிரச்சனை சுமூகமாகத் தீர்ந்தது.

சிவபக்தியில் தோய்ந்த கணவரிடம் அன்பும் மதிப்பும் கொண்டிருந்த செம்பியன் மாதேவி, சோழ நாட்டுச் சிவாலயங்களைப் புதுப்பிக்கும் பணியில் ஈடுபட்டாள்.

இதனை ஒரு இயக்கமாகவே சைவப் பணியினைச் செய்து வந்த செம்பியன்மாதேவி சிவாலயங்களுக்குச் சென்று பார்வையிட்டார்.

முதன்முதலில் செம்பியன்மாதேவி சீரமைத்த திருக்கோயில் நல்லம் ஆகும். சிதிலமடைந்த அக்கோயிலுக்கு கருங்கல் திருப்பணி செய்ய விழைந்தார்.

மலைகளோ குன்றுகளோ இல்லாதது சோழ நாடு. ஆகவே கருங்கற்கள் பல நூறு மைல்கள் பயணம் செய்து ஆயிரக்கணக்கான எடை கொண்ட கற்கள் வரவழைக்கப்பட்டன.

கல்தச்சர்கள் இடைவிடாமல் பணிபுரிந்து கோவிலை கருங்கல் திருப்பணியாகச் செய்தார்கள். ராஜமாதா செம்பியன்மாதேவி நாள் தோறும் இறைப்பணி செவ்வனே நடைபெறுகிறதா என்று கவனித்துக் கொண்டார்கள்.

நல்லம்கோவில் பணி முடியும் தருவாயில், கருவறைக்கு வெளிச்சுவரில் கண்டராதித்தர் சிவபூஜை செய்வது போன்று செதுக்கச் செய்தார். அதைக் கண்டு மாதேவியின் கண்கள் கணவரை நேரில் காண்பது போல ஆனந்தத்தை அடைந்தன.

இதுபோன்றே மேலும் பத்து கோவில்களிலும் கணவரின் சிவபூஜைக் காட்சியை சித்தரிக்கச் செய்தார். ஆயிரம் ஆண்டுகளுக்குப் பிறகும் இன்றும் அக்காட்சியை நாம் கண்டு களிக்கலாம்.

சிவத்தொண்டில் ஈடுபட்டு கோவில் பணிகளைச் செய்தது போன்றே மாதேவி, சோழ நாட்டு இளவரசர்கள், இளவரசிகளையும் பக்தியும் நற்குணங்களும் நிரம்பியவர்களாக வளர்த்து வந்தார்.

செம்பியன்மாதேவியிடம் இளம் பருவம் முதலே வளர்ந்த ராஜராஜன் அரியணை ஏறியதும் தஞ்சைத் தரணியில் வானுயர்ந்த கோபுரத்துடன் பெரிய கோவிலைக் கட்டினான். அதுமட்டுமல்ல, நியாயம், தர்மம் ஆகிய வற்றை நன்கு உள்ளத்திலே பதிய வைத்தவர் பெரியன்னை செம்பியன் மாதேவியர் ஆவர்.

அரிஞ்சயரின் ஆட்சிக் காலத்திற்கு பிறகு ராஜராஜன் அரியணையை ஏற்க முன்வரவில்லை. கண்டராதித்தரின் புதல்வரான உத்தம சோழர் தான் அரியணையில் அமரத் தகுந்தவர் என்று வாதாடினார்.

இத்தகைய தியாக புத்தியும் நேர்மை குணமும் அவருக்கு ஊட்டியவர் செம்பியன்மாதேவி தான். தேவியின் பெயரால் கோவில்களில் பல மானியங்கள் அளிக்கப்பட்டன. பல ஏரிகள் குளங்கள் வெட்டப்பட்டன.

செம்பியன்மாதேவி சிவபக்தியில் தோய்ந்தவராக இருந்து தாம் புகுந்த சோழ நாட்டில் சைவம் தழைக்கச் செய்தார்.

அரச பரம்பரையினர் சைவப்பற்று மிகுந்தவராகச் செய்து நாட்டிற்கும் குடும்பத்தார்க்கும் நல்லன செய்து அனைவராலும் போற்றப்பட்ட மூதாட்டியாக விளங்கி, 85வது வயதில் இறைவனடி சேர்ந்தார்.

திருநல்லம் என்னும் கோனேரிராஜபுரம் திருக்கோயில் சிவஞான செல்வரான கண்டராதித்த சோழனின் துணைவியும் சிவசேகரன் இராஜராஜ சோழனின் பாட்டி செம்பியன்மாதேவி அவர்களால் கற்றளி யாக திருப்பணி செய்யப்பட்டது.

இத்தலத்தில் அம்மை மங்கள நாயகி, தேகசுந்தரி எனும் அங்கவளை நாயகி சன்னதி கிழக்கு நோக்கியும், ஐயன் சன்னதி மேற்கு நோக்கியும் ஒன்றையொன்று எதிர்நோக்கியவாறு கல்யாண கோலத்தில் அமைந் துள்ளன. ஐயனும் அம்மையும் மாலை மாற்றும் விதமாக அமைந்துள்ள தாக ஐதீகம். எனவே இத்தலத்தில் வழிபடுபவர்களுக்கு திருமலை பேற்றை அருளுகின்றார்.

இங்குள்ள கல்வெட்டுக்கள் இராஜராஜன், இராஜேந்திரன், முதலாம் இராஜாதிராஜன், இரண்டாம் இராஜேந்திரன், முதலாம் குலோத்துங்கன் காலத்தியவை.

கல்வெட்டில் இறைவன், 'திருநல்லம் உடையார்' என்று குறிக்கப்படு கிறார். வேங்கிபுரம் முதலிப்பிள்ளை என்பவன் நன்கொடையால் கோயில் கட்டப்பட்டதாகவும், 'நக்கன் நல்லத்தடிகள்' என்பவனால் சண்டேசுவரர் உற்சவத் திருமேனி செய்து தரப்பட்டது என்றும், குந்தவை பல நன்கொடைகளைக் கோயிலுக்கு தந்துள்ளார் என்றும் பல செய்திகள் கல்வெட்டு வாயிலாக தெரிய வருகின்றன.

காவிரியின் தென்கரையில் தேவாரப் பாடல் பெற்ற தலங்களுள் 34வது தலம் இத்தலம். மிகப் பெரிய சுயம்பு நடராஜப் பெருமானின் திருமேனி அமைந்துள்ள தலம். மூன்று நிலை ராஜ கோபுரத்துடன் இரண்டு பிரகாரங்களுடன் கூடிய இத்தலத்தில் எம் ஐயன் உமா மஹேஸ்வரராக மேற்கு நோக்கி எழுந்தருளி அருள்பாலிக்கின்றார். இவர் பூமாதேவியால் பூசிக்கப் பெற்றவர். எனவே இவர் பூமிநாதர் என்றும் திருநாமம் பெற்றுள்ளார்.

வீடு கட்டுவதில் சிக்கல், நிலப்பிரச்சனை உள்ளவர்கள் இங்கு வழிபாடு செய்து பலனடைகிறார்கள். மேலும் நந்திகேஸ்வரர், சனத்குமாரர், கன்னுவர் ஆகியோர்களும் இவரை வழிபட்டு நலம் பெற்றுள்ளனர்.

நந்தி வழிபட்ட தலமானதால் பிரதோஷ காலத்தில் ஐயனை வணங்க ஒன்றுக்கு பல மடங்காக பலன் கிட்டும்.

தமிழகத்திலேயே பெரிய நடராஜர் சிலை இத்தலத்தில் தான் உள்ளது. ஐம்பொன் சிலை என்றாலும் சுயம்புவாக தோன்றிய சிலை.

இத்தலத்தில் ஆடவல்லான் சுயம்புவாக தோன்றிய மிகவும் சுவையான வரலாறு உள்ளது. கண்டராதித்த சோழன் திருத்தேவி மாதேவடிகள் செம்பியன்மாதேவி தன் கணவர் நினைவாக இத்திருக்கோயிலை கற்றளியாக கட்டுவித்து திருமுழுக்குக்கான நாளையும் குறித்து விட்டார்.

அனைத்து திருமேனிகளும் தயாராகி விட்டன. ஆனால் நடராஜ பெருமானின் திருமேனி மட்டும் எவ்வளவு முயன்றாலும் சிற்பியினால் வடிக்க முடியவில்லை. எவ்வளவு முறை வார்த்தாலும் ஏதோ ஒரு குறை வந்து கொண்டே இருந்தது.

ஆண்டவன் அத்திருத்தலத்தில் நடத்த இருக்கும் திருவிளையாடலை அறியாத சிற்பி ஒன்றும் புரியாமல் சிற்பி இறைவனை நோக்கி இறைஞ்சினார் என்கிறது வரலாறு.

●

மாமன்னர் ராஜராஜன் வாழ்வில் இரு பெண்களின் குணநலச் செல்வாக்கு அழுத்தமாகப் படிந்திருப்பதை வரலாறு பதிவு செய்திருக்கிறது. ஒருவர் அவருடைய பெரிய அன்னையார் செம்பியன்மாதேவி. மற்றொருவர் அவருடைய தமக்கையார் குந்தவை நாச்சியார்.

ராஜராஜனை சிறு வயதிலிருந்தே அரவணைத்து அன்பு காட்டியவர் செம்பியன்மாதேவி. இவர் சுந்தரசோழனின் மூத்த சகோதரரான கண்டராதித்தன் மனைவி செம்பியன்மாதேவி கணவரோடு சிவ பக்தி நெறியில் வழி நடந்தவர்.

அரச குடும்பத்தைச் சேர்ந்த அனைவரும் மிக்க மதிப்புடன் போற்றிய பெண்ணின் நல்லாள் இவர்.

ராஜராஜ சோழனுக்கு சிவபக்தியில் ஈடுபாடு ஏற்பட்டதற்கு செம்பியன்மாதேவியும் ஒரு முக்கியமான காரணம்.

இதேபோல ராஜராஜன் வாழ்வில் முக்கியத்துவம் பெற்றிருந்த இன்னொரு பெண் அவருடைய தமக்கையார் குந்தவை.

தஞ்சை பெரிய கோயில் பற்றி பேசும்போது மாமன்னர் ராஜ

ராஜனைப் பற்றி பேசாமல் இருக்க முடியாது. ராஜ ராஜனைப் பற்றி பேசும் போது இந்த இரு பெண்களைப் பற்றி பேசாமல் இருக்க முடியாது.

ராஜ ராஜ சோழன் பெரிய கோயிலை கட்டி முடித்த பிறகு அக்கோயில் தொடர்பாக பணியாற்றியவர்களின் பெயர்களை கல்லிலே செதுக்கி வைக்கிறார் ராஜராஜன்.

தஞ்சைப் பெரிய கோவிலின் கல்வெட்டு ஒன்று இவ்வாறு பேசுகிறது.

"......... பாண்டிய குலாசினி நாட்டுத் தஞ்சாவூர் கூற்றத்துத் தஞ்சாவூர் நாம் எடுப்பிச்ச திருக்கற்றளி ஶ்ரீராஜ ராஜேஸ்வரமுடையார்க்கு நாம் குடுத்தனவும், அக்கன்குடுத்தனவும், நம் பெண்டுகள் குடுத்தனவும் மற்றும் குடுத்தார் குடுத்தனவும் ஶ்ரீ விமாநத்திலே கல்லிலே வெட்டுக..."

வரலாற்றில் தான் எடுத்த ஒரு கோயிலில் என் தமக்கையார் கொடுத்ததும் என் வீட்டுப் பெண்கள் கொடுத்ததும் என்றெல்லாம் ராஜ ராஜன் பெரிய கோயில் கட்டும் பணியில் பெண்கள் கொடுத்த நிதியைக் குறிப்பிட்டிருப்பது போலெல்லாம் பெண்கள் அளித்த கொடையை எந்த அரசரும் குறிப்பிட்டிருப்பதாகத் தெரியவில்லை. ராஜராஜ சோழனின் பரந்த மனது இவ்வாறு செயல்பட்டிருக்கிறது.

பெரிய கோயிலை கட்டி முடிப்பதற்கு முன்னாலேயே ராஜராஜனின் பட்டத்தரசியான உலக மாதேவி திருவையாறு ஐயாறப்பர் கோயில் வளாகத்தில் ஒரு கோயில் கட்டுகிறார்.

திருவையாறு சுற்றுக் கோயில்களில் ஒன்றாகிய வட கயிலாயம் அல்லது உத்தர கயிலாயம் என்று அழைக்கப்படுகிற உலோக மாதீச்சரத்தை கட்டி முடித்திருக்கிறார்.

கோயிலின் பெரிய பிரகாரத்தின் வடப்பக்கத்தில் இக்கோயில் காணப்படுகிறது. அக்கோயிலில் ஒரு கல்வெட்டு பொறிக்கப்படுகிறது.

"......... ஶ்ரீ ராஜராஜ தேவர் தம் பிராட்டியர் தந்தி சக்தி விடங்கியரான ஶ்ரீ ஒலோக மாதேவியார் வடகரை ராஜேந்திர சிம்ஹவன நாட்டுப் பொய்கை நாட்டு நாட்டு திருவையாற்றுப்பால் நாம் எடுப்பித்த திருக்கற்றளி ஒலோகமாதீச்சரம்."

இக்கல்வெட்டில் இது தாம் கட்டிய கோயில் என்று தெரிவிக்கிறார். தரும காரியங்களைப் பெண்கள் தாமே விரும்பிச் செய்தாலும் அவற்றைத்

தம் வீட்டு ஆடவர் பெயராலேயே விளங்கச் செய்வது வழக்கம். ஆனால் தம் பெயரால் இக்கோயிலை விளங்கச் செய்யும் சுதந்திரம் ராஜ ராஜசோழனால் ஒலோக மாதேவிக்கு இருந்திருக்கிறது.

ராஜ ராஜ சோழன் தஞ்சையிலே சிவத் தொண்டிற்காக 400 ஆடற் பெண்களை குடியமர்த்திய செய்தியை உலகம் அறியும். ஆனால் லோகமாதேவி அதற்கு முன்னாலேயே ஒலோகமாதீச்சரத்தில் 32 ஆடல் மகளிரையும், நட்டுவர், மோர்வியன் ஆகியோரையும் நியமித்து விட்டார்.

பக்க இசைக்காக வங்கியம், வீணை, உடுக்கை, உவச்சு தலைப்பறை, மத்தளம், தாளம், கரடிகை, கண்டை, திமிலை, கைம்மணி ஆகியவற்றை கையாளும் கருவியாளர்களையும் நியமித்து விட்டார். அவர்களுக்கான ஊதியத்தையும் இவற்றோடு ஒரு கல்வெட்டில் பதிவு செய்து விட்டார்.

இங்கு பணியிலமர்த்தப்பட்ட ஆடல் மகளிர் தலைக்கோலி பட்டம் அளிக்கப்பட்டவர்கள் என்பதும் குறிப்பிடத்தக்கது.

ராஜ ராஜ சோழ மன்னர் பெரிய கோயிலில் ஆடல் தொண்டு செய்ய ஆடல் மகளிரைப் பணி அமர்த்தி அவர்களது பட்டியலை ஒரு கல்வெட்டில் வெட்டி வைக்கிறார்.

இப்பட்டியல் லோகமாதீச்சரத்திலிருந்து வந்த பெண்ணிலிருந்தே தொடங்குகிறது.

'தெற்குத் தளிச்சேரி தென்சிறகு தலைவீடு திருவையாறு லோக மாதீச்சரத்து நக்கன் சேர மங்கை'

அந்த பெண்கள் குடியமர்த்தப்பட்ட வீட்டின் கதவு இலக்கம், தெரு பெயர், எந்த வரிசை, அவர் ஊர் எங்கு, எக்கோயிலைச் சேர்ந்தவர், அவர் பெயர், அவருடைய ஊதியம் ஆகிய அத்துணை விபரங்களும் தருகிறார்.

அவர்கள் கோயில் பண்டாரத்திலிருந்தே ஊதியம் பெறுவார்கள். சோழ நாட்டுக் கருவூலத்திலிருந்து பெற வேண்டுவது இல்லை. எந்த அரச அலுவலரின் கீழும் அவர்கள் வரவில்லை.

இறைவன் பணிக்காக அமர்த்தப்பட்டவர்கள், இறைவனுக்கே உளமாரப் பணிபுரிவார்கள். பெருவுடையாரின் கீழ் பணிபுரிவார்கள்.

இறைப்பணிக்காக அர்ப்பணிக்கப்பட்ட இந்த பெண்டிர் திருக்கோயில்

ஆடல் தொண்டுடன், இவர்களுக்கென்று சில கடமைகளும், உரிமை களும் உண்டு.

இறைவன் வீதி உலா சென்று வந்தவுடன் திருஷ்டி கழிக்க, குடும்ப ஆரத்தி எடுத்தல் உள்ளிட்ட பல உரிமைகளை இவர்கள் பெற்றிருந்தனர்.

வழிபாட்டில் ஆடுவது என்றால் ஏதோ மக்களின் பொழுது போக்கிற் காக ஆடுவது போல எண்ணி விடக் கூடாது. அதற்கென்று சில நியமங்கள் உண்டு. எந்த வகை உடை உடுத்த வேண்டும். எந்த நகைகள் அணிதல் கூடாது என்றெல்லாம் விதிகள் உண்டு.

திருவிழாக்களல் ஆடுவது வேறு. வழிபாட்டிற்கு ஆடுவது வேறு. பின்னால் சமுதாயச் சூழல்களால் இந்தச் சமுதாயமே உண்டாக்கி வைத்த பெண்களோடு இவர்களை ஒப்பீடு செய்வது கூடாது.

திருவையாற்றுக் கோயிலில் இரண்டு பெண் அதிகாரிகள் இருந்திருக் கிறார்கள். 'அதிகாரிச்சி எருதன் குஞ்சார மல்லிகையும் அருளிச் செய்ய, அதிகாரிச்சி சோமயன் அமிர்தவல்லியும் ஆக இவ்வினைவர் கண்காணிப் பால்' என்ற பாடல் வரிகளிலிருந்து ராஜராஜ சோழன் காலத்தில் பெண்களும் அதிகாரிகளாக வலம் வந்துள்ள உயர்நிலை காண முடிகிறது.

*

18. சோழர்களின் பள்ளிப் படைக்கோயில்கள்

இறந்து போன முன்னோர்களையும் வீரர்களையும் வணங்கும் வழக்கத்தில் இருந்தே கோயில்கள் தோற்றம் பெற்றதாகக் கருதப்படு கின்றது.

இவ்வளர்ச்சியில் பள்ளிப்படைக் கோயில்கள் ஒரு கட்டமாகும். ஆண்களுக்கு பள்ளிப் படைக் கோயில்கள் எழுப்பப்பட்டது போலவே அரச குலப் பெண்கள் சிலருக்கும் பள்ளிப்படைக் கோயில்கள் இருந் திருக்கலாம் என்பது சில ஆய்வாளரது கூற்று ஆகும்.

ஆண்களது பள்ளிப் படைகளில் லிங்கம் வைப்பது வழக்கமாக இருந்தது. இதனால் பிற்காலத்தில் இவை சிவன் கோயில்களாக மாறி விட்டன.

பள்ளிப்படை என்பது வீரத்துடன் போர் புரிந்து இறக்கும் மன்னர் களுக்கு அமைக்கப்படும் கோயில்களாகும். மன்னர்களுக்கு அமைக்கப் படுவதே பள்ளிப்படை என்றும் மற்றவர்களுக்காக அமைக்கப்படுவது நடுகல் என்பதும் சில ஆய்வாளர்களது கருத்து. ஆனால் படைத் தளபதிகள், புலவர்கள் போன்றோர்க்கும் பள்ளிப் படைகள் அமைக்கப் படுவது உண்டு என்று வேறு சிலர் எடுத்துக்காட்டியுள்ளார்கள்.

கி.பி.5ஆம் நூற்றாண்டுக்கு முன் தமிழகத்தில் காணப்பட்ட கோயில்கள் இறந்த வீரர்களுக்குரிய சமாதிக் கோயில்களாகவே இருந்ததாகத் தெரிகிறது. இதற்குப் பின்னரே இவைகள் பள்ளிப் படைகள் என அழைக்கப்பட்டன.

பள்ளிப்படை கோயில்களில் இறந்தவர்களை அடக்கம் செய்யும் முறை புராதனமான முறையாகும்.

உடல் புதைக்கப்பட்ட இடத்தில் முதலில் திருநீறு, உப்பு, மிளகு, சங்குக்காய், ஜடாமஜ்ஜி, வெட்டிவேர், சுக்கு, திப்பிலி, பஞ்சகவ்யம், நவதானியம், வில்வ இலைகள், துளசி இலைகள், தர்ப்பப்பை புல் ஆகியவை அடுக்கப்பட வேண்டும். அதன் மீது மரணித்தவரின் உடல் வைக்கப்பட்டு மீண்டும் மேற்கூறிய பொருட்கள் அவரது உடல் மீது அடுக்கப்பட வேண்டும்.

இம்முறையை பள்ளிப்படை முறை என்று அழைக்கிறார்கள். இந்த முறையில் உப்பு மிளகு போடுவதால் மரணித்தவரின் உடல் பதப்படுத்தப் படும். அவரது உடல் மக்காது.

●

தமிழ்நாட்டில் தஞ்சாவூர் மாவட்டம் பட்டீஸ்வரத்திற்கும் திருவிடைமருதூருக்கும் அருகே அமைந்துள்ள பழையாறை கிராமத்தில் இருக்கும் பள்ளிப்படைக் கோயில்தான் பஞ்சவன்மாதேவீச்சரம் (பஞ்சவன்மாதேவி பள்ளிப்படைக் கோயில்) ஆகும்.

பட்டீஸ்வரத்திலிருந்து திருமேற்றளிக்குச் செல்லும் சாலையில் இப்பள்ளிப்படை அமைந்துள்ளது. இக்கோயிலை உள்ளூர் மக்கள் ராமசாமி கோயில் என அழைக்கின்றனர்.

இந்தப் பள்ளிப்படை கோயில் முதலாம் இராஜராஜ சோழனின் தேவியும், பழுவேட்டரையரின் மகளுமாகிய பஞ்சவன்மாதேவியின் நினைவாக முதலாம் இராசேந்திரச் சோழனால், அவ்வம்மையாரை பள்ளிப்படுத்தி எடுக்கப் பெற்ற கற்றளியே பள்ளிப்படை கோயிலாகும்.

இராசேந்திர சோழனுக்கு பஞ்சவன்மாதேவி சிற்றன்னை ஆவார். பஞ்சவன்மாதேவியின் உடலைப் புதைத்து அதன் மேல் லிங்கத்தைப் பிரதிட்டை செய்து கட்டப்பட்ட பள்ளிப்படை என்பது இதன் சிறப்பு.

கோயிலின் உள்ளே முன்பகுதியில் பஞ்சவன்மாதேவியின் சிலை உள்ளது. கோயில் பழுவேட்டரையின் கட்டுமான வடிவத்தைப் பிரதிபலிக்கும் தன்மையைக் கொண்டவை.

இராஜராஜ சோழன் எப்படி இறந்தார் என்பதற்கான மர்மங்கள் இன்னும் துலக்கப்படவே இல்லை.

கி.பி.1013ஆம் ஆண்டின் இறுதியில் திருவிசநல்லூரில் உள்ள ஒரு சிவன் கோயிலில் ராஜராஜ சோழனும் அவரது மனைவி லோகமாதேவியும் ‘ஹிரண்ய கர்ப்பம்’ மற்றும் துலாபார சடங்குகளை செய்ததாக எழுதப் பட்ட பதிவு இருப்பதாக கூறப்படுகிறது.

இந்த சடங்குகளுக்கு பின் அவர் வானப் பிரஸ்தம் எடுத்து, சோழர் களின் அரண்மனை நகரமான பழையாறைக்கு அருகிலுள்ள ஒரு சிறிய கிராமத்திற்கு ஓய்வு பெறச் சென்றிருக்கலாம் என்று கூறப்படுகிறது. ஆனால் அதன் பிறகு அவர் நீண்ட காலம் வாழவில்லை.

கி.பி.1015ல் அவரது மகன் ராஜேந்திர சோழன் அவருக்கு வருடாந்திரச் சடங்குகளை நடத்தியதாக கல்வெட்டுகள் காட்டுகினறன. அதாவது அவர் துறவு பூண்ட பின் இறந்தார் எனப்படுகிறது.

ஆனால் ராஜராஜ சோழன் தஞ்சாவூரில் உள்ள பிரகதீஸ்வரர் கோயிலின் மிகப்பெரிய கோபுரத்திலிருந்து விழுந்து இறந்தார் என்ற செவிவழிக் கதை ஒன்றும் கூறப்படுகிறது.

அதன் காரணமாகவே இப்போதும் ஆட்சியில் இருக்கும் அரசியல் வாதிகள், ஆட்சியாளருக்கு கெட்ட சகுணம் என்று நம்பி அந்தக் கோயிலின் பிரதான வாயில் வழியாக கோயிலுக்குள் நுழைவதில்லை.

உண்மையில் தஞ்சாவூர் கோயிலைப் பற்றி புராணங்கள் பல உள்ளன.ராஜராஜ சோழன் நிறுவிய நந்தி வளர்ந்து வருவதாக ஒரு ஐதீகம்.

மேல் மாடமும் குவிமாடமும் கலசமும் தரையில் நிழலாகாது.

மேலும் ஸ்ரீ விமானத்தின் குவிமாடம் ஒரே கல்லால் ஆனது.

தஞ்சாவூரிலிருந்து 75 கி.மீ. தொலைவில் உள்ள மலையில் இருந்து டன் எடையுள்ள கற்களை செதுக்கி இது கட்டப்பட்டதாக கூறுகின்றனர்.

கருவறைக்கு மேல் உள்ள 216 அடி ஸ்ரீவிமானம் ஒரு காலத்தில் தங்கத் தகடுகளால் மூடப்பட்டிருந்தது. பல நூற்றாண்டுகளுக்குப் பிறகு படையெடுப்புகள் தங்கத்தை உரித்தனர். கி.பி.1010ல் இக்கோயில் கட்டி முடிக்கப்பட்டது. இது வங்கியாகவும், களஞ்சியமாகவும் நீதிமன்ற மாகவும் செயல்பட்டது.

உடையாளூரில் உள்ள பால்குளத்தி அம்மன் கோயிலில் உள்ள கல்வெட்டுகளில் ராஜராஜ சோழனின் சமாதி உடையாளூரில் இருப்ப தாகக் கூறுகிறது. ஆனால் கல்வெட்டுகளில் அந்த இடம் குறிப்பிடப் படவில்லை.

உடையாளூரில் உள்ள கைலாசநாதர் கோயில் இவரது சமாதியாக இருக்கலாம் என்று சில வரலாற்று ஆசிரியர்கள் கூறுகிறார்கள். இது சமாதியா இல்லையா என்பதை தொல்லியல் துறையினர்தான் பள்ளம் தோண்டி அறிந்து உண்மை உரைக்க வேண்டும்.

அந்த இடத்தில் தொல்பொருள் ஆராய்ச்சியாளர்கள் முதற்கட்ட ஆய்வை மேற்கொண்டபோது கல்லறை இருந்ததற்கான எந்த ஆதாரமும் கிடைக்கவில்லை. எனவே ஆராய்ச்சியாளர்கள் இப்பகுதியில் உள்ள ஒரு சிவன் கோயில் அல்லது ராஜராஜாவின் இறுதி ஸ்தலத்தைக் குறிக்கும் 'லிங்கம்' தேடினார்கள்.

உடையாளூரில் பாதி புதைந்த லிங்கம் அவரது இறுதி ஸ்தலத்தைக் குறிக்கலாம் என்று முடிவு செய்தனர்.

தமிழ்நாட்டின் தஞ்சாவூர் மாவட்டத்தில் கும்பகோணத்துக்கு அருகில் உள்ள உடையாளூரில் ஒரு சிறிய கொட்டகையின்மேல் குதிக்கும் புலி யின் உருவம் கொண்ட மங்கிப்போன இழையில்லாத பச்சை நிறத்துணி ஒரு குச்சியில் படபடக்கிறது.

கொடியானது வலிமை மிக்க சோழ வம்சத்தின் பதாகையை குறிக்கும். 2000 ஆண்டுகளின் முற்பகுதியில் மைசூரில் உள்ள இந்திய தொல்லியல் துறையின் கல்வெட்டு இயக்குநரகத்தில் இந்த ஆய்வு மேற்கொள்ளப் பட்டது.

இந்தக் கல்வெட்டு ராஜராஜ சோழனின் பேரன் குலோத்துங்கன் ஆட்சியின்போது ஒரு நினைவகம் புதுப்பிக்கப்பட்டது பற்றி பேசுகிறது.

இந்தக் கல்வெட்டுடன் கூடிய தூண் உடையாளூரில் உள்ள ஒரு அம்மன் கோயிலின் நுழைவாயிலில் காணப்பட்டதாக வரலாற்றாசிரியர் குடவாயில் பாலசுப்ரமணியம் கூறுகின்றார்.

இவ்வளவு சிறிய கொட்டகை எப்படி தஞ்சாவூர் பெரிய பிரகதீஸ்வரர் கோயிலைக் கட்டிய சோழ மன்னனின் சமாதியாகும் என்ற கேள்வியினை பலரும் எழுப்புகின்றனர்.

மூன்றில் இரண்டு பங்கு மணலுக்கு அடியில் புதைந்திருந்த லிங்கம் தவிர அரசனின் சமாதி இருந்ததற்கான அடையாளமே இல்லை.

●

விஜயாலயச் சோழனின் (கி.பி.846-881) மகனாகிய முதலாம் ஆதித்த சோழன் (கி.பி.871-907) கி.பி.907ஆம் ஆண்டு தொண்டமானாற்றூர் என்னுமிடத்தில் இறந்து போனார்.

சோழ மன்னனின் மரணம் குறித்து 'தொண்டை மானரூர் துஞ்சின உடையார்' என்ற அடைமொழியுடன் உத்தம சோழனின் திருமால்புரம் (திருமால்பூர்) கல்வெட்டு பதிவு செய்துள்ளது.

முதலாம் ஆதித்த சோழனின் அஸ்தியின் மீது முதலாம் பராந்தக சோழன் தொண்டமாநாட்டில் எடுப்பித்த பள்ளிப்படைக் கோயிலாகும்.

இது முதலாம் ஆதித்த சோழன் என்ற கோதண்டராமனின் நினைவாக எழுப்பப்பட்டது. தொல்லியல் ஆய்வாளர் திரு. வெங்கய்யா இந்த தொண்டமானாற்றூரரை ஸ்ரீகாளஹஸ்திக்கு அருகில் உள்ள தொண்ட மாநாடு என்று அடையாளம் கண்டுள்ளார். இவ்வூரை திருவேங்கடக் கோட்டத்து ஆற்றுள் நாட்டு தொண்டமான் பேராற்றூர் என்று கல்வெட்டு குறிப்பிடுகிறது.

ஆதித்தீஸ்வரா தொண்ட மாநாட்டில், முதலாம் பராந்தகனால் அவரது தந்தைக்கு பள்ளிப்படையாக எழுப்பப்பட்டது. அரிஞ்சிகை ஈஸ்வரா மேல்பாடியில் முதலாம் இராஜராஜனால், ஆற்றூரில் மரணமடைந்த அரிஞ்சய சோழனை நினைவூட்டுவதற்காகக் கட்டப்பட்டது.

இராமநாதன் கோயிலில் உள்ள பஞ்சவன்மாதேவீஸ்வரர் முதலாம் இராஜேந்திர சோழனால் கட்டப்பட்டது என்பது குறிப்பிடத்தக்கது.

பிற்காலச் சோழர்கள் காலத்தில் ஸ்ரீ காளஹஸ்தி தொண்டை மண்டலம் (ஜெயம் கொண்ட சோழ மண்டலம்) திருவேங்கட கோட்டம், பெரும்பாணப்பாடி நாடு ஆற்றுள் வருவாய் பிரிவில் அடங்கிய ஊராக இருந்து வந்துள்ளது.

இவ்வூர் வடபகுதி ஜெயம் கொண்ட சோழ மண்டலத்தின் கஜானா வாகவும் திகழ்ந்துள்ளது. இதன் காரணமாகவே இவ்வூருக்கு பொக்கிஷம் பாளையம் என்ற பெயர் வந்ததாகத் தெரிகிறது.

வசூலிக்கப்பட்ட வரியை வாங்கிச் செல்வதற்கு இங்கு வந்த முதலாம் ஆதித்த சோழன் காய்ச்சல் கண்டு கி.பி.907ஆம் ஆண்டு புரட்டாசி மாதம் கேட்டைய நட்சத்திரத்தன்று இறந்து விட்டான்.

ஆதித்த சோழனின் நினைவாக அவனது அஸ்தியின் மீது முதலாம் பராந்தக சோழனால் எழுப்பப்பட்டதுதான் இந்த கோதண்ட ராமேஸ் வரம் என்னும் ஆதித்தேஸ்வரம் என்ற பள்ளிப்படைக் கோவிலாகும்.

கோதண்ட ராமேஸ்வர சுவாமி கோயில் மூலவர் விமானத்தின் வடபுறத்தின் திரிபட்ட குமுதப் படையில் முதலாம் பராந்தக சோழனின் விரிவான 34ஆம் ஆட்சியாண்டு கல்வெட்டு (கி.பி.941) ஒன்று அறியப் பட்டுள்ளது.

ஆதித்த சோழன் பிறந்த நட்சத்திரம் சதயம் ஆகும். எனவே சதய நட்சத்திரத்து நாளிலும் ஒரு விழா எடுக்க வகை செய்யப்பட்டிருந்தது. கி.பி.940ஆம் ஆண்டு இந்த ஏற்பாடு செய்யப்பட்டது.

ஆதித்தன் மறைந்த கேட்டை (18வது நட்சத்தரம் முதல்) ஆதித்தன் பிறந்த சதயம் (24வது நட்சத்திரம் வரை) ஏழு நாட்கள் ஸ்ரீ கோதண்ட ராமீஸ்வரமாகிய ஆதித்தீஸ்வரத்து மூலவருக்கு புரட்டாசி மாதம் (தமிழ்) கேட்டை நட்சத்திரம் தொடங்கி சதய நட்சத்திரம் வரை திருவிழா எடுப் பதற்கும் ஏழு நாட்களுக்கு உணவு அளிப்பதற்கும் ஏற்பாடு செய்யப்பட்ட செய்தியை முதலாம் பராந்தகனின் கல்வெட்டு பதிவு செய்துள்ளது.

இக்கல்வெட்டு இந்த ஏழுநாள் விழாவை தேவர்களின் தலைவனும், இடி மற்றும் மழையின் கடவுளான இந்திரனுக்கு அர்ப்பணிக்குமாறு அறிவுறுத்துகிறது.

கோதண்டராம சுவாமி கோயில் எனும் ஆதித்தேஸ்வரம்

பள்ளிப்படைக் கோயில் ஆந்திரப் பிரதேச மாநிலம் சித்தூர் மாவட்டத்தில் உள்ள ஸ்ரீகாலஹஸ்தி மண்டலத்தில் புத்தூர் - திருக்காளத்தி செல்லும் பாதையில் திருக்காளத்தி செல்லும் பாதையில் திருக்காளத்திக்கு முன்னதாக அருகில் உள்ள தொண்டைமானாத்தூர் பக்கத்தில் உள் பொக்கிசம் பாளையம் கிராமத்தில் அமைந்துள்ள கோயிலாகும்.

இக்கோயில் ஒரு பள்ளிப்படைக் கற்றளி ஆகும். தொண்டமானாற்றூரில் இறந்த ஆதித்த சோழனின் அஸ்தியை புதைத்து அந்த இடத்தில் அவரது மகன் பராந்தக சோழனால் கட்டப்பட்ட பள்ளிப்படை இது வாகும். இது தற்காலத்தில் கோதண்ட இராமேசுவரம் என்றும் ஆதித்தீஸ்வரம் என்றும் அழைக்கப்படுகிறது.

ஆந்திரப் பிரதேச அரசின் தொல்லியல் மற்றும் அருங்காட்சியகத் துறையால் பராமரிக்கப்பட்டு வரும் இக்கோவில் ஒரு நினைவுச் சின்னமாகும்.

ஊரின் நடுவே கிழக்குப் பார்த்தவாறு அமைந்துள்ள இக்கோவிலின் மூலவர் கோதண்டராம சாமி அம்பிகை காமாட்சி அம்மை ஆவார். மூலவர் சிவலிங்கம் சதுர வடிவம் கொண்ட தனிக் கருவறையில் நிறுவப்பட்டுள்ளது. வடபுறத்தின் திரிபட்ட குமுதப் படையல் ஒரு கல்வெட்டு காணப்படுகிறது.

விசாலமான இக்கோவில் வளாகம் செவ்வக வடிவச் சுற்று மதிற்சுவர் சூழ அகன்ற திருச்சுற்றுடன் காணப்படுகிறது. மூன்று நிலைகளுடன் கூடிய இராஜகோபுரம் பலிபீடம், நந்தி மண்டபம், கொடி மரம் எல்லாம் ஒரே நேர்கோட்டில் அமைந்துள்ளன.

தென்னார்க்காடு ஜில்லாவிலுள்ள உலகபுரம் என்ற ஊரில் சுந்தர சோழப் பெரும்பள்ளி எனும் புத்தகக் கோயில் ஒன்றும், வடஆர்க்காடு ஜில்லாவிலுள்ள பிரமதேசம் என்ற ஊரில் சுந்தர சோழப் பேரேரி என்னும் ஏரி ஒன்றும், புதுக்கோட்டை நாட்டில் திருமெய்யந் தாலுகாவில் சுந்தர சோழபுரம் என்னும் நகரம் ஒன்றும் இருந்தன என்பது கல்வெட்டுக்களால் அறியப்படுகிறது. அவையெல்லாம் சுந்தரச் சோழன் ஆட்சிக் காலத்தில் அமைக்கப் பெற்றனவாக இருத்தல் வேண்டும்.

சுந்தரச் சோழன் இறந்த பின்னர் அவனது மனைவி வானவன்மாதேவி உடன்கட்டை ஏறிய நிகழ்வை,

செந்நிரு மடந்தைமன் சீராஜராஜன்
இந்திர சமானன் இராஜசர் வஞ்ஞனெனும்
புலியைப் பயந்த பொன்மான் கலியைக்
கந்து கரவாக் காரிகை சுரந்த
முலைமகப்பிரிந்து முழங்கெரி நடுவணும்
தலைமகற் பிரியாத்தையல் நிலைபெறுந்
தூண்டா விளக்கு ....
.... மணிமுடி வளவன்
சுந்தர சோழன் மந்தரதாரன்
திருப்புய முயங்குந்தேவி

என்ற பாடல் கண்முன் கொண்டு வருகிறது.

இராஜராஜ சோழன் தஞ்சை மாநகரில் எடுப்பித்த இராசராசேச்சுரம் என்னும் பெரிய கோயிலில் குந்தவைப் பிராட்டி தன் தந்தை சுந்தர சோழன் படிமத்தையும் தாய் வானவன் மாதேவியின் படிமத்தையும் எழுந்தருளுவித்து அவற்றிற்கு நாள் வழிபாட்டிற்கு நிவந்தமாகப் பொருள் வழங்கியுள்ள செய்தி உள்ளது.

'பாண்டியனைச்சுரம் இறக்கின பெருமாள் ஸ்ரீசுந்தர தேவர்' என்று சுந்தர சோழனை அழைக்கும் கல்வெட்டுகளும் காணப்படுகின்றன.

சுந்தர சோழன் காலத்தில் பாண்டிய நாட்டில் மதுரை மாநகரில் வீற்றிருந்து அரசாண்டவன் இராச சிம்மபாண்டியன் மகனாகிய வீர பாண்டியன் ஆவான்.

அவனது ஆட்சியின் ஆறாம் ஆண்டு முதல் பாண்டி நாட்டில் காணப் படும் கல்வெட்டுக்களில் அவன், 'சோழன் தலை கொண்ட கோவீர பாண்டியன்' என்று பெருமையாகக் கூறப்பட்டுள்ளான்.

எனவே கி.பி. 953ல் சோழர்க்கும் வீரபாண்டியனுக்கும் நடைபெற்ற போர் ஒன்றில் பாண்டிவேந்தன், சோழன் ஒருவனைக் கொன்றிருக்க வேண்டும் என்ற கருத்து உறுதிப்படுகிறது.

வீரபாண்டியன் கல்வெட்டுக்கள் சோழன் பெயரைக் குறிப்பிடாமல் பொதுவாக சோழன் என்று கூறியுள்ளமையால் அவனால் போரில் கொல்லப்பட்டவன் சோழர் குடியில் தோன்றிய ஒரு அரச குமாரனாக இருத்தல் வேண்டும் என்று ஊகிக்கப்படுகிறது.

சோழ அரச குமாரன் ஒருவனை வீரபாண்டியன் முன்னர் நிகழ்ந்த போரில் கொன்றமையாலும் அவனிடமிருந்து பாண்டி நாட்டை கைப்பற்ற வேண்டும் என்ற எண்ணம் சுந்தர சோழன் உள்ளத்தில் பன்னாட்களாக நிலை பெற்றிருந்தமையாலும் இவன் பாண்டி நாட்டின் மேல் படையெடுத்துச் சென்றான்.

அந்நாட்டிலுள்ள சேவூரில் சுந்தர சோழனுக்கும், வீரபாண்டியனுக்கும் பெரும் போர் ஏற்பட்டது. தோல்வியுற்று புறங்காட்டி ஓடிய பாண்டிய மன்னன் சுரம் புகுந்து ஒளிந்து கொண்டான். அது பற்றியே சுந்தர சோழன், 'பாண்டியனைச்சுரம் இறக்கின பெருமாள்' என்று வழங்கப் பெற்றான்.

இவன் ஆட்சியின் ஐந்தாம் ஆண்டு கல்வெட்டுக்கள் இவனை 'மதுரை கண்டகோ இராசகேசரி வர்மன்' என்று கூறுவதால் சேவூர் போர் கி.பி.962ல் நடைபெற்றிருக்க வேண்டும் எனக் கருதப்படுகிறது.

இப்போரில் வீரபாண்டியனுக்கு உதவி புரிதற் பொருட்டு சிங்கள நாட்டு மன்னன் நான்காம் மகிந்தன் என்பவன் பெரும்படை அனுப்பி இருந்தமை குறிப்பிடத்தக்கதாகும்.

இதனால் ஆத்திரமுற்ற சுந்தரச் சோழன் தன் படைத்தலைவனும் கொடும்பாளூர் குறுநில மன்னனுமாகிய பராந்தகன் சிறிய வேளாண் என்பவனைப் பெரும் படையுடன் சிங்கள நாட்டிற்கு கி.பி.965ல் அனுப்பி னான். அந்த ஆண்டில் நிகழ்ந்த போரில் அத்தலைவன் உயிர் துறந்தான்.

இச்செய்தி, 'ஈழத்துப்பட்ட கொடும்பாளூர் வேளாண் சிறிய வேளாண்' என்ற ஒரு கல்வெட்டுப் பகுதியினால் அறிய முடிகிறது. ஆகவே சுந்தரசோழன் ஈழநாட்டு வேந்தனோடு நடத்திய போரில் வெற்றி பெறவில்லை என்று தெரிகிறது.

இலங்கைச் சரிதம் கூறும் மகாவம்சம் நூலில் வேறொரு செய்தி கூறப்படுகிறது. நான்காம் மகிந்தன் தன் படைத்தலைவன் சேனா என்பவனைப் பெரும்படையுடன் அனுப்பிச் சேனாட்டுப் படையை எதிர்த்து போர் புரியுமாறு செய்தனன் என்றும், அப்போரில் சிங்களப் படை வெற்றி பெறவே, சோழ மன்னன் ஈழ மன்னரோடு உடன்படிக்கை செய்து கொண்டு நட்புரிமை பெற்றனன் என்றும் கூறுகிறது.

ஈழ நாட்டிலுள்ள வெசகிரி என்ற இடத்தில் காணப்படும் மகிழ்ந்தனது கல்வெட்டொன்று சேனா என்ற சிங்களப் படைத்தலைவன் தமிழ்ப் படையை போரில் வென்ற செய்தியை உறுதிப்படுத்துகிறது.

பாண்டிய நாட்டில் காணப்படும் வீரபாண்டியர் ஆட்சியின் 18, 19ஆம் ஆண்டு கல்வெட்டுக்கள் அவன் கி.பி. 965, 966ஆம் ஆண்டுகளில் பாண்டிய நாட்டிலிருந்து அரசாண்டனன் என்பதைத் தெளிவாக புலப்படுத்து கின்றன.

எனவே சுந்தர சோழனிடம் தோல்வியுற்று ஓடி ஒளிந்த வீரபாண்டியன் மீண்டும் மதுரையில் ஆட்சி புரியத் தொடங்கியது உறுதிப்படுகிறது.

இதன் காரணமாகவே சுந்தர சோழன் மீண்டும் வீரபாண்டியன் மீது போர் தொடுப்பது இன்றியமையாததாயிற்று. அப்படையெழுச்சி கி.பி.966ல் நிகழ்ந்தது.

பாண்டிய நாட்டுக்கு பெரும் படையுடன் சென்று போர் நிகழ்த்திய தலைவர்கள் சுந்தர சோழன் புதல்வனாகிய ஆதித்த கரிகாலன், கொடும்பாளூர் வேள்பூதி விக்கிரம கேசரி தொண்டை நாட்டுச் சிற்றரசன் பார்த்திபேந்திர வர்மன் என்போர் ஆவர்.

அந்நாட்களில் ஆதித்த கரிகாலன் இளைஞனாக இருந்தபோதிலும் பெருவீரத்தோடு போர் புரிந்து வீரபாண்டியனைக் கொன்று வெற்றி மாலை சூடினான். அதன் காரணமாகவே 'வீரபாண்டியனைத் தலை கொண்ட கோப்பரகேசரி வர்மன்' என்று கல்வெட்டுகளில் கூறப் பட்டுள்ளது.

அப்போரில் கலந்து கொண்டிருந்த படைத் தலைவர்களாகிய பூதி விக்கிரமகேசரியும், பார்த்திபேந்திர வர்மனும், தாம் வீரபாண்டியனை தலை கொண்டவர்கள் என்று தம் கல்வெட்டுக்களில் குறிப்பிட்டுள்ளனர்.

பாண்டிய நாட்டில் சுந்தரச் சோழனின் கல்வெட்டுக்கள் எதுவும் காணப்படவில்லை. போரிட்டு வென்றானே தவிர பாண்டிய நாட்டை தனது ஆட்சிக்குட்படுத்தவில்லை என்பது புலனாகிறது.

சுந்தரச் சோழனின் ஆட்சியின் ஐந்தாம் ஆண்டு முதல் இவன் கல்வெட்டுக்கள் தென் ஆர்க்காடு, வடஆர்க்காடு, செங்கற்பட்டு ஜில்லாக்களில் காணப்படுகின்றன. அது தவிர இவன் பிரதிநிதியாகத்

தொண்டை நாட்டிலிருந்த பார்த்தவேந்திர வர்மன் கல்வெட்டுக்களும் ஆங்காங்கே காணப்படுகின்றன.

சுந்தரச் சோழன் தன் மூத்த புதல்வனாகிய ஆதித்ய கரிகாலனது வீரச் செயலையும், ஆற்றலையும் உணர்ந்து கி.பி.966ல் அவனுக்கு இளவரசுப் பட்டம் கட்டினான். மற்றொரு மகனாகிய அருண்மொழி தேவன் என்பவனே பின்னர் எத்திசையும் புகழ் பரப்பிய வேந்தன் இராஜ ராஜ சோழன் ஆவான்.

●

சோழ மன்னர்களை இரண்டு வகையாகப் பிரிக்கலாம். முதலாவது சங்க காலச் சோழர்கள். அவர்களில் தலை சிறந்தவனாக கரிகால சோழனைக் கூறலாம். பிற்காலச் சோழர்கள் விஜயாலய சோழன் தோற்று வித்த இந்த மரபில் வந்தவன்தான் அருண்மொழித் தேவன் எனப்படும் ராஜராஜ சோழன்.

முதலாம் ஆதித்யன், முதலாம் பராந்தகன், அரிஞ்சய சோழன் போன்ற மாவீரர்களின் வரிசையில் சுந்தரச் சோழருக்கு இரண்டாம் மகனாக பிறந்தவர்கள்தான் ராஜ ராஜ சோழன். முதலாமானவன் ஆதித்த கரிகாலன். மேலக் கடம்பூர் அரண்மனையில் பாண்டியர்களால் கொல்லப் பட, கண்டராதித்த தேவரின் மகன் உத்தம சோழன் பதவிக்கு வந்தார்.

பாண்டியர்களின் எழுச்சி, இலங்கையில் ஐந்தாம் மகிந்தனின் அச்சுறுத்தல்கள் மேலைச் சாளுக்கியர்களின் அதிகார அதிகரிப்பு போன்றவைகளின் தாக்கம் அதிகமாக இருந்த நேரத்தில் அரியணை ஏறினான் ராஜ ராஜ சோழன். அசாதாரணமான வீரம், மதிநுட்பம், ராஜ தந்திரம் என மன்னனுக்குத் தேவையான அனைத்து குணங்களையும் ஒருங்கே கொண்டவன் ராஜராஜ சோழன்.

தன் தூதுவனை அவமதித்ததாக கேரள பாஸ்கர ரவிவர்மன் மீது படையெடுத்து மாபெரும் வெற்றியைப் பெற்றான். இலங்கை அரசன் ஐந்தாம் மகிந்தனை அவனது சொந்த நாட்டில் தோற்கடித்து அனுராத புரத்தில் சிவன் கோயிலைக் கட்டினான்.

முந்நீர் பழந்தீவுகள் (மாலத்தீவுகள்) மைசூர், தக்காணம் போன்றவை களை முதன் முதலில் கைப்பற்றிய ஒரே சோழ குல அரசன் ராஜராஜன் மட்டுமே.

கி.பி.1012ஆம் ஆண்டில் தன் மைந்தன் ராஜேந்திர சோழனிடம் அரசாட்சியை ஒப்படைத்து விட்டு பழையாறை மாளிகையில் தனது கடைசி காலத்தை கழித்ததாக வரலாற்று ஆசிரியர்கள் கூறுகின்றனர்.

கி.பி.1014ல் மரணித்த ராஜராஜ சோழன் எங்கு புதைக்கப்பட்டார் என்பதைக் கண்டறிந்துதான் மிகப்பெரும் கேள்வியாக நம் முன்னே நிற்கிறது.

உடையாளூரில் ராஜராஜ சோழன் சமாதி இருப்பதாக கூறப்படும் இடத்தில் லிங்க வடிவிலான சிலை மட்டுமே காணக் கிடைக்கிறது.

ஆனால் பல்லாண்டுகளாக ஊர் மக்கள் ராஜராஜனின் சதய விழா கொண்டாடப்படுகிறது.

சோழர் குலத்தின் மாணிக்கம் எனக் குறிப்பிடப்படும் ராஜராஜ சோழனின் சதய விழா தஞ்சையில் உள்ள பெரிய கோயிலில் நடப்பது வழக்கமாகும். சமீபத்தில் காணாமல் போன 150 கோடி மதிப்புள்ள ராஜராஜ சோழன் மற்றும் லோகமாதேவி திருச்சிலைகள் கண்டுபிடிக்கப் பட்டதைத் தொடர்ந்து இந்த சதய விழா சிறப்பாக நடைபெறுகிறது.

ராஷ்டிரக் கூடர்களின் வடக்கு எல்லை படையெடுப்பு, பாண்டியர் களின் உதவியுடன் இலங்கையை ஆண்ட மகிந்தனின் தொல்லைகள், ஆதித்த கரிகாலன் இறந்ததால் நிகழ்ந்து கொண்டிருந்த உள்நாட்டுக் குழப்பங்கள் எனக் கடினமான அரசியல் சூழ்நிலையில் பதவிக்கு வந்தார் ராஜராஜ சோழன். பராந்தகனுக்கு பின் வடக்கே அதிக எல்லைகளை வென்றவர் ராஜராஜ சோழன்தான்.

ஆட்சிக்காலம் முழுவதும் போர்க்களத்தில் எதிரிகளுக்கு சிம்ம சொப்பனமாக இருந்தார் என்றால் மிகையில்லை.

பதவியேற்ற மூன்றாம் ஆண்டிலிருந்து அவருக்கு ராஜராஜ சோழர் பட்டம் கொடுக்கப்பட்டிருக்கிறது.

இந்த சதயவிழாவானது கேரளத்தில் நடந்த போருக்குப் பின்னர்தான் வெகு விமர்சையாக கொண்டாடப்படுவதாக வரலாற்று ஆய்வாளர்கள் தெரிவிக்கின்றனர். ராஜராஜனின் புகழுக்கு விடப்பட்ட சவாலை ராஜராஜன் ஏற்றுக் கொண்ட தினம் அது.

சேர நாட்டிற்கு அனுப்பப்பட்ட சோழ நாட்டைச் சேர்ந்த தூதுவரை அவமதித்தது சேர நாடு. தகவல் கிடைத்த நேரத்தில் ராஜ ராஜனின் பெரும்படை படையெடுத்துக் கிளம்பியது.

18 அடர் காடுகளைக் கடந்து சேர மன்னனின் கோட்டையை சோழர் படை தீயிட்டு கொளுத்தியது என்கிறது வரலாறு.

இப்படையெடுப்பினைப் பற்றி தனது மூவர் உலாவில் ஒட்டக்கூத்தர் குறிப்பிடுகிறார். அன்றிலிருந்து ராஜராஜனின் சதய விழா சோழர் கட்டுப் பாட்டுக்கு கீழ் உள்ள எல்லா இடங்களிலும் கொண்டாடப்பட்டது.

ராஜராஜ சோழனின் சமாதி என்று கூறி ராஜராஜனின் சதய விழா நடைபெறும் உடையாளூரில் தான் ராஜ ராஜன் உடல் புதைக்கப் பட்டதா என்பது இன்று வரை கேள்விக் குறியாகவே உள்ளது.

தமிழக வரலாற்றில் தவிர்க்க முடியாத அரசனான ராஜராஜ சோழனின் சமாதியைத் தேடும் தீவிரத்தில் தமிழக தொல்பொருள் ஆராய்ச்சியிலும் இருப்பதாக கூறப்படுகிறது.

ராஜ ராஜனின் சமாதி இருக்கும் இடமாகக் கருதப்படும் உடை யாளூரில் இந்த ஆய்வு நடத்தப்பட்டு வருகிறது.

ராஜராஜ சோழனின் சமாதி குறித்த பொதுநல வழக்கினை இராம நாதபுரத்தைச் சேர்ந்த வழக்கறிஞர் முருகன் என்பவர் உயர்நீதிமன்றத்தில் தொடர்ந்தார்.

அதில் மகாராஷ்டிராவில் சிவாஜி சிலையும், குஜராத்தில் சர்தார் வல்லபாய் படேல் சிலையும் பல கோடி ரூபாய் செலவில் அரசால் அமைக்கப்பட்டுள்ளது. ஆனால் தென்னிந்தியா முழுவதும் ஆட்சி புரிந்து பல நாடுகளையும் வென்ற ராஜராஜ சோழனின் சமாதி இருப்பதாகக் கூறப்படும் உடையாளூரில் தொல்லியல் துறையின் இதுவரை ஆய்வு எதுவும் செய்யவில்லை.

எனவே தொல்லியல் துறையினர் அங்கு ஆய்வு செய்து அரசு சார்பில் மணிமண்டபமும், இந்தியப் பெருங்கடல் அல்லது வங்காள விரிகுடா ஆகிய இடங்களில் ஏதாவது ஓரிடத்தில் ராஜராஜ சோழனின் உயரமான சிலையையும் அமைக்க வேண்டும் எனக் கோரி மனு தாக்கல் செய்யப் பட்டுள்ளது.

இந்த மனுவை விசாரித்த நீதிபதிகள் என். கிருபாகரன், எஸ்.எஸ். சுந்தர் ஆகியோர் உடையாளூரில் ராஜராஜ சோழன் சமாதி இருப்பது உண்மையா என நவீன முறையில் அகழ்வாராய்ச்சி செய்து அதன் ஆய்வறிக்கையை ஆறு வாரங்களில் தாக்கல் செய்ய வேண்டும் என்று உத்தரவிட்டனர்.

●

பல்லவ பேரரசு இருந்த பகுதியில் சோழர்களின் கீழ் ஆண்ட பாணர்களின் வழிவந்த பாணம்பாடி நிலப்பகுதியில் ஆண்ட வந்தியத் தேவனின் நிலப்பகுதிக்கு வல்லவரையர் நாடு என்று பெயர் சூட்டப் பட்டிருக்கிறது.

வல்லவரையர் நாடு என்பது வன்மை என்ற பொருள்படும் ஒலியின் வழி தோன்றியுள்ளது. பல்லவர் வல்லவர் என்ற சொற்கள் ஒரு பொருள் குறித்தனவாக இருந்திருக்கின்றன. ஆதலின் பல்லவர்களின் நாட்டுப் பகுதியில் சோழர்களின் அதிகாரத்தைப் பெற்று ஆண்டதால் வல்ல வரையர் நாடு என்று பெயர் வந்தது.

சேலம் மாவட்டத்தின் வடமேற்குப் பகுதியும், மைசூர் மாநிலத்தின் தென்கிழக்குப் பகுதியும் சேர்ந்த ஒரு மாவட்டத்தை அமைத்து அதற்கு வல்லவரையர் நாடு என்றும் பெயர் இட்டு வழங்கப்பட்டது. மேலும் வடஆர்க்காடு மாவட்டத்தில் பிரமதேசம் என்னும் பகுதியைச் சார்ந்த நாடு வல்லவரையர் பொறுப்பில் இருந்து வந்தது.

●

திருநெடுங்குளம் எனும் ஊர் தஞ்சாவூர் நெடுஞ்சாலையில் உள்ள துவாக்குடியிலிருந்து வடகிழக்கில் 6 கி.மீ. தொலைவில் உள்ளது.

திருநெடுங்குளம் எனும் இந்த ஊர் வானவராயன் வந்தியத் தேவன் இறந்த இடமாகும். இங்கு வந்தியத் தேவன் நினைவாக அமைந்த கோயிலுக்கு திருநெடுங்களநாதர் கோயில் என்று பெயர்.

இக்கோயிலில் கட்டப்பட்டுள்ள அம்மன் சன்னதி முத்தரையர் கட்டிய கோயில் என்று கூறப்படுகிறது. எனவே முத்தரையர்களுக்கும் வல்லவரையர் வந்தியத் தேவனுக்கும் அரசியல் தொடர்பு இருந்தது தெரிகிறது.

திருநெடுங்குளம் ஊரின் கோயிலில் உள்ள கோயில் ஸ்தல புராணம், வந்தியச் சோழன் என்ற மன்னனுக்கு இறைவன் அருள்பாலித்ததாக தெரிவிக்கிறது.

சோழர்கள் பல்லவர்களின் குடியோடு மண உறவுடையவர்கள் என்பது வரலாற்று சான்றுகள் உறுதி செய்கின்றன.

வல்லவரையன் என்பது பல்லவர்ராயன் என்றும் இவன் சோழப் பேரரசில் சோழன் என்று அழைக்கப்பட்டான் என்றும் அறிகிறோம்.

பல்லவர்களும், சோழர்களும் சூரிய குடியில் பிறந்தவர்கள் என்று கூறுவதும் இதனை மேலும் உறுதி செய்யும். எனவே வந்தியசோழன் என்றது வல்லவரையன் வந்தியத் தேவனே என்று உறுதி செய்யலாம்.

இக்கோயிலில் உள்ள இறைவனுக்கு நெடுங்களநாதர் என்ற பெயரும், நாயகிக்கு ஒப்பில்லா நாயகி மங்களாம்பிகை என்ற பெயரும் கோயில் தீர்த்தத்திற்கு 'சுந்தரத் தீர்த்தம்' என்றும் பெயர்கள் அமைந்துள்ளது.

அஃதன்றி இக்கோயிலுக்கு திருநெடுங்களத்து மகாதேவர், நெடுங்களத்து ஆழ்வார், திருநெடுங்களம் உடைய நாயனார், திருநெடுங்களம் உடையார் என கோயில் கல்வெட்டுக்கள் குறிக்கின்றன.

வந்தியத் தேவன் வைணவ மதத்தினரை அதிகமாக கோயிலில் ஆதரிக்கும் நிலையில் சைவ மத செல்வாக்கை இங்கு காண முடிவதில்லை.

வந்தியத் தேவன் அடக்கமான இடமாக இருக்கக் கூடிய நெடுங்குளம் என்ற ஊரின் தென் மேற்கில் வாழ வந்தான் கோட்டை என்ற ஊர் உள்ளது. இந்த இடத்தில் வந்தியத் தேவனும் குந்தவை நாச்சியாரும் வாழ்ந்திருந்ததால் இவ்விருவர் பெயர்களும் இருப்பிடத்தின் காரணமாக பெயர் பெற்றனர் என்று கருதலாம்.

பிறந்த இடத்திலேயே வாழ்ந்தவள் என்ற பொருளில் குந்தவை என்றும் பிறந்த இடத்தை விட்டு வந்தவன் என்ற பொருளில் வந்தவ தேவன் என்றும் வந்தியத் தேவன் என்றும் அழைக்கப்பட்டனர் என்று கருதலாம்.

வந்தியத் தேவனிற்கு போர்ப் படைத் தளபதி பதவி இருந்தும் இவனுக்கு இரு மனைவியர் இருந்ததும் தெரிகிறது.

இரத்தினதேவி மற்றும் குந்தவை நாச்சியார் ஆகியோரே அவ்விரு மனைவியரும் ஆவர்.

குந்தவை நாச்சியாருக்கு குழந்தை பிறக்காமல் இருந்ததால் வந்தியத் தேவன் இரண்டாவது மனைவியாக இரத்தின தேவியை மணம் செய்து பிரிந்திருக்கலாம்.

வந்தியத் தேவன் பிரிந்து வாழ்ந்ததற்கு காரணம் குந்தவை நாச்சியார் இல்லற துறவு காரணமாகக் கூட இருக்கலாம்.

குந்தவை குழந்தை இல்லாமல் போனதால் பாசுபத அந்தணர்களும் வைணவ அந்தணர்களும் குந்தவை நாச்சியாரின் இல்லறத்தை பழித்து வந்திருக்க வேண்டும்.

குந்தவை நாச்சியார் அந்தணர்களின் ஆன்மா கோட்பாட்டில் நம்பிக்கையற்று இருந்த நிலையில் கோயில் கட்டுதல், குடவோலை தேர்தல் நடத்துதல் போன்ற பணிகளில் தனது தம்பி இராஜராஜ சோழனின் ஆட்சியில் முக்கியப் பணிகளைச் செய்து உதவியிருக்கிறாள்.

இருப்பினும் குந்தவை நாச்சியார் வந்தியத் தேவனை மணந்ததைப் பற்றிய குறிப்புகளும், பிரிந்து வாழ்ந்ததைப் பற்றிய குறிப்புகளும் கல்வெட்டுகளில் இடம் பெறவில்லை.

அதற்குக் காரணம் வைணவ பிராமணர்களின் இடங்கை கலவரங் களால் சோழர்களின் வாழ்க்கைப் பற்றிக் கூறும் கல்வெட்டுகள் அனைத்தும் சேதப்படுத்தப்பட்டதேயாகும் என்கின்றனர் வரலாற்றா சிரியர் பலர்.

இதில் விதிவிலக்காக திருநெடுங்குளம் ஊரின் கோயில் வரலாற்றில் வந்தியத் தேவன் குறிப்பிடப்பட்டுள்ளார்.

இக்கோயிலில் உள்ள சோழர்காலக் கல்வெட்டுக்கள் இப்பகுதியைப் பாண்டி குலாசனி வளநாட்டு வடகவி நாட்டு தேவதானம் நெடுங்களம் எனக் குறிக்கிறது.

இவ்வூருக்கு நெடுங்களம் நீண்ட போர்க்களம் என்ற பொருள்படும் பெயர் இருப்பினும் வரலாற்றில் குறிப்பிடத்தக்க பெரும் போர் ஏதும் இங்கு மன்னர்களுக்கிடையில் நடந்ததாக இதுவரை யாரும் குறிப்பிட வில்லை.

ஆயினும் சோழர்களின் படைப்பிரிவுகளுக்குள் நடந்த உள்நாட்டுக் கிளர்ச்சி போரையே நெடுங்களம் உணர்த்துகிறது என்று கூறுபவர்களும் உளர்.

இக்கோயிலில் உள்ள கல்வெட்டுக்கள் ஆதித்த கரிகாலச் சோழனுக்கு முந்தைய சோழ அரசர்கள் எவரையும் குறிப்பிடாமல் உள்ளதையும் அறியும்போது வந்தியத் தேவன் இங்கு கொல்லப்பட்டிருப்பது உறுதியா கிறது.

மேல்பாடி அரிஞ்சய ஈஸ்வரர் கோயிலில் உள்ள இறைவியின் பெயர், தபஸ் இருந்த தேவி என விளங்குவதற்கும் இக்கோயிலில் வந்தியத் தேவனுக்கு இறைவன் அருள்பாலித்தார் என்பதற்கும் தொடர்பு உள்ளதாக தோன்றுகிறது.

குந்தவை தேவியார் குழந்தை இல்லாமலும் தனது தம்பி இராஜராஜன் அரசாள வேண்டும் என்றும் தனக்கு எல்லா அதிகாரம் உடைய அரசு வேண்டும் என்று பலமுறை தவம் இருந்த செயலை உணர்த்துவதாகக் கூறலாம். ஆனால் வந்தியத் தேவன் இறந்த பிறகு குந்தவை நாச்சியார் துறவு நிலையில் தியானம் முதலியவற்றில் ஈடுபட்டு வாழ்ந்துள்ளாள் என்பதை உணர்த்துவது நிச்சயம்.

திருநெங்குளம் என்ற ஊர் குந்தவை நாச்சியார் திருமணத்திற்கு சீதனமாக கொடுக்கப்பட்ட திருவரங்கம் திருச்சி பகுதியில் இருப்பதால் வந்தியத் தேவன் இங்கு குந்தவை நாச்சியாருடன் இல்லற வாழ்க்கை வாழ்ந்திருக்க வேண்டும்.

இல்லற வாழ்க்கையின் போது இங்கே கோட்டை கட்டி வாழ்ந்த இடம், வாழவந்தான் கோட்டை என்று அழைக்கப்பட்டுள்ளது.

திருநெடுங்குளத்தின் தெற்மேற்கில் வாழவந்தான் கோட்டை உள்ளது. வாழ்மனை விதிகளின்படி நகரத்தின் தெற்மேற்கில் அரச குடும்பத்தினர் வாழ்ந்ததாகவும் இருந்துள்ளது.

குந்தவை நாச்சியார், திருச்சி, திருவரங்கம், திருமழப்பாடி, பழூர், உறையூர், நாமக்கல், திருக்கோயிலூர், திருவண்ணாமலை, செஞ்சி, பிரம்மதேசம், தாதாபுரம், காஞ்சி, மேல்பாடி, தாதபுடன் கிரிமலை, திருக்கோவிலூர் முதலிய பகுதிகளில் தங்கியிருந்து தனது கணவர் வந்தியத் தேவனோடு ஆட்சி செய்து இருக்கிறாள்.

இந்தப் பகுதி நிலப்பகுதியில் வசூல் ஆகும் வரி குந்தவை நாச்சியார் வந்தியத் தேவன் மூலம் நிர்வாகம் செய்யப்பட்டதாகவே இருந்திருக்க வேண்டும். இதனால் குந்தவை நாச்சியார் பெரும் செல்வத்தைப் பெற்றிருந்தனர்.

தனது அண்ணன் இராஜராஜனுக்கு இணையாக தனது குடும்ப செல்வத்தைப் பெற்றிருந்தாள் என்பது தாதாபுரம் முதலிய இடங்களில் வழிபாட்டு தலங்கள் கட்டியதும் இவள் தஞ்சை பெரிய கோவிலுக்கும், சிதம்பரம் நடராஜர் கோவிலுக்கு அளித்த செல்வமும் சான்றளிக்கின்றன.

எனவே தனது நாட்டுப் பகுதியில் திருநெடுங்களம் எனும் ஊரில் குந்தவை நாச்சியாருடன் தங்கியிருந்த வந்தியத் தேவன் அங்கேயே இறந் துள்ளதாக கருத முடிகிறது.

இந்த இறப்பு இடங்கை பிரிவினர்களான வைணவ பிராமணர்களான திருவரங்க பிராமணர்கள் செய்த கலவரத்தில் இறந்து இருக்க வேண்டும் அல்லது சூழ்ச்சியால் கொல்லப்பட்டிருக்கலாம் என்று கருதுகின்றனர்.

வைணவர்களின் கலவரத்தால் அல்லது செல்வாக்கால் வந்தியத் தேவன் இறந்ததால் இக்கோயிலில் சிவன் பற்றியும் வந்தியத் தேவன் காலத்திற்கு முந்திய சோழ அரசர்கள் பற்றியும் எந்தக் குறிப்பையும் காண முடியவில்லை.

குடவோலைத் தேர்தல் முறை ஏற்படுவதற்குரிய தேவை இராஜ ராஜனுக்கு இருந்துள்ளதை அறிவதுடன் இத்தேர்தல் முறையில் தனது தமக்கையைப் பொறுப்பாக்கியுள்ளதிலிருந்து, இராஜராஜன் தனது தமக்கையான குந்தவை நாச்சியாரே தேர்தல் முறையைக் கொண்டு வருவதற்கு முக்கிய காரணமாக இருந்திருக்கலாம் என்று கூறப்படுகிறது.

தேர்தல் முறையாக நடப்பதை கண்காணிக்கும் பொறுப்பிலும் குந்தவை நாச்சியார் இருந்துள்ளார் என்பதை திருமழப்பாடி கல் வெட்டுகள் அறிவிக்கின்றன.

குடவோலை தேர்தல் முறை உத்திரமேரூரில் கல்வெட்டுப்படி பராந்தகச் சோழன் காலத்தில் கொண்டு வரப்பட்டது என்று சில வரலாற்று ஆய்வாளர்கள் குறிப்பிட்டுள்ளார்கள்.

குந்தவை நாச்சியார் இராஜ ராஜன், தங்கள் பேரரசை வைணவ ஆரிய

மொழியினரை நிர்வாகம் செய்ய இந்தக் குடவோலை முறை உதவி செய்தது என்பது உண்மையாகும்.

ஆனால் ஊர் சபையினர் ஆரிய மொழி தெரிந்தும் நில உடைமை உடையாளர்களாகவும் இருக்க வேண்டும் என்ற நிபந்தனையால் இந்தக் குடவோலை எழுதப்படிக்க தெரிந்த ஆரிய மொழியினர் அரசாட்சியில் செல்வாக்குப் பெற்று கிராம சபையினரை வழி நடத்தினர் என்பதையும் தமிழ் மொழி ஆட்சி நிர்வாகத்திலிருந்து அகற்றப்பட்டதையும் உணர்த்துகிறது.

உத்தமச் சோழன் நாணயத்தில் ஆரிய மொழி உள்ளதாலும் இராஜராஜ சோழன் கல்வெட்டில் ஆரிய மொழி இடம் பெற்றிருப்பதாலும் அறிய முடிகிறது.

இராஜராஜன் அந்தணர்களின் வளர்ச்சியும் செல்வாக்கும் அரசர்களின் செல்வாக்குக்கு மேலாக வளர்ந்ததையும், அவர்களது செல்வாக்கை குறைக்க வேண்டிய அவசியத்தையும் தனது ஆட்சியின் பிற்பகுதியில் உணர்ந்து அவர்களது செல்வாக்கை குறைக்க பல்வேறு நடவடிக்கைகள் எடுத்துள்ளார்.

வைணவ பிராமணர்களின் செல்வாக்கை உருவாக்கிய கலவரங்கள் மற்றும் சூழ்ச்சிகள் பாசுபத பிராமணர்களின் உதவியுடன் ஆட்சி ஆண்ட சோழர்களால் நிர்வாகம் செய்தபோது அடக்க முடியாத அளவிற்கு இருந்ததை அறிய முடிகிறது.

இராஜராஜ சோழனின் மகனான முதலாம் இராஜேந்திரனின் தாயின் பெயர் வானவன் மாதேவி என்று அறியப்படுகிறது. தனது தாயின் பெயரால் இராஜேந்திரச் சோழன் கட்டிய கோயில் இதுவாகும்.

வானவன் மாதேவி ஈச்வரம் தமிழர் கட்டிடக் கலையின் சோழர் பாணியின் ஆரம்ப காலத்தைப் பிரதிபலிக்கின்றது. சோழர்களின் குறிப்பிடத்தக்க கட்டிடக் கலைப் படைப்புகளில் இக்கோயிலையும் சேர்த்துக் கொள்ளலாம்.

வானவன்மாதேவி ஈச்வரம் இலங்கையின் பன்னிய தலைநகரங்களில் ஒன்றாகவே பொலன்னறுவையில் சோழர்களால் கட்டப்பட்ட சிவன் கோயிலாகும்.

இக்கட்டிடம் தமிழ்நாட்டில் கட்டப்பட்ட கோயில்களைப் போலன்றி அளவில் சிறியதாக்க காணப்படுகின்றது. கருவறையையும் அதன் முன்னால் ஒரு மண்டபத்தையும் கொண்ட இக்கோயிலின் கருவறையின் வெளிப்புறம் 20 அடி 6 அங்குல அளவு கொண்ட சதுர வடிவமானது. உட்புறம் 9 அடி 4 அங்குல சதுரம் ஆகும். இதன் முன் மண்படம் 16 அடி நீளமும் 9 அடி 4 அங்குல அகலமும் கொண்டது.

கருவறையின் மீது அநைந்துள்ள விமானம் நிலத்திலிருந்து 31 அடி 9 அங்குல உயரம் கொண்டதாக உள்ளது.

இக்கோயிலில் கண்டுபிடிக்கப்பட்ட முதலாம் இராஜேந்திரச் சோழனின் ஆரம்ப கால கல்வெட்டு சான்றைக் கொண்டு இக்கோயில் பதினோராம் நூற்றாண்டின் முற்பகுதியைச் சேர்ந்தது எனக் கருதப்படு கின்றது.

அரிஞ்சய சோழன் பள்ளிப்படை அல்லது அவனீச்வரம் கோயில் என்பதைக் கட்டியவர் இராஜராஜ சோழன் ஆவார். இது தமிழகத்தின் வேலூர் மாவட்டம் திருவலத்துக்கும் சோளிங்க நல்லூருக்கும் இடையில் மேல்பாடி என்ற ஊரில் பொன்னை ஆற்றங்கரையில் கட்டப்பட்ட கற்றளியாகும்.

இந்த பள்ளிப்படைக் கோயில் சிற்ப வேலைப்பாடுகள் நிறைந்த அழகான கோயில் ஆகும். இக்கோயிலில் தன் கண்ணை இறைவனுக்கு காணிக்கையாக கொடுக்கும் கண்ணப்பரை தடுக்கும் சிவன், பிச்சாடனர் போன்ற சிற்பங்கள் உள்ளன.

கோயிலின் தெற்குப் புறத்தில் 'ஆற்றுள் துஞ்சிய தேவர்க்கு' பள்ளிப் படையாக உடையார் ஸ்ரீ ராஜராஜன் எடுப்பித்த கற்றளி என்ற வரிகள் கொண்ட கல்வெட்டு உள்ளது.

●

நடுகல் என்பது போர் மற்றும் சண்டையில் இறந்தவரின் நினைவாக நடப்படுவது. இதனால் நடுகற்களுக்கு வீரக்கற்கள் என்ற பெயரும் உண்டு.

இதில் இறந்தவர் தெற்காக இறந்தார், எப்படி இறந்தார், அவரின் பெயர், ஊர், ஆண்டு முதலானவை கல்லில் இடம் பெற்றிருக்கும்.

சில நடுகற்களில் அவ்வூரினை ஆட்சி செய்த அரசன் குறித்த மெய்கீர்த்தியாக இடம் பெற்றிருக்கும்.

இவ்வாறு வைக்கப்பட்ட ஒரு நடுகல்லில்தான் இராஜராஜ சோழன் காந்தளூர்ச் சாலை போர் பற்றிய குறிப்பு இடம் பெற்றுள்ளது.

செங்கம் பகுதியைச் சுற்றி பல்லவர் சோழர் கால நடுகற்கள் பலவற்றை தொல்லியல் துறையினர் கண்டுபிடித்துள்ளனர்.

செங்கம் ஏரிக்கரையில் இராஜராஜ சோழன் காலத்து நடுகல் தரையில் படுக்கை வாட்டில் விழுந்துள்ளது. ஏரிக்கரையில் நட்டு வைக்கப்பட்ட இந்நடுகல் காலப்போக்கில் மண் அரிப்பால் கீழே சாய்ந்துள்ளது.

இந்தக் கல்லில் பொறிக்கப்பட்டுள்ள 12 வரிகள் கொண்ட இராஜராஜ சோழன் மெய்கீர்த்தியில் உள்ள எழுத்துக்கள் எவ்விதச் சிதைவும் இன்றி நல்ல நிலையில் இருக்கின்றன.

இந்த நடுகல் இரண்டு பக்கமும் எழுத்து பொறிப்புக்களைக் கொண்டுள்ளது.

முன்பக்கம் வீரனின் உருவமும் அவன் எதற்காக இறந்தான் என்ற செய்தியும் வரிவரியாக இல்லாமல் கல்லைச் சுற்றி மாலை போல பொறிக்கப்பட்டுள்ளது.

வீரனின் உருவம் இடதுபுறம் பார்த்த நிலையில் வலது கையில் குறு வாளுடன் இடது கையில் கேடயத்துடன் செதுக்கப்பட்டுள்ளது. மேலும் அவனது உடலில் இரண்டு அம்புகள் பாய்ந்துள்ளதும் சிற்பத்தில் காட்டப்பட்டுள்ளது.

வீரனின் தலைக்கு மேல் சிறிய அளவில் அவன் மேல் உலகம் சென்றதைக் குறிக்கும்படி சிறிய இரண்டு உருவங்கள் செதுக்கப் பட்டுள்ளன.

வீரனை வரவேற்று கையில் கவரி வீசியபடி நின்ற நிலையில் பெண் உருவமும், அவனருகில் அமர்ந்த நிலையில் நடுகல் வீரன் என இச்சிறிய சிற்பங்கள் அழகாக செதுக்கப்பட்டுள்ளன.

இது வீரன் இறந்தவுடன் மேலுலகம் சென்று விட்டதாகவும், அங்கு அவனுக்கு சகல மரியாதையும் அளிக்கப்படுவதாகவும் உணர்த்துகிறது.

மேலும் வீரனின் வலது காலுக்கு அருகில் குத்து விளக்கும், இடது காலுக்கு அருகில் நீர் வைக்கும் கெண்டியும் செதுக்கப்பட்டுள்ளது.

நடுகல்லின் பின்பக்கம் இராஜராஜ சோழன் மெய்கீர்த்தியானது கோடுகளிட்டு வரிக்கு வரி இடைவெளியுடன் செம்மையாக பொறிக்கப் பட்டுள்ளது.

இந்த 12 வரி மெய்கீர்த்தி பின்வருமாறு :

1. ஸ்வஸ்திஸ்ரீ தண்டேவிச்
2. சாலை கலமறுத்து அங்குள்ள
3. மலை ஆளர்தலை அறுத்து தக்கபா
4. டிய் தழைக்காடும் தண்டார் நுள
5. ம்ப பாடியொடும் மிக்க கங்கவ
6. ளநாடும் வேங்கை நாடு
7. ம் அது கொண்ட நித்தல
8. மு கோன் (னா) கியனிருவ்வ
9. ன் அருமொழி தேவர்க் கொ
10. த்த பலத்தார் மும்முடிச்
11. சோழர்க்கு யிராஜ யிராஜ
12. கேசரி வர்மர்க்கு யாண்டு 14

இராஜ ராஜன் கல்வெட்டுகளில் மூன்று வகையான மெய்கீர்த்திகள் பொறிக்கப்பட்டுள்ளன. இவை பெரும்பாலும் அகவற்பாவால் ஆனவையாக உள்ளன.

முதலாம் இராஜராஜன் மூன்று வத மெய்கீர்த்திகளை கையாண் டாலும், 'திருமகள் போல' என்று தொடங்கும் மெய்கீர்த்தியே எட்டாம் ஆண்டிலிருந்து (கி.பி. 993) பெரும் அளவில் பயன்படுத்தப்பட்டது.

இரண்டாம் வகையான மெய்கீர்த்தியிலும் காந்தளூர்ச் சாலையின் வெற்றிக்கே இவனது சாதனைகளில் முதலிடம் அளிக்கப்பட்டுள்ளது.

இவனது 20ஆம் ஆண்டைச் சேர்ந்த மூன்றாம் வகை மெய்கீர்த்தியில் இராஜராஜன் மதுரையை அழித்தான் என்றும், கொல்லம், கொல்ல

தேசம், கொடுங்கோளூர் ஆகிய நாட்டு மன்னர்களை வெற்றி கொண்டான் என்றும் கடல் கடந்த பகுதிகளில் மன்னர்கள் அவனுடைய பரிவாரமாகப் பணிபுரிந்தனர் என்றும் கூறுகிறது.

இந்நிலையில் செங்கம் ஏரியில் கண்டுபிடிக்கப்பட்ட நடுகல்லில் இடம் பெற்றுள்ள மெய்கீர்த்தி இராஜராஜ சோழனின் 14ஆம் ஆட்சியாண்டில் பொறிக்கப்பட்டதாகும்.

இதில் மங்கலச் சொல்லாக 'திருமகள் போல' என்ற சொல் பயன் படுத்தப்படாமல் 'ஸ்வஸ்திஸ்ரீ' என்ற சொல் பயன்படுத்தப்பட்டுள்ளது.

இந்த மெய் கீர்த்தியில் இராஜராஜ சோழனின் வீரத்தைப் பெருமை யாக நடுகல்லில் இவர்கள் கூறுவதன் மூலம் தங்களுக்கும் மன்னனுக்கும் உள்ள நெருக்கத்தைக் காட்டுகின்றனர் என்று எண்ணவும் தோன்றுகிறது.

*

19. சமயப் பூசல்களும் சமூகப் பதற்றங்களும்

சோழ நாட்டில் அச்சமயம் பிராமணர்களின் வைணவக் கோட்பாட்டிற்கும் சிவக் கோட்பாட்டிற்கும் எதிர் எதிர் கருத்து ஏற்பட்டு இவற்றிற்கான ஆதரவாளர்களிடையே ஏராளமான கலவரங்கள் நடந்து கொண்டிருந்தது.

வல்லவராயன் வந்தியத்தேவன் மதக்கலவரங்களை அடக்கும் பணியில் திருவரங்கம் பகுதியிலே இருந்து வந்தான்.

ஆதித்த கரிகாலன் படுகொலையான நிகழ்வைத் தொடர்ந்தே, ஆதித்த கரிகாலனுக்கு உற்றத் துணையாகவும் இருந்து தொண்டை மண்டலத்தின் ஆட்சிப் பொறுப்பை வகித்து வந்த வல்லவரையன் வந்தியத்தேவனும் சூழ்ச்சியிலோ, அல்லது படுகொலைக்குப் பின் நிகழ்ந்த உள்நாட்டுப் போரிலோ கொல்லப்பட்டிருக்கக்கூடும் என்பதற்கான ஆதாரங்கள் ஏதும் இல்லை.

இதற்கிடையே வந்தியத் தேவனுக்கும் குந்தவைக்கும் திருமணம் எப்போது நிகழ்ந்தது என்பதற்கான கல்வெட்டுச் செய்தியோ ஆதாரம் இல்லை.

உத்தமச்சோழன் காலத்தில் ஏற்பட்ட மதக்கலவரத்தின்போது வந்தியத்தேவன் காஞ்சிபுரத்தில் கலவரப்பகுதியில் இருந்து நெடுங்குளம் பகுதிக்குக் கலவரம் தொடர்பாக ஈடுபட்டுக் கொண்டிருந்தார். இந்தக் குழப்பமான காலக்கட்டத்தில் உத்தமச்சோழன் காலத்திலோ அல்லது சுந்தரச்சோழன் காலத்திலோ வந்தியத்தேவன் குந்தவை திருமணம் நிகழ்ந்திருப்பதற்கான தகவல்கள் ஏதும் இல்லை.

வந்தியத்தேவன் குந்தவைக்குத் திருமணச் சீதனமாக திருவரங்கம், சமயபுரம் என்ற நிலப்பகுதி வளமான நிலப்பகுதி கொடுக்கப்பட்டுள்ளன. ஆனால், இந்த நிலப்பகுதிகள் திருமலைச் சீதனமாக சுந்தரசோழன் காலத்தில்தான் கொடுக்கப்பட்டதா என்பதற்கு எந்தவித கல்வெட்டுச் சான்றும் இல்லை.

குந்தவை நாச்சியாரும் ஆதித்த கரிகாலச் சோழனும் இரட்டைக் குழந்தையாக இருந்தும் ஆதித்த கரிகாலச் சோழனுக்குத் திருமணம் நடந்ததாக செய்தி ஏதும் இல்லை.

சுந்தரச்சோழன் காஞ்சியில் தங்கி இருந்து போர் நடவடிக்கைகளில் ஈடுபட்டதாலும், தான் ஏறத்தாழ 14 ஆண்டுகள் ஆட்சியில் இருந்தும் இருவருக்கும் திருமணம் நடத்தியதாக எந்தவித கல்வெட்டுச் செய்தி யிலும் இல்லை.

குந்தவை நாச்சியார் காஞ்சிபுரம் பகுதியில் இருந்த தாதாபுரம் மேல்பாடி முதலான ஊர்களில் கோயில்கள் கட்டியவாறு இருந்தது தனது கணவன் வந்தியத்தேவன் செல்வாக்குள்ள பல்லவ நிலப்பகுதியாகும்.

ஆதித்த கரிகாலன் கொலை செய்யப்பட்டும் அதற்கான காரணத்தை அறிய முடியாமல் தந்தை சுந்தரசோழன் இறந்த நிலையில் குந்தவை நாச்சியாரும் இராஜராஜசோழனும் தனிமைப்பட்டு வாழ வேண்டி இருந்தது.

இராஜராஜன் கண்டராதித்தர் மனைவி செம்பியன் மாதேவியின் பார்வையில் வளர்ந்ததாகக் கூறப்பட்ட போதிலும், இவர் பார்வையி லிருந்து எப்போது நீங்கி வாழ வேண்டிய நிலை ஏற்பட்டது என்பது தெளிவுப்படுத்தப்படாமல் உள்ளது.

நாட்டில் பெருங்குழப்பம் நிலவிய சூழ்நிலையில் இராஜராஜன் ஆட்சிப் பொறுப்பையும் ஏற்க முன்வராமல் தலைமறைவு வாழ்க்கையாக

குந்தவை நாச்சியாருடன் இருந்திருக்கிறான்.

குந்தவை நாச்சியார் தன்னை தற்காத்துக் கொண்டு இராஜ ராஜனையும் பாதுகாத்து வருவதற்கு முயன்ற போராட்டங்களில் சோழக் குடிமக்களும் சோழப் பேரரசில் வைதீக மதத்திற்கு எதிரான பிற சமய மக்களும் உதவியுள்ளனர்.

இவ்வாறு உதவியர்களில் குறிப்பிடத்தக்கவர்களாக சோழ நாட்டில் புத்தெழுச்சியோடு பரவி வந்த இஸ்லாமியர் என்று குறிப்பிடப்படுகிறது.

இராஜராஜன் உத்தமச் சோழன் ஆட்சிக் காலத்தில் பதினைந்து ஆண்டுகளில் அனைத்துக் கலைகளையும் கற்றுத் தேர்ச்சி பெற்றான்.

அதன் காரணமாகவே கல்வியாளர்கள் இராஜராஜனை பண்டிதச் சோழன் என்னும் பட்டம் சூட்டினர். அனைத்துக் கலைகளிலும் தேர்ச்சி பெறுவதற்கு இசுலாம் மதம் உதவிகரமாக இருந்தது. அதன் விளைவாகவே இராஜராஜனிடம் மதங்களிடையே பொதுமைப்படுத்தப்பட்ட நோக்கம் இருந்தது.

இதனால் புத்தம், வைணவம், சைவம், சமணம், இசுலாம் முதலிய மதங்களைப் பொதுமைப்படுத்தி ஆதரித்து வந்தான். குந்தவையும் இந்து மதங்களை ஆதரித்து வந்தாள்.

பௌத்தர்களுக்குப் பள்ளிச் சந்தமாக பௌத்த விஹார்கள் கட்ட ஆணைமங்கலம் நாகை ஆகிய பல பகுதிகளில் விளை நிலங்களை இராஜ ராஜ சோழன் வழங்கியுள்ளார்.

சமணர்களுக்கு ஜுனாலயம் கட்டிய செய்திகளும் கணி முற்றூட்டு (சமணர்களுக்கு வழங்கிய நிலக்கொடைக்கு கணிமுற்றூட்டு என்று பெயர்) வழங்கிய வரலாற்றுச் செய்திகளும் குந்தவையும் இராஜராஜனும் தலைமறைவு வாழ்க்கை வாழ பிற சமயத்தினர் உதவி புரிந்து வந்ததைக் காட்டுவதாகக் கூறலாம்.

இராஜராஜ சோழனைப் பேரரசனாக உருவாக்கிய குந்தவை நாச்சியார் குழந்தை எதையும் பெற்றுக் கொள்ளவில்லை.

பிள்ளையில்லாமல் அந்தக்குலம் நசிவதாய் இருந்தால், அப்போது அந்த ஸ்திரி தன் கணவர், மாமனார் முதலியோர் உத்தரவு பெற்றுக் கொண்டு தன் மைத்துனன் அல்லது தன் கணவனுக்கு ஏழு தலைமுறைக்

குட்பட்ட பங்காளி ஆகியவர்களுடன் புணர்ந்து ஒரே பிள்ளையை உண்டு பண்ண வேண்டியது என்று மனுதர்ம சாஸ்திரம் (9:59) கூறுகிறது.

இதன் காரணமாக குந்தவை நாச்சியார் வைதீக வைணவ மதத்தினரால் துன்பம் ஏற்படும் சூழல் இருந்தது.

குந்தவையும் இராஜராஜனும் உத்தமசோழன் காலத்தில் பலவாறாகப் பாதிக்கப்பட்டு துன்புற்று இருந்தனர். துன்பங்கள் நிறைந்த அனுபவங்களே மக்களைப் பற்றிய எண்ணங்களையும் ஆட்சியில் ஏற்படும் நிகழ்வுகளில் மக்களின் கருத்தை அறியும் வாய்ப்பையும் ஏற்படுத்தி இருந்தது. பிற்காலத்தில் பேரரசனான இராஜராஜன் குடவோலை தேர்தல் போன்ற சீர்திருத்தங்களை மேற்கொள்ள அந்த அனுபவங்களே உதவின என்று அறியலாம்.

'இராஜராஜ சோழனின் தமக்கையார் குந்தவை நாச்சியார், உடையார் ஸ்ரீராசராசத் தேவர் திருத்தமக்கையார், வல்லவரையர் வந்தியத்தேவர் மகாதேவியார், ஆழ்வார் பராந்தகன் குந்தவை ஆழ்வார்' என்று தஞ்சை கல்வெட்டுகளில் இவர் குறிக்கப்படுகிறார்.

"உடையார் பொன் மாளிகையல் துஞ்சிய தேவர் திருமகளார் ஸ்ரீபராந்தகன் குந்தவைப் பிராட்டியார்" என இராசராசபுரமாகிய தாதாபுரத்து கோயில் கல்வெட்டுகள் கூறுகின்றன.

மேல்பாடி அரிஞ்சய ஈச்வரர் கோயிலில் உள்ள இறைவியின் பெயர் 'தபஸ் இருந்த தேவி' என்று விளங்குவதற்கும் திருநெடுங்களம் ஊரில் உள்ள கோயிலில் வந்தியத்தேவனுக்கு இறைவன் அருள்பாலித்தார் என்பதற்கும் தொடர்பு உள்ளதாகக் கருதப்படுகிறது.

வந்தியத்தேவன் இறந்த பிறகு குந்தவை நாச்சியார் துறவு நிலையில், தியானம் முதலியவற்றில் ஈடுபட்டு வந்துள்ளார் என்றும் கூறப்படுகிறது.

குந்தவை நாச்சியார் மற்ற அரச மகளிரைப் போல் அல்லாமல், அக்காலத்திலேயே சோழப் பேரரசின் ஆட்சியிலும் பங்கு கொண்ட பல்வேறு செயல்களில் ஈடுபட்டு வந்துள்ளார் என்பது விளங்குகிறது.

இராஜராஜன் நலன் கருதி தான் வாழ்ந்த காலத்தில் இருந்து சமூக மாற்றத்தினால் குந்தவை தன் கணவன் வந்தியத்தேவன் இறந்த நிலையில் மறுமணம் செய்யாமலும் உடன்கட்டை ஏறாமலும் இருந்தது சோழர்

காலப் பெண்கள் நிலையை வெளிப்படுத்துவதாகக் கூற முடியாது. இவளுக்கு இருந்த சமுதாய மனவேதனையிலும் இசுலாம் மதத்திற்கு இறுதிக்காலத்தில் மாறினார் என்ற வரலாற்றுச் செய்தியும் கூறப்படுகிறது. திருச்சியில் நத்தஹர் அடக்கம் செய்யப்பட்டுள்ள தர்ஹாவில் குந்தவை நாச்சியார் அடக்கம் செய்யப்பட்டார்.

அரிஞ்செயச் சோழனின் மகன் சுந்தரச் சோழனுக்கு பராந்தகன் தேவி யம்மன் மற்றும் வானவன் மாதேவி என இரு மனைவியர் இருந்தனர்.

இவர்களில் பராந்தகன் தேவியம்மன் என்பவள் சேர நாட்டைச் சேர்ந்தவள். வானவன் மாதேவி மலைய மானாட்டு அரசன் மகள்.

திருக்கோயிலூரைத் தலைநகராகக் கொண்டு வாழ்ந்தவர் மலைய மான் என்பவர் ஆவார்.

சுந்தரச் சோழனுக்கும் வானவன் மாதேவிக்கும் பிறந்தவர்கள்தான் இராஜராஜசோழன், ஆதித்த கரிகாலன் மற்றும் குந்தவை ஆகியோர்.

சுந்தரச் சோழனின் மகளான குந்தவை நாச்சியாரும் மகனான ஆதித்த கரிகாலச் சோழனும் இரட்டைக் குழந்தைகளாகப் பிறந்தவர்கள் என்ற பாரசீக நூல் என்று கூறுகிறது.

குந்தவை பிறந்த நட்சத்திரத்தைத் திருச்சி மாவட்டம் லால்குடி வட்டத்தில் உள்ள பாச்சில் என்கிற கோபுரப்பட்டி ஊரில் உள்ள கல்வெட்டு அறிவிக்கிறது.

திருஅவிட்டம் நட்சத்திரத்தில் குந்தவை நாச்சியார் பிறந்தவர் என்பதை இக்கல்வெட்டு அறிவிப்பதை அறிய முடிகிறது. இவள் கி.பி. 953ம் ஆண்டு சனவரி மாதம் 24ம் நாள் செவ்வாய்க்கிழமை, தை மாதம் திருஅவிட்ட நட்சத்திரத்தில் பிறந்தாள்.

அரிஞ்சய சோழனுக்கும் கல்யாணிக்கும் பிறந்தவனான சுந்தரச் சோழன் தனது பெரிய தாயாரான வீமன் குந்தவையின் நினைவைப் போற்றியும் அவர் மீதுள்ள அன்பை வெளிப்படுத்தவும் தனது மகளுக்கு குந்தவை எனப் பெயரிட்டு அழைத்து வந்தான்.

குந்தவைக்கு மந்தாகினி என மற்றொரு பெயரும் உண்டு. சுந்தரச் சோழனின் மகளான இரண்டாம் குந்தவையே ஆழ்வார் பராந்தகன், குந்தவைப் பிராட்டியார், வல்லவரையன் வந்தியத்தேவர் மாதேவர்

மாதேவியார், உடையார் பொன் மாளிகையல் துஞ்சிய தேவர் திருமகளார் ஸ்ரீபராந்தகன் பிராட்டியார் என்று சோழர்களின் கல்வெட்டுக்களும் செப்பேடுகளும் சிறப்பாகக் குறித்து வருகின்றன.

குந்தவை சுந்தரசோழரின் மகள், ஆதித்த கரிகாலனின் தங்கை, இராஜராஜ சோழனின் தமக்கை, வீரன் வலலவரையன் வந்தியத் தேவனின் காதல் மனைவி. இத்தனைக்கும் மேலாக தன்னைத் தன் சுய அடையாளங்களாலேயே நிறுவிக் கொண்டவள்.

குந்தவை என்ற பெயரை சூட்டுவது சோழர் குலத்தின் பொதுவான வழக்கமாக இருந்தது. இந்த இரண்டாம் குந்தவையின் தம்பி ராஜராஜ சோழன் தன் தமக்கை குந்தவையார் மீது கொண்டிருந்த அலாதி பிரியம் மற்றும் பக்தியால்தான் தன் மகளுக்கும் குந்தவை எனப் பெயரிட்டான். ஆக, இவள் சோழர் குலத்தின் மூன்றாம் குந்தவையாவாள்.

இரண்டாம் குந்தவை நாச்சியாரும் மூன்றாம் குந்தவையும் சாளுக்கிய மரபைச் சார்ந்தவரையே மணம் செய்து கொண்டது பெயர் ஒற்றுமை மட்டுமில்லாமல் வாழ்க்கை இணையிலும் இருவருக்கும் ஒன்றுபோல அமைந்து விட்டது.

இரண்டாம் குந்தவை சாளுக்கிய மரபைச் சார்ந்த வந்தியத்தேவனை மணந்தார். தன் அத்தையைப் போலவே ராஜராஜனின் மகள் மூன்றாம் குந்தவையும் சாளுக்கிய வேந்தனான விமலாதித்தனை மணந்தாள்.

குந்தவை நாச்சியார் வந்தியத்தேவனை மணம் புரிந்தமைக்கு காதல் என்பது ஒரு காரணமாக இருந்தாலும் மற்றொரு காரணம் தன் நாட்டை விட்டுப் பிற இளவரசிகளைப்போல புகுந்த நாட்டுக்குச் செல்லக்கூடாது என்ற வலுவான தீர்மானத்தாலும்தான்.

தன் இன்னுயிர் நீக்கும்வரை குந்தவை சோழ மண்ணில்தான் வாழ்ந்தாள். குந்தவையின் வாழ்க்கை ஒரு விசித்திரமானதாகவே அமைந் திருந்தது.

தன்னுடைய மூத்த சகோதரன் ஆதித்த கரிகாலனின் மர்ம மரணம், அதன்பின் அந்த துக்கத்திலேயே உயிர் இழந்த தந்தையின் மரணம், கூடவே உடன்கட்டை ஏறிவிட்ட தாயின் மரணம், இவையெல்லாம் இள வயதிலேயே சொல்லொண்ணாத் துயரத்தையும் பாரத்தையும் குந்தவைக்குக் கொடுத்துவிட்டது.

மூத்த சகோதரனின் இழப்புக்குப் பின் அடுத்த வாரிசான இளைய சகோதரனின் உயிரையாவது காக்க வேண்டும் எனும் பொருட்டு அவர்கள் வாழ்ந்த தலைமறைவு வாழ்க்கை எந்த அரசியும் இளவரசியும் சந்தித்திராத ஒன்று. அத்தனை இழப்பையும் ஈடு செய்யும்விதமாக மொத்த அன்பையும் ஈடுபாட்டையும் தன் தம்பி ராஜராஜ சோழனுக் காகவும் சோழ மண்ணுக்காகவும் அர்ப்பணித்தாள்.

குந்தவை சந்தித்த அரசியல் சூழ்நிலையும் சுற்றியிருந்த சூழ்ச்சிகளம் அவளுக்கு அதிக புத்திசாதுர்யத்தையும் அரசியல் சாணக்கியத்தனத்தை யும் தோற்றுவித்திருக்க வேண்டும்.

இராஜராஜ சோழனை அரியணை ஏற்றியதிலிருந்து அவன் அரசாட்சி காலம் வரை சகலத்துக்கும் பின்புலமாக இருந்து மதியூகத்துடன் செயல் பட்டது குந்தவை நாச்சியாரே.

தன் சகோதரர்கள் இருவருக்கும் இடையே இருந்த குண வேறுபாடு களை நன்கறிந்து வைத்திருந்தவள் குந்தவை.

குந்தவை நாச்சியார் ஆரம்பத்திலிருந்தே தன் தம்பியைத் தன் அரவணைப்பில் வைத்து தன் சொல்படி நடக்குமாறு கட்டுக்குள் வைத்திருந்தாள்.

இதன் காரணம் தன் மூத்த சகோதரன் ஆதித்த கரிகாலன் மாபெரும் வீரனாக இருந்தாலும் முன்கோபத்தால் மூர்க்கத்தனமாக நடக்கும் குணத்தைப் பெற்றிருந்ததும், முன் யோசனையின்றி பல காரியங்களில் ஈடுபடுவதுமான செயல்களைக் கண்டு அவள் அஞ்சினாள்.

எல்லைகளை விரிவுப்படுத்தினாலும் மாவீரனாக இருந்தாலும் செயலில் நிதானமும் ராஜதந்திரமும் இல்லாமல் நாடாள்வது மிகக் கடினம் என்பதை நன்கு அறிந்திருந்தாள் குந்தவை நாச்சியார்.

வீரம் மட்டுமே அரசாளும் தகுதியாகாது என்பதாலேயே அவள் கரிகாலனின் போக்கைக் கண்டு கவலை கொண்டிருந்தாள்.

அதற்கேற்றாற்போலவே தன் எச்சரிக்கையை மீறியும் கரிகாலன் தனியாக கடம்பூர் மாளிகைக்குச் சென்றதும் அங்கே சூழ்ச்சியாலும் நய வஞ்சகத்தாலும் அவன் படுகொலை செய்யப்பட்டதும் அவன் நெஞ்சில் ஆறாத ரணமாகிவிட்டிருந்தது.

தமையனை இழந்தாள். பின் தந்தையை இழந்தாள். அதன்பின் பெற்ற தாயையும் உடன்கட்டை நெருப்பில் இழந்தாள்.

எஞ்சியிருக்கும் தம்பி இராஜராஜ சோழனாவது தனக்கும் சோழ நாட்டுக்கும் மிஞ்சியிருக்க வேண்டுமே என்ற கவலையும் அதற்கான பொறுப்பையும் இந்த மாதரசி குந்தவை நாச்சியார் தன் தோளில் சுமந்து கொண்டாள்.

பிறப்பாலும் வளர்ப்பாலும் அரச குடும்பத்தைச் சேர்ந்த பெண் என்றாலும் நிஜ வாழ்வில் அவள் ஒரு ஆணைப் போலவே ராஜதந்திரியாக நுட்பம் மிகுந்த மதியூக மந்திரியாக செயல்பட வேண்டி இருந்தது.

ராஜகுமாரிகளுக்கான பொழுதுபோக்குகளையும் சந்தோஷங்களை யும் அவள் அனுபவிக்க முனையவில்லை.

வந்தியத்தேவன் மீது வந்த காதல்கூட அவள் நாட்டுப் பற்றைச் சார்ந்தே அமைந்து விட்டது. வேற்று நாட்டு அரசனையோ இளவரசனையோ மணந்தால்தான் சோழ நாட்டை விட்டு அங்கு போக வேண்டி வரும். தம்பிக்கும் நாட்டுக்கும் அரணாக இருக்க முடியாத சூழ்நிலை வரும் என்று தன் திருமணத்தைப் பற்றிய யோசனை இன்றியே காலம் கழித்து வந்தாள்.

அதனால்தானோ என்னமோ அவளது எண்ண ஓட்டத்தை ஒத்திருந்த காதலும் அவளுக்கு சாதகமாகவே அமைந்துவிட்டது.

ஆம், தன் சகோதரனுக்கு நெருக்கமாக மாதண்ட நாயக்கராக இருந்த வந்தியத் தேவன் மீதே மையல் கொண்டது அவள் மனம்.

தன் காதலர் வந்தியத்தேவனை உன்னதப் பொறுப்பில் நிறுத்தி, உரிய மரியாதையும் அளித்து, அவரது தன்முனைப்பு பாதிக்காமல் பார்த்துக் கொண்டு, அதேசமயம் ஆட்சி அதிகாரத்தைத் தன் கட்டுக்குள்ளும் வைத்திருக்கிறாள்.

தன் இசைவுக்கு ஏற்றார்போல வாழ்க்கையை அமைத்துக் கொண்ட தோடு மட்டுமல்லாமல் தன் தம்பி இராஜராஜ சோழனுக்கும் தன்னுடைய நெருங்கிய தோழியையே மணமுடித்து வைத்தாள் குந்தவை.

புத்தி சாதூர்யம் மட்டுமின்றி மிகுந்த தயாள குணமும் இரக்க சுபாவமும் கொண்டிருந்தவள் குந்தவை. கோயில்களுக்கும் அறப்பணி களுக்கும் அவள் கொடுத்தது கொஞ்சநஞ்சமல்ல.

அதுமட்டுமல்லாது ஆதார சாலைகள் எனப்படும் மருத்துவமனைகள் பல நிறுவி இலவச மருத்துவம் வழங்கிய முதல் அரசி குந்தவைதான்.

சைவ மதத்தைப் பின்பற்றினாலும் மதசார்பின்றி மற்ற பிரிவினருக்கும் கோயில்கள் கட்ட அனுமதித்தாள்.

இதற்குச் சான்றாக இந்நாளில் தாராசுரமாக இருக்கும் அந்நாளைய ராஜராஜபுரத்தில் குந்தவை நாச்சியார் பெருமாளுக்கு ஒரு கோயிலும் சிவனுக்கு ஒரு கோயிலும் ஜைனருக்கு ஒரு கோயிலுமாக மூன்று கோயில்களை ஒரேயிடத்தில் கட்டினார்.

இராஜராஜ சோழனின் பதவிக்காலத்தில் ஒரு பொதுக்கட்டளை பிறப்பிக்கப்பட்டது என்றும் அதன்படி பிரமதேயங்களிலுள்ள நிலம் வைத்திருக்கும் மற்ற வகுப்பினர் எல்லோரும் தங்களுடைய நிலங்களை விற்றுவிட வேண்டும் என்றும், இந்தக் கட்டளைக்கு நிலம் பயிரிடு வோரும் மற்ற நில மானியங்களை அனுபவிப்போர் மட்டும் விதிவிலக்கு கொண்டு வரப்பட்டதாகவும் கல்வெட்டுக்கள் தெரிவிக்கின்றன.

அப்படி விற்கப்பட்ட நிலங்களை ராஜராஜனின் தமக்கை குந்தவை நாச்சியாரே வாங்கி, அவ்வூர்க் கோயிலுக்குத் தானமாக அளித்தார் என்றும் கல்வெட்டுக்களில் உள்ளன.

இப்படி பல தானங்களைக் கோயில்களுக்கும் மருத்துவமனை களுக்கும் செய்யும் ஆற்றல்மிக்கவராக முதலாம் ராஜராஜசோழன் மற்றும் ராஜேந்திரன் காலத்தில் குந்தவை நாச்சியார் இருந்திருக்கிறாள்.

சோழர்களுக்கு எதிராக முதலாம் குலோத்துங்கன் காலம்வரை கலகம் செய்தவர்கள் வைணவப் பிராமணர்கள் என்பதற்கான குறிப்புகளை வரலாற்றாய்வாளர்கள் முன்வைக்கின்றனர்.

அரசர்கள் வலங்கை, இடங்கை பிரிவு சாதிகளைத் தங்கள் அவையில் அமர வைத்தபோதும் இவர்களில் வலங்கை சாதிப்பிரிவினர்களை மிகுதி யாகவும் மறைமுகமாகவும் ஆதரித்து வந்தனர்.

இடங்கை சாதிப் பிரிவினர்கள் பெரும்பாலும் மக்களோடு மக்களாக மறைந்தும் ஆதரவின்றியும் இருந்தனர். இவர்கள் புத்தம் மற்றும் சைவ மதத்திற்கு எதிராகவும் இருந்தார்கள். மிகுதியானவர்கள் வட-இந்தியாவில் இருந்து அடிமைகளாகவும் கோயில் பணியாளர்களாகவும் வந்தவர்கள் ஆவார்கள்.

வலங்கை என்பது கோயில் சார்ந்த நிலவுடைமை, ஆளும் சாதிகள். இடங்கை என்பது இந்தக் கோயிலின் ஆளுகைக்குட்பட்ட பகுதிகளில் வாழும் குடிமக்கள். அதாவது ஆளப்படும் சாதிகள் என்று கருதப்படு கிறது.

மேலும், மனித உடலின் வலது பக்கம் ஆண்களின் குறியீடாகவும் இடது பக்கம் பெண்களின் குறியீடாகவும் கருதப்படுகிறது.

வலது கையில் வாள் பிடித்துப் போர் செய்யும் நிலை எப்பொழுதும் இருந்தது. வலது கை வெற்றியின் குறியீடாக வெற்றி பெற்று வந்த ஆளும் மக்களுக்கு வலங்கை சாதியினர் என்று பெயர் வந்தது.

இந்த வலங்கை சாதியிலிருந்து வந்தவர்களே எப்போதும் அரசினராக இருந்தனர் என்பது வரலாறு.

இடங்கை சாதியினராக இருந்த வைணவ மதத்தினர்கள் பேரரசையும், பேரரசில் இருந்த கோயில்களையும், தங்களது ஆதிக்கத்தின்கீழ் கொண்டு வந்தார்கள்.

பிறகு கோயில்களில் வழிபாட்டிலிருந்து வந்த தமிழையும் தமிழ் மொழியில் ஆக்கப்பட்டு வழிபாட்டில் பயன்பட்டு வந்த தேவாரம், திருவாசகம் முதலிய பாடல்களையும் ஒதுக்கிவிட்டு தங்களது மொழி யான சமஸ்கிருத மொழியில் உள்ள வாசகங்களையே வேத மந்திரங் களாக பயன்படுத்தி வழிபாடு நடத்தி வரும் சூழ்நிலையை ஏற்படுத்தி உள்ளனர் என்பது விளங்குகிறது.

வலங்கை சாதியினராக இருந்தவர்கள் போரிட்ட நிலையைத்தான் முதலாம் குலோத்துங்கன் காலத்தில் ஏற்பட்ட கலகமாக அறிகிறோம்.

முதலாம் குலோத்துங்கனின் இரண்டாம் ஆட்சியாண்டில் பாபநாசம் வட்டம் இராச மகேந்திர சதுர்வேதிமங்கலத்தில் இடங்கை வலங்கை சண்டை பெரிய அளவில் நடந்தது.

அச்சண்டையில் அவ்வூர் கோயில் சொத்துக்கள் கொள்ளையிடப் பட்டன. கோயில் இடித்து சேதப்படுத்தப்பட்டன என்றும், பிராமண, வேளாள சாதிகளைச் சேர்ந்த நிலக்கிழார்களும் அரசாங்க அதிகாரிகளும் வன்னியர் சாதிகளைச் சேர்ந்தவர்களை இணைத்துக் கொண்டு இடங்கை வகுப்பினர் மீது தாக்குதல் நடத்தினர் என்பது வரலாற்று நிகழ்வாகும்.

முதலாம் குலோத்துங்கன் காலத்தில் வைணவ மதம் சார்ந்த சாதிகள் சிதம்பரம் நடராசக் கோயிலில் கலகம் செய்தனர்.

அதற்கு முன்பு சைவ மதத்தின் சாதிகள் அரசவையில் வலது பக்கத்தில் அமர்த்தப்பட்டு இருக்க வேண்டும் என்ற குந்தவைக் காலத்து சமய நிகழ்வுகள் விளக்குகின்றன.

பராந்தகன் காலம் முதல் அரசவையில் சைவ மதத்தினரின் இருப் பிடத்தை வைணவ மதத்தினர் பெற சதிகள் பல செய்தனர். இந்தச் சதிகளில் கண்டராதித்தன், சுந்தரசோழன், ஆதித்த கரிகாலன் படு கொலை செய்யப்பட்டு, குந்தவையின் கணவன் வல்லவரையன் வந்தியத் தேவன் முதலானவர்கள் இறக்கக் காரணமாக இருந்தனர். பகை நாட்டின் மீது போர் தொடுத்துக் கொண்டு இருந்த சோழ அரசர்கள் இந்த வைதீக பிராமண சதியிலிருந்து தப்ப முடியாது போயிற்று.

கி. பி. 5ஆம் நூற்றாண்டில் ஆந்திராவின் ஒரு பகுதியை ஆண்டவன் பல்லவ மன்னன் திரிலோசன பல்லவன். இவன் சமணர்களை அழித்தான். வேதமில்லாச் சடங்குகளை நீக்கிவிட்டு வேதச் சடங்குகளையே கடைப் பிடித்தான்.

கோயில்களில் வழிபாடு செய்து கொண்டிருந்த பிராமணர் அல்லாத வரை நீக்கிவிட்டு வடநாட்டிலிருந்து அழைத்து வந்த பிராமணர்களை நியமித்தான்.

இந்த வடநாட்டு பிராமணர்கள் காளாமுக, பாசுபத, கபாலிக சைவத்தைச் சேர்ந்தவர்கள்.

கி.பி.5ஆம் நூற்றாண்டில் ஆந்திராவில் பரவிய இம்மதங்கள் அங்கு இருந்ததற்கான சான்றுகள் ஏராளம் உள்ளன. கி.பி.5ம் நூற்றாண்டுக்குப் பின் அச்சைவம் தமிழகத்தில் நுழைந்தது.

கி. பி. 7ஆம் நூற்றாண்டின் முற்பகுதியைச் சேர்ந்த அப்பர் பாடல்களில்

நாகப்பட்டினம் கோயிலை, 'நாகை காரோகனம்' என்று பாடுகிறார். இவரது காலம் மகேந்திர வர்மனின் காலம் அதாவது கி.பி. 600 - 630 ஆகும். திரிலோசன பல்லவன் கல்வெட்டுகள் ஆந்திராவில் கி.பி. 470 முதல் 490 வரை கிடைத்துள்ளன.

எனவே, திரிலோசன பல்லவன் காலத்திற்கு முன்னரும் சற்றேறக் குறைய கி.பி. 500 முதல் 600க்குள் வடநாட்டு சைவம் தமிழகத்திற்குள் நுழைந்திருக்க வேண்டும்.

அப்பர் நாகப்பட்டினத்தை நாகை காரோகணம் என்றும் குடந்தைக் காரோகணம் என்றும் கச்சிக் காரோகணம் என்றும் பாடியுள்ளார்.

வடநாட்டில் காரோகணம் என்ற இடத்தில் பிறந்த லகுளீசரின் சித்தாந்தத்தைப் பின்பற்றும் மதம் பாசுபதம். இந்த லகுளீசரின் பிறந்த இடமான காரோகணம் ஒரு தலையாய பாசுபதாகளின் மையமாகத் திகழ்ந்தது. எனவே, மேற்கூறிய தமிழ்நாட்டுக் காரோகணங்கள் லகுளீச சித்தாந்தத்தைப் பின்பற்றும் பாசுபத சைவத்தின் அடிப்படையில் அமைந்திருந்தன.

அப்பர் தம் திருவாரூர்ப் பதிகத்தில் பாசுபத, காளாமுக, காபாலிகர் உலவும் திருவாரூர் வீதியைப் பாடுகிறார். வரது சம காலம் மகேந்திர பல்லவ வர்மனும் காபாலிகர்களையும் பௌத்தர்களையும் தமது மத்த விலாச பிரகடனம் என்ற நூலில் கேலி செய்து எழுதியுள்ளார்.

சைவ வேளாளர் குடும்பத்தில் பிறந்து சமண மதத்தைத் தழுவி பின்னர் தீவிர சைவ சமயததவராக மாறிய அப்பர் தாம் தழுவியிருந்த சமண மதத்தைக் கடுமையாகத் தாக்குகின்றார். சம்பந்தரும் அவ்வாறே தாக்கி யிருக்கின்றார்.

ஒரு மதத்திலிருந்து இன்னொரு மதத்திற்கு மாறுகின்றபோது தீவிரமானது மனித இயல்பு. அதுபோல வயதில் மூத்த அப்பர் மிகவும் தீவிர பக்தராக மாறுகிறார்.

சமண பௌத்த பாழிகள் இடிக்கப்பட்டிருக்கின்றன. சொத்துக்கள் பறிமுதல் செய்யப்பட்டிருக்கின்றன.

அப்பரின் பாடல்கள் காபாலிக சைவர்களின் சில உருவ வழிபாடு களும், சீவன் கபாலத்தைக் கையிலேந்தியவனாக, கால காலனாக,

பைரவனாக, பிட்சாடனராக, மேனியெங்கும் திருநீறு பூசியவனாக கூறுவதிலிருந்து, தீவிர சைவர்களான காபாலிகர்களின் சைவ சமயத் தாக்கம் அப்பரிடம் அதிகம் இருந்திருக்கிறது.

மனித உயிர்ப்பலி செய்யும் காபாலிகத்தைப் பின்பற்றியதால்தான் மதுரை, திருவொத்தூர் போன்ற இடங்களில் சமணர்களைக் கழுவேற்றிக் கொல்லப்பட்டனரோ என்று எண்ண வேண்டியுள்ளது.

இவ்வாறு நாயன்மார், ஆழ்வார்கள் காலத்தில் தோன்றிய பக்தி இயக்கத்தால் சமண, பௌத்தர்களின் ஆதிக்கம் பொருளாதாரத்திலும் கல்வி மருத்துவ சமூக சேவைகளிலும் கட்டாயமாக பறிக்கப்பட்டது.

அதற்கு மாற்றாக சைவ, வைணவ மதங்கள் மக்கள் மத்தியில் முன்வைக்கப்பட்டு அவ்விடங்களை நிரப்ப முயற்சி செய்தன. முடிவில் வெற்றியும் பெற்றன என்பதில் யாதொரு ஐயமும் இல்லை.

இவ்வாறு சைவ சமய மறுமலர்ச்சியில் வேளாளரான அப்பரும், பிராமணரான ஞானசம்பந்தரும் பங்கு பெற்றிருந்தனர், இவர்களுக்குப் பின்னர் வந்த பிராமணராகிய சுந்தரரும்.

எனவே, வேளாளர்களும் அந்தணர்களும் ஒன்று சேர்ந்து சமணர் களின் பொருளாதார சமய ஆதிக்கத்தைக் குறைத்து கைப்பற்றி இருக்கின்றார்கள் என்பதை கி.பி.9ஆம் நூற்றாண்டில் நிறுவப்பட்ட பிற்காலச் சோழராட்சியில் வேளாள, அந்தணர்களின் பொருளாதார, சமய ஆதிக்கத்தினையும் அரசியல் செல்வாக்கினையும் கொண்டு அறியலாம்.

சமணர்களின் செல்வாக்கும், செல்வமும் வணிகர்களின் வியாபார ரீதியில் அமைந்தது. வணிகர்கள் ஆதரித்த மதம் சமண மதம்.

சமண முனிவர்கள் நல்லவர்களாக இருந்தும் சமூகத் தொண்டுகள் பல செய்தும் நீர்ப்பாசனத்திற்கு வேண்டிய குளம், தூம்பு போன்றவற்றை செய்து கொடுத்தும் நல்ல மனத்தவர்களாக நாட்டின் பொருளாதாரத்தை வளர்க்கவில்லை. எனவே, சமண மதத்தின் ஆதிக்கம் குறைந்தது.

சமண மதத்தின் ஆதிக்கத்தைக் குறைத்து விவசாய நாடாக, நிலவுடமைச் சமுதாயமாக அச்சமுதாயத்தின் கருவூலமாகக் கோயில் களை அமைத்து மக்களின் அன்றாட வாழ்வில் கோவிலோடு அதாவது

சைவ மதத்தோடு தொடர்பு ஏற்படுத்தி அமைக்கப்பட்ட அரசமைப்பே பிற்காலச் சோழ வரலாற்றின் சாராம்சமாகும்.

பிற்காலச் சோழராட்சியில் கி.பி. 9ஆம் நூற்றாண்டில் அந்தணர்களும், வேளாளர்களும் மிக உயர்ந்த பதவியை வகித்தனர் என்பது கண்கூடு. கி.பி. 6ஆம் நூற்றாண்டில் அவர்கள் நடத்திய போராட்டத்தின் பலனை 9ஆம் நூற்றாண்டில் மிக நன்றாகவே அறுவடை செய்தார்கள்.

அமைச்சர்களாகவும், பிரமதேய சதுர்வேதிமங்கலங்களின் சபை நிர்வாகிகளையும், படைத்தளபதிகளாகவும் கோயில் அதிகாரிகளாகவும் நிதி வழங்குபவர்களாகவும் முக்கியப் பதவிகளில் அமர்ந்திருந்த அவர்கள் மிகுந்த செல்ந்தவர்களாக வாழ்ந்தனர்.

அவர்கள் சைவக் கோயில்களுக்கு தங்கள் செல்வத்தின் காரணமாக ஏராளமான பொன்னையும் பொருளையும் வாரி வழங்கினர். செப்புத் திருமேனிகளை எழுந்தருளிவித்தனர். நல்ல வளமிக்க ஊர்கள் பிரமதாய மாகவும், சதுர்வேதி மங்கலங்களாகவும் அந்தணர்களுக்கு அளிக்கப் பட்டன.

இந்த இரு குலத்தவரும் அதிக செல்வாக்குப் பெற்றிருந்தாலும் கல்வி கேள்விகளிலும் நாட்டின் கருவூலகங்களாக ஆங்காங்கே நிறுவப் பட்டிருக்கும் கோயில்களின் கருவூலத்திலும், நிர்வாக அமைப்புக்களிலும் முதன்மை பெற்று விளங்கியவர்கள் அந்தணர்கள்.

இறையிலியாக பிரமதேய சதுர்வேதி மங்கல நிலங்கள் வழங்கப் பட்டது. அந்தணர்களுக்குத்தான். வளமிக்க அவ்வூர்களுக்கு சபை அதிகாரிகள் அல்லது அங்கத்தினர்கள் அவர்கள்தாம். இந்த அளவுக்கு வேளாளர்கள் செல்வாக்குப் பெற்றிருக்கவில்லை. அரசர்களிடம் அமைச்சர்களாகவும் மிகவும் குறைந்தளவில் ஆங்காங்கே கி.பி.11ஆம் நூற்றாண்டின் சித்ரமேழி பெரிய நாடு என்னும் அமைப்பிலும் அவர்கள் அதிகாரிகளாக இருந்தார்களே தவிர, ஊர் நிர்வாகத்தில் அந்தணர்களைப் போல அதிகமான செல்வாக்கு பெற்றிருக்கவில்லை என்பதை அறிய முடிகிறது.

முதலாம் ராஜராஜ சோழன் காலத்தில் அமணகுடியைச் சேர்ந்த கிருஷ்ணராமன் குடும்பத்தார் எந்த அளவுக்கு பரம்பரை பரம்பரையாக சோழர்களுக்கு அதிகாரிகளாக இருந்தார்கள் என்பதை வரலாற்றுக்

குறிப்புகள் கூறுகிறது.

அந்தணர்களின் இந்த வளர்ச்சியும் செல்வாக்கும் நிலவுடைமைச் சமுதாய வளர்ச்சியின் உச்சக்கட்டத்தை எய்திய முதலாம் இராஜராஜ சோழனின் செல்வாக்கிற்கு ஏற்றாற்போல அவன் காலத்தில் உயர்ந் திருந்தது.

அந்தண சமூகத்தினரின் இந்த வளர்ச்சி இராஜராஜ சோழனின் போக்கையே திசை திருப்புமளவு காணப்பட்டது.

ராஜராஜ சோழனின் கல்வெட்டுகளை ஊன்றிப் பார்க்கின்றபோது அவன் அந்தணர்களின் செல்வாக்கினைக் குறைக்க அவரகளே அறியாத வகையில் புத்திசாலித்தனமாகப் பல்வேறு நடவடிக்கைகளை எடுத்திருக் கின்றான்.

தந்தை சுந்தர சோழன் காலத்தில் பிரம்மாதிராயர்களாகிய அந்தண உயர் அதிகாரிகளால் தமையன் ஆதித்த கரிகாலன் கொலையுண்ட செய்தி அந்தணர்களின் ஆதிக்கத்தின் உச்சக்கட்டமாக இருந்திருக்க வேண்டும். இத்தகைய காலகட்டத்தில்தான் இராஜராஜ சோழனின் சிந்தை வேறு விதமாக செயல்பட்டது.

சமணர்களின் பொருளாதார சமய ஆதிக்கத்தைக் குறைக்க அப்பர், சம்பந்தர் எடுத்த நடவடிக்கைகளை நினைவுகூற வேண்டும். சமணத்தை அழிக்க அப்பருக்கு காபாலிகம் தேவைப்பட்டது.

இவர் காலத்தில் வாழ்ந்த மகேந்திரவர்மன் எடுத்து கோயில்களிலோ பாண்டிய நாட்டிலோ அகோர உருவங்கள் இல்லை. இக்காலக் கட்டங் களில் எடுத்த கோயில்களே நமக்குக் கிடக்கும் காலத்தால் முந்தைய கோயிலும் உருவங்களுமாகும்.

அப்பர் பாடலுக்குப் பின் கட்டப்பட்ட கற்கோயில்களில்தான் சிவனின் பல்வேறு உருவங்களுடன் அகோர மூர்த்தங்கள் இடம் பெறு கின்றன. சமணர்களை அழிக்க எழுச்சி செய்ய அப்பர் - சம்பந்தர், அழிக்கும் கடவுளான சிவனின் அகோர உருவங்களைத்தானே வருணிக்க முடியும்.

அப்பர், சம்பந்தரின் இந்த நடவடிக்கைகள் ராஜ ராஜ சோழனைக் கவர்ந்திருக்கின்றன. அதன் காரணமாகவே இராஜராஜ சோழன் திருமுறைத் தேடி எடுத்துத் தொகுக்கச் செய்தான். இதனால், இராஜராஜ

சோழனுக்கு தேவாரத் திருமுறைச் சுவடிகளை தில்லையில் இருக்கும் செய்தி முன்பே தெரிந்திருக்கிறது.

தெரிந்த செய்தியாக இருந்தாலும் இராஜராஜ சோழனுக்கு வரலாற்றுக்குத் தேவையான ஒரு சூழ்நிலை அப்போதுதான் ஏற்பட்டது.

நம்பியாண்டார் நம்பியைக் கொண்டு திருமுறைகளை தொகுக்கச் செய்ததன் மூலம் சைவ சமயத்தின் அடிபபடையில் மலர்ந்த காபாலிக பாசுபத காளாமுக மதங்களுக்கு தமிழகத்தில் மீண்டும் புத்துணர்ச்சியைக் கொடுத்தான்.

மூவர் முதலிகளின் சிலைகளை கோயிலில் எடுக்கச் செய்தான்.

மூவர் பாடிய பாடல்களுக்குத் 'தேவாரம்' என்று பெயர் சூட்டி, தான் வணங்குவதற்கென்றே தேவார தேவர் என்ற சந்திரசேகரைப் பிரதிஷ்டை செய்தான்.

தான் கட்டிய பெரிய கோவிலில் வேதங்களை ஓதி வழிபாடு செய்யாது மூவரின் தேவாரங்களை ஓதி வழிபாடு செய்ய 48 ஓதுவார்களை நியமித்தான்.

இராஜராஜ சோழன் காலம் முதல் அனைத்துக் கோயில்களிலும் தேவாரம் பாட ஏற்பாடுகள் செய்யப்பட்டிருந்தது. மூவர் முதலிகளின் சிலைகள் பிரதிஷ்டை செய்யும் வழக்கம் பரவியது.

பெரிய கோயிலைக் கட்டும்போது அவனுக்கு ராஜகுருவாக இருந்தவர் ஈசான சிவ பண்டிதர். தஞ்சைக் கோயிலின் கலசத்தைத் தானமளித்தவர். இவர் வடநாட்டைச் சேர்ந்த இவரது தத்துவ ஆலோசனைப்படியே இராஜ ராஜ சோழன் தஞ்சைக்கோயிலை எடுத்திருத்தல் வேண்டும்.

பெரிய கோயிலைக் கட்டுவதற்கு முன்பே இராஜராஜன் கட்டிய கோயில் நெல்லை மாவட்டம் திருவாலீஸ்வரத்திலுள்ள கோயிலாகும். இக்கோயிலைக் கட்டிய இராஜராஜன் இக்கோயில் கருவூலத்தை மூன்று கை மகா 12 சேனை என்னும் படையை காவல் காக்கும்படி செய்தான். இக்கோயில் கட்டப்பட்ட ஊர் ராஜராஜ சதுர்வேதி மங்கலமாகும்.

இந்த ஊரில் உள்ள நிலங்கள் படிப்படியாக வேளாண் வகை நிலமாக மாற்றப்பட்டிருக்கிறது என்பதை இவனுக்குப் பின்னர் ஆண்ட மன்னர் களின் கல்வெட்டுக்களை ஆய்ந்தால் புரிந்து கொள்ளலாம்.

இக்கோயிலிலுள்ள சிற்பங்கள் காளாமுக பாசுபத சமயங்களின் அடிப்படையில் தத்புருஷம், அகோரம், வாமனம் ஆகிய தத்துவத்தின் அடிப்படையில் அமைக்கப்பட்டிருப்பதாகத் தெரிய வந்துள்ளது.

இக்கருத்துக்கு உதவுவதுபோல இவ்வூரில் ராஜராஜ சோழனால் கோளகி மடம் என்றொரு மடம் நிறுவப்பட்ட செய்தியும் இவ்வூர் கல்வெட்டில் காணப்படுகிறது.

இராஜராஜ சோழன் காலம் முதல்தான் வடநாட்டு சைவர்கள் ராஜகுருக்களாக இருந்தனர். வைதீக சமயத்தின் செல்வாக்கைக் குறைக்க, காளாமுக பாசுபத, காபாலிகத்திற்கு மீண்டும் புத்துயிர் அளித்த இராஜ ராஜன் வைதீகர்களின் எதிரி மதங்களாகிய சமண பௌத்த மதத்திற்கு ஏராளமான நன்கொடைகள் அளித்து ஆதரித்தான்.

அவன் கட்டிய பெரிய கோயிலில் சமணச் சிற்பமும் பௌத்த சிற்பமும் மிகச்சிறியதாக இடம் பெற்றிருக்கின்றன.

நாகப்பட்டினத்தில் கடாரத்து அரசனால் எடுக்கப்பட்ட பௌத்த விகாரத்திற்கு ஆனைமங்கலம் என்ற ஊரையே தானமளித்தான்.

தன் ஆட்சியில் தமக்கை குந்தவையாரைக் கொண்டு திருமலையிலும் அச்சிறுபாக்கம் அருகே ராஜராஜபுரம் என்ற ஊரிலும் சமணக் கோயிலை எடுக்கச் செய்து மகிழ்ந்தான்.

அந்தணர்களின் செல்வாக்கைக் குறைக்க அவர்கள் உணராத வண்ணம் மிக புத்திசாலித்தனமாக இராஜராஜன் எடுத்துக் கொண்ட நடவடிக்கை களின் காரணமாகத்தான் இவனுக்குப் பிற்காலத்தில் அந்தணர்களின் ஆதிக்கம் குறைந்து வேளாளர்களின் ஆதிக்கம் அதிகமாகக் காணப் பட்டது.

இராஜராஜனைத் தொடர்ந்து அவரது மகன் ராஜேந்திர சோழனுக்கு சர்வசிவ பண்டிதர் குருவாக இருந்ததோடு லகுளீச பண்டிதர் என்பவரும் குறிப்பிடப்படுகிறார்.

சென்னை திருவொற்றியூரிலுள்ள கற்கோயில் ராஜேந்திர சோழனால் கட்டப்பட்டது.

இக்கோயில் காளாமுக, பாசுபத, காபாலிகர்களின் மையமாக செயல் பட்டது. இங்குள்ள லகுளீசர் உருவம் சிறப்பு வாய்ந்தது. இங்கு

காபாலிகர்களது சித்தாந்தமாகிய சோம சித்தாந்தம் எடுத்துரைக்கப் பட்டதற்கு ஆதாரமாக கல்வெட்டு உள்ளது.

எனவே, இக்கோயிலில் பாசுபத, காளாமுகக் கடவுளான லகுளீசர் உருவமும் காபாலிகர் சித்தாந்தமும் காணப்படுவதால் கி.பி. 10ஆம் நூற்றாண்டளவில் தனித்தனியாக செயல்பட்டு வந்த அம்மதங்கள் ஒன்று கலந்திருந்தன என்பது தெரிய வருகிறது.

சோழர் காலத்தில் இராஜராஜன் காலத்திற்குப் பிறகுதான் மடங்கள் காணப்படுகின்றன. வடநாட்டிலிருந்து அதாவது வாரணாசி கௌட தேசம், ராட தேசம் (ஒரிசா) மடங்களிலிருந்து தென்னகம் வந்த சைவ மதத்தினர் தமிழகத்திலும் மடங்களை நிறுவி தம் மதங்களை வளர்த்தனர்.

மடங்களே மத நிர்வாக மையமாகவும், கல்விச் சாலைகளாகவும், அன்னதானச் சத்திரங்களாகவும், அதுூல சாலைகளாகவும் இயங்கின. இத்தகைய மடங்கள் இராஜராஜன் காலத்திலும் அவனுக்குப் பிந்தைய ஆட்சியர் காலத்திலும் ஏராளமாகக் காணப்படுகின்றன.

சங்க காலத்திற்குப் பின் தமிழரின் சமய வாழ்வில் முக்கியக் காலக் கட்டம் தேவார காலக்கட்டமே.

தமிழ்நாட்டுக் கோயில்களில் வழிபாட்டிற்குரிய மொழி வடமொழியா தமிழ் மொழியா?

இறைவனை துதிக்கும் வழிபாட்டு நெறி மொழி வடமொழிக்குத்தான் தகுதி உள்ளது என்ற கூக்குரலும் சட்டக்குரலும் எங்கும் கேட்கக் காண்கிறோம்.

செந்தமிழர், தெய்வமறை நாவர், செழுநற்கலை தெரிந்தவரோடு
அந்தமிழ் குணத்தவர்கள் அர்ச்சனைகள்
செய்ய அமர்கின்ற அரனூர்

என்று தெய்வப்புலவர் ஞானசம்பந்தர் பாடியுள்ளார்.

செந்தமிழர் முதலிய நான்கு வகையினரும் அர்ச்சனை செய்து வழிபட்டார்கள் என்பதுதான் இப்பாடலின் பொருள்.

இவர்களில் தெய்வமறை நால்வர் என்பவர்கள் வேதம் பயின்ற தமிழர்.

எனவே, வேதம் பயின்ற தமிழரும் அர்ச்சனை செய்திருக்கிறார்கள் என்று தான் பொருளே தவிர, வேதம் பயின்றவர் மட்டுமே அர்ச்சனை செய்தார்கள் என்பது பொருளல்ல.

திருநாவுக்கரசர் என்ற அப்பரும்,

ஆரூர் இனிதமர்ந்தார்
தாம்படிமக்கலம் வேண்டுவரேல் தமிழ்
மாலைகளால்
நாம்படிமக்கலம் செய்த தொழுதுய்ம
நெஞ்சமே

என்று தமிழில் பாட வேண்டும் என்றுதானே கூறுகிறார்.

இன்றைக்குத் தமிழ்நாட்டில் வழிபாடுகளில் இடம் பெற்றுள்ள கற்கோயில்கள் எல்லாம் இதன் அடிப்படையில் எழுந்தவைகளேயாகும்.

இவ்வாறு நாயன்மார்கள் பாடிய காலத்திற்குப் பின்னர் கட்டப்பட்ட கோயில்கள்தாம் இன்று நாம் காணும் கோயில்கள் அனைத்தும் ஆகும்.

இக்கோயில்களிலெல்லாம் நாயன்மார்கள் கூறிய முறையிலேயே வழிபாடு செய்யப்பட்டதை கல்வெட்டுகள் உணர்த்துகின்றன.

இந்தியாவிலுள்ள மிகப்பெரிய கோயில்களுள் முதலாம் இராஜராஜ சோழன் கட்டிய தஞ்சைப் பெருவுடையார் கோயிலும் ஒன்று. இக் கோயிலில் திருப்பதிகம் எனக் கூறப்படும் தேவாரப் பாடல்கள் பாடப் பட்டதற்கான கல்வெட்டுச் சான்று உள்ளன.

"உடையார் ஸ்ரீராஜராஜீச்வரம் உடையார்க்குத் திருப்பதியம் விண்ணப்பஞ் செய்ய உடையார் ஸ்ரீராஜராஜ தேவர் குடுத்த பிடாரர்கள் நாற்பதெண்மரும், இவர்களிலே நிலையாய் உடுக்கை வாசிப்பான் ஒருவனும், இவர்களிலே நிலையாய் கொட்டி மத்தளம் வாசிப்பான் ஒருவனும் ஆக ஐம்பதின்மருக்குப் பேரால் நிசதம் நெல்லுமுக்குறுணி..."

நாற்பது ஓதுவார்கள் பாட, அவர்களுக்குப் பக்க வாத்தியமாக உடுக்கையால் கொட்டி மத்தளமும் வாசிக்கப்பட்டது என்பதை அறிய முடிகிறது.

தேவாரம் பாடிய மூவருக்கும், அதாவது அப்பர், ஞானசம்பந்தர்,

சுந்தரர் ஆகியோருக்கு பெரிய கோயிலில் சிலைகள் எடுத்து வழி பட்டான்.

தேவாரத்தைக் கண்டுபிடித்து தொகுத்து உலகிற்கு அளித்தான். சுந்தரர் பாடிய திருத்தொண்டர் தொகைக்கு இணங்க சுந்தர் வரலாற்றையும் தஞ்சைக் கோயிலில் வரைந்து இன்புற்றவனும் இராஜ ராஜ சோழன்தான்.

திருப்பதிகங்களைத் தேவாரம் என அழைத்து தான் வணங்கிய சந்திரசேகரர் திருமேனியை தேவார தேவர் என அழைத்தான் என்பதும் எண்ணி மகிழத்தக்கது.

இதுபோன்று கோயில்களில் எல்லாம் ராஜராஜன் திருப்பதிகம் பாடிய நாயனமார்களுக்கு சிலை எடுத்தும் அவர்கள் தேவாரப் பாடல்களை பாடச் செய்தும் வந்ததை ஏராளமான கல்வெட்டுச் சான்றுகள் கூறுகின்றன.

வீரராஜேந்திர சோழன் உடல்நலம் குன்றியிருந்த சமயம் அவன் உடல்நலம் பெறவும் தனது மகனுக்கு வாரிசு உருவாக வேண்டும் என்றும் தன் மாங்கல்ய பாக்கியத்திற்காகவும் சோழ அரசி திருவொற்றியூர் கோயிலுக்கு நிவந்தமளித்தாள்.

அக்கோயிலில் திருப்பள்ளி எழுச்சியும் திருவாதிரை நாளில் திருவெம்பாவையும் தேவாரமும் பதினாறு பெண்களைப் பாடப்பட வேண்டும் என்றும் ஏற்பாடு செய்யப்பட்டிருந்தது.

அதன்படியே ஆடலும் பாடலும் தேவார திருவெம்பாவைப் பாடல்கள் இசையுடன் நிகழ்த்தப் பெற்றதை அக்கோயில் கல்வெட்டுக்கள் சான்றளிக்கின்றனர்.

'ஒத்தமைந்த உத்திர நாள் தீர்த்தமாக வொளி திகழும் ஒற்றியூர்' என்று திருவொற்றியூர் கோயிலில் பங்குனி உத்திரத் திருவிழா சிறப்பாக நடைபெறுவதை அப்பர் பாடியுள்ளார்.

அதே விழா தொடர்ந்து நடை பெற்று வந்ததை இரண்டாம் இராஜாதி ராஜசோழனின் (கி.பி. 1166 - 1181) கல்வெட்டு ஒன்று தெரிவிக்கிறது.

அப்பர் பாடிய வடிவுடை மங்கை என்ற பெயரைத்தான் திருவொற்றியூர் இறைவிக்கு சூட்டிக் கோவிலெடுத்தான் இரண்டாம்

குலோத்துங்க சோழன்.

நரலோக வீரன் என்ற சிற்றரசன் சிதம்பரம் கோயிலில் மூவரும் பாடிய தேவாரப் பாடல்களை செப்பேட்டில் எழுதி வைத்தான்.

சிதம்பரம் கோயிலிருந்துதான் இராஜராஜன் தேவாரப் பாடல்களை எடுத்துத் தொகுத்தான். ஏராளமான பாடல்கள் செல்லரித்து அழிந்து விட்டன.

இனியும் அதுபோல ஒரு கொடிய சம்பவம் நிகழாதிருக்க வேண்டு மென்றுதான் அவ்வாறு செப்பேட்டில் எழுதி வைக்கப்பட்டிருக்க வேண்டும்.

இதுபோல நெல்லை மாவட்டத்து ஆத்தூரிலும் தேவாரப் பாடல்கள் செப்பேட்டில் எழுதி வைக்கப்பட்டிருந்தன என்று கூறுகிறது அங்குள்ள கல்வெட்டு ஒன்று.

தமிழ்நாட்டுக் கோயில்களும் தூய தமிழ்ப் பெயரிலேயே முதலில் அமைந்திருந்தன. ஆனால், அப்பெயர்கள் பிற்காலத்தில் வடமொழி யாக்கம் செய்யப்பட்டு விட்டன.

சான்றாக,

வெள்ளானை விடங்கர் - ஐராவதேஸவரர்

திருமுதுகுன்றமுடையார் - விருத்தகிரீஸ்வரர்

மாம்பழமுடையார் - ஆமரனேஸ்வரர்

திருமறைக்காடுடையார் - வேதாரண்யேஸ்வரர்

திருவையாறுடையார் - பஞ்சநதீஸ்வரர்

சொன்னவாறறிவார் - யதோத்காரி

திருவருட்துறை ஆழ்வார் - கிருபாபுரீஸ்வரர்

இவ்வாறு தமிழ்ப் பெயர்களும் தமிழ் வழிபாடும் வடமொழியாக்கப் பட்ட காலம். தமிழரல்லாத மன்னர்கள் தமிழ்நாட்டில் ஆட்சி செய்த காலமாக இருக்கலாம்.

சேக்கிழாரின் பெரியபுராணம் தெலுங்கில் மொழி பெயர்க்கப் பட்டுள்ளதைக் கல்வெட்டுச் செய்தியாக காஞ்சிபரத்திலுள்ள சர்வதீர்த் தேஸ்வரர் கோயிலில் காண முடியும்.

தேவாரத் தமிழ்ப் பாடல்களின் அடிப்படையில் அமைந்த கோயில் களும் அதில் தேவார திருவாசகங்களின் பங்கும் இறைவன் இறைவியர் பெயர்களும், கோயில்கள் தமிழ் மக்களின் அன்றாட வாழ்க்கையில் பல விதங்களிலும் பின்னிப் பிணைக்கப்பட்டிருந்த வரலாற்றுச் செய்தி களையும் காண்கின்றபோது, தேவார திருவாசகங்களின் வெளித் தோற்றமே சோழ மன்னர்கள் எழுப்பிய கோயில்கள் என்பதைப் புரிந்து கொள்ள ஏதுவாகும்.

✶

20. இராஜேந்திரச் சோழனின் ஆட்சிச் சிறப்பு

இராஜேந்திர சோழனின் சாதனையாகக் கருதப்படும் விசயங்களில் ஒன்று கங்கை கொண்ட சோழபுரம் எனும் புதிய தலைநகரை நிர்மாணித்தது.

வளமான தஞ்சையிலிருந்து 50 கி.மீ. தூரத்தில் வறண்ட பகுதி ஒன்றில் உருவாக்கப்பட்டதுதான் இந்த கங்கை கொண்ட சோழபுரம்.

ராஜேந்திரச் சோழனின் காலத்தில் தஞ்சாவூர் ஒரு ராணுவக் கேந்திரமாக உருவெடுத்திருந்தது. படைகள் பெருகி இருந்தன.

இவ்வளவு பெரிய படைகளை வளமான காவிரியின் வடிநிலப்பகுதியில் வைத்துக் கொண்டிருக்க முடியவில்லை.

இதனால் கொள்ளிடத்திற்கு வடகரையில் ஒரு வறண்ட பெரும் பகுதியைத் தேர்வு செய்து பதிய தலைநகரமாக உருவாக்கத் திட்டமிட்டான் இராஜேந்திர சோழன்.

எந்த ஒரு தலைநகருக்கும் நீர்வளம் மிக முக்கியம் என்பதால் 20 மைல் நீளத்திற்கு ஒரு ஏரியை வெட்டினான். அதன் கரையில் ஒரு பெரிய தலை நகரை உருவாக்கினான்.

அங்கு தஞ்சை பெரிய கோயிலைப் போலவே ஒரு கோவிலை உருவாக்கினான். இப்படியாகத்தான் 1025ல் கங்கை கொண்ட சோழபுரம் உருவானது.

தஞ்சையிலிருந்த அனைத்தையும் கங்கை கொண்ட சோழபுரத்திற்கு மாற்றினான். அகழி கோட்டைச் சுவருடன் கூடிய இந்த நகரம் 1900 மீட்டர் நீளமும் 1350 மீட்டர் அகலமும் உடையதாக இருந்தது.

அந்தக் காலக்கட்டத்தில் மரக்கலங்கள் கொள்ளிடம் ஆற்றில் சிறிது தூரம் வரை உள்ளே நுழையும் வகையில் ருந்தது.

இதனால் வெளிநாட்டுப் படையெடுப்புகளில் கிடைத்த செல்வத்தை மரங்களின் மூலம் தலைநகர்வரை கொண்டு வர முடிந்தது. இதுவும் தலை நகரம் மாற்றப்பட்டதற்கு முக்கியக் காரணம் என்கிறார்கள் வரலாற்று அறிஞர்கள்.

இராஜேந்திர சோழன் காலத்தில் கல்வி மொழி - வடமொழி. கல்வி பெற்றவர் உயர்சாதியினர். கற்பிக்கப்பட்ட பாடம் மனு சாஸ்திரம் என்றிருந்தது உண்மை.

தேவார ஆசிரியர்கள் காலத்தில் தமிழர் கருவறைக்கும் செல்லும் உரிமை பெற்றிருந்தும் சோழர் பாண்டியர் காலத்தில் அவ்வுரிமையை இழக்கச் செய்து விட்டனர்.

சுந்தரசோழன் மகன் அருண்மொழி வர்மனாக துவக்கத்தில் அறியப் பட்டவன் ஆட்சிக்கு வந்த மூன்றாம் ஆண்டில் அருண்மொழி வர்மன் என்ற பெயருக்கு மாற்றாக இராஜராஜன் என்ற அபிஷேகப் பெயருக்கு மாறிவிட்டான்.

தேவியும், திருவெம்பாவை ஓத ஏற்பாடு செய்தவனாக இருந்த போதிலும் பிற்காலத்தில் தாய்மொழி வளர்ச்சிக்கு உற்ற தோழனா எதிரியா என்பது ஆய்வுக்குரிய விசயமாகும்.

முதலாம் இராஜராஜ சோழன் காலத்தில் தென்ஆற்காடு மாவட்டத்தில் உள்ள இராஜராஜ சதுர்வேதி மங்கலம் பற்றி சில குறிப்புகள் கிடைத்துள்ளன.

இங்கு வேதம், மீமாமிசப் பள்ளி இருந்துள்ளது. இங்கு 340 பிராமண மாணவர்கள் பயின்றுள்ளனர். 14 ஆசிரியர்கள் இருந்துள்ளனர்.

ஒருநாளைக்கு ஒரு கலம், நான்கு மரக்கால் நெல் ஆசிரியர்களுக்கு கூலியாக வழங்கப்பட்டுள்ளது. உயர்சாதியினர் மட்டும்தான் பயிற்று விக்கப்பட்டுள்ளனர்.

பல்லவர் காலத்திலேயே வேத பாடசாலைகள் இருந்தன என்பது உண்மைதான். அதேசமயம் இராஜராஜ சோழன் காலத்தில் அவை மூடப்படவில்லை. இன்னும் பல்கிப் பெருகின. வியக்கரணம் போன்ற தனித்துறைக் கல்விக்கு ஏராளமாக பொருள் உதவி இராஜராஜ சோழனால் செய்யப்பட்டது.

வடமொழியில் உயர்கல்வி பெறுவதற்கு எண்ணாயிரம், திருபுவனை, திருமுக்கூடல் ஆகிய இடங்களில் பெரிய வடமொழி கல்லூரிகள் இருந்துள்ளன. 270 முதல்நிலை மாணவரும் 70 மேல்நிலை மாணவரும் கற்க வசதி ஏற்படுத்தப்பட்டது. 14 ஆசிரியர்கள் இருந்தார்கள்.

முதல்நிலை மாணவருள் நாற்பதின்மர் இலக்கணம் மீமாஞ்சை, வேதாந்தம் முதலிய பாடங்களைக் கற்றனர்.

புதுச்சேரிக்கு அருகிலிருந்த திரிபுவனையில் இருந்து வடமொழி கல்லூரியில் 270 மாணவரும் 12 ஆசிரியரும் இருந்தனர். அங்கு பாரதம், இராமாயணம், மனுசாஸ்திரம் முதலியன கற்பிக்கப்பட்டன. மூன்று ஆசிரியர்கள் பணியாற்றினர். ஒவ்வொரு வேதத்தையும் படிக்க பத்து மாணவர்களுக்கு இடம் அளிக்கப்பட்டது. இலக்கணம் கற்க 20 மாணவர்கள் சேர்க்கப்பட்டனர்.

திரிப்புவனை, திருமுக்கூடல் முதலிய இடங்களில் பெரிய வடமொழி கல்லூரிகளே இருந்து வந்தன. திருவொற்றியூர் கோயிலில் வடமொழி இலக்கணம் கற்பிக்க ஒரு கல்லூரி இருந்தது. அது குறைவின்றி நடக்க 65 வேலி நிலம் தானமாக விடப்பட்டிருந்தது.

இதேபோன்ற இராஜராஜ சோழன் காலத்தில் சமய சார்பான பலவகை மடங்கள் ஏற்படுத்தப்பட்டன.

பெரும்பாலும் அவை சமயக்கல்வியையே பரப்பின. காளமுக சைவர், கொடும்பாளூர், திருவொற்றியூர், வாலீஸவரம், திருவாரூர், மதுரை, திருநெல்வேலி, நல்லூர் போன்ற இடங்களில் பல மடங்கள் இருந்தன. கோனகிமடம் என்ற பெயரில் பல ஊர்களில் பல மடங்கள் இருந்தன.

அங்கு வேதங்கள், ஆகமங்கள், இலக்கியம், இராமாயணம், மகாபாரதம், புராணங்கள் ஆகியவையே அதிகம் கற்பிக்கப்பட்டன.

ஆனால், தமிழ்மொழி கற்பிக்கப்பட்டதற்கோ அதற்கான நிலம், நிதி ஒதுக்கீடு செய்யப்பட்டது குறித்தோ எந்தக் குறிப்புகளும் இல்லை.

மேலும், முழுக்க முழுக்க தமிழ்மொழியால் அறியப்பட்ட பலவற்றுக்கு தமிழ் மொழியால் அறியப்பட்ட பலவற்றுக்கு இராஜராஜ சோழன் வடமொழிகள் இணைத்துப் பெயர் சூட்டியுள்ளார்.

இராஜராஜ சோழனுக்கு முந்தைய காலத்தில் ஆலயங்கள் கோயில்கள் என்றுதான் அழைக்கப்பட்டது.

இராஜராஜன்தான் கோயிலை ஈச்வரம் என்ற பெயரில் அழைத்தான். லோகமாதேவி ஈச்வரம், திருவாரூர் அருள்மொழி ஈச்வரம், நியமம் அநுகுல கேசரி ஈச்வரம் இவை உதாரணங்களாகும்.

சிவன், அகோர சிவன், ஹிருதய சிவன், ருத்திர சிவன், ஈசான சிவன், யோக சிவன் என்றெல்லாம் அழைக்கப்பட்டது.

சமஸ்கிருத மொழியாலேயே சதுர்வேதி மங்கலங்கள் ராஜராஜனால் அழைக்கப்பட்டது.

ராஜஸ்ரீ சதுர்வேதி மங்கலம், லோகமாதேவி சதுர்வேதி மங்கலம் என்று சோழர் காலத்தின் கணக்கெடுப்புப்படி 40 சதுர்வேதி மங்கலங்கள் அதிகரித்திருந்தன.

பல்லவர் காலத்தில் சமஸ்கிருதம் தமிழ்நாட்டில் உயர்வு கண்டது என்று சொன்னால் சோழர் காலத்தில் அது இலக்கியத்திலும் புகுந்து தன்னை மிக வலுவாக்கிக் கொண்டது.

சமஸ்கிருத நிகண்டுக்கு வேதவிளக்க நூல்கள் இக்காலத்தில் எழுதப் பட்டது.

இராஜராஜ சோழனது மெய்கீர்த்தியிலும் முழுமையான சமஸ்கிருத ஆதிக்கம் இருப்பதைக் காணலாம்.

இராஜராஜன் செய்வித்த செப்புத் திருமேனிகளும் தக்ஷிணி மேரி விடங்கர், சண்டேசுவர தேவர், மஹா விஷ்ணுக்கள், மஹாமேரு விடங்கர், தக்ஷிணமூர்த்திகள் என்று சமஸ்கிருத ஆதிக்கம் இருப்பதைக்

காணலாம்.

சாதிப் பாகுபாடு என்பது முன்பே உருவாகியிருந்தது. ஆனால், தீண்டாமை கோர வடிவம் எடுத்து சோழர் காலத்தில்தான் என்று ஆய்வாளர்கள் குறிப்பிடுகிறார்கள்.

ஏற்கனவே இருந்த சாதிகளோடு பள்ளி, சுருதிமார், நத்தமான் முதலிய புதிய சாதிகள் இக்காலத்தில் இணைக்கப்பட்டதாகக் கூறப்படுகிறது. ஏற்கனவே குறிப்பிட்ட இடங்கை, வலங்கை பூசல்கள் ஏற்பட்டிருந்தன.

வலங்கை, இடங்கை புராணத்தைக் காட்டும் நூற்சுவடிப்படி வலங்கைப் பிரிவில் 98 குலங்களும் இடங்கை பிரிவில் 98 குலங்களும் இருந்தன. இடங்கைப் பிரிவினர்கள் உழைப்பாளிகளும் வணிகர்களும் ஆவர் என்று விஜயபாகுவின் பொலனருவை கல்வெட்டு கூறுகிறது. அரசு ஆணைகளில் பறைச்சேரிகள் என்று சொல்லப்பட்டிரந்தன.

கல்வெட்டுகளில் தீண்டாச்சேரி, பறைச்சேரி என்றும் குறிப்புகள் உள்ளன. மிக அடிமட்ட நிலையில் புலையர்கள் இருந்தனர்.

பிணம் சுடுவது, கழிவுகளை சுத்தம் செய்வது போன்ற பணிகள் இவர்களுக்கு ஒதுக்கப்பட்டன. மேலும், வண்ணாரச்சேரி, ஈழச்சேரி, தலைவாய்ச்சேரி மற்றும் தளிச்சேரி ஆகியவை இருந்த குறிப்புகளும் உள்ளன. சாதி அடிப்படையில் தொழில்கள் பகிர்வு நடைபெற்றன.

பறையர்களுக்குத் தனிச்சுடுகாடுகள் ஒதுக்கப்பட்டு இருந்தன. கல்வெட்டுக்களில் அனுலோமர், பிரதிலோமர் என்ற கலப்பு சாதிகள் பற்றிய குறிப்புகள் உள்ளன.

செங்கம் என்ற ஊரின் கல்வெட்டு பல குலத்தினர் செய்து கொண்ட ஒரு ஒப்பந்தம் பற்றிப் பேசுகின்றது. இந்த ஒப்பந்தத்தை மீறியவர்கள் புல்லு பறிக்கின்ற பறையர்க்கு தன் பெண்ணைக் கொடுத்த இழிவை அடைந்தவர்கள் ஆவார். தாயின் மணாளனாக மாபாதகர்களாக கருதப்படுவர் மிக இழிந்தவர்களாக பறையர்கள் நடத்தப்பட்டனர்.

மூன்றாம் குலோத்துங்கன் கல்வெட்டு ஒன்று கல்தச்சருக்கும் பொற்கொல்லருக்கும் புதிய உரிமைகளை வழங்குகிறது.

வீட்டில் நடைபெறும் நல்ல காரியங்களுக்கும் அல்லவற்றுக்கும் அவரவர் விருப்பப்படி இரண்டு சங்குகளை ஊதுதல், பறையடித்தல்

அல்லது வாத்தியம் வாசித்தல், வீட்டைவிட்டு வெளியில் செல்பவர்கள் மிதியடி அணிதல், வீட்டுச் சுவர்களுக்குச் சுண்ணாம்புப் பூசுதல், இரட்டைச் சன்னலுள்ள மாடி வீடு கட்டுதல், வீட்டின் முன்புறம் அல்லி மலர்களால் அழகு செய்தல் போன்றவற்றுக்கு அனுமதி அளிக்கிறது.

இதுபோலவே விக்கிரமசோழனின் கல்வெட்டு இடையர்களுக்குச் சில புதிய உரிமைகளைக் குறிப்பிடுகின்றது.

இதன்படி இடையர்கள் வீடு கட்டும்போது பின்புறம் வாசல் அமைக்கலாம். வீடுகளுக்கு சுண்ணாம்பு சாந்து பூசிக் கொள்ளலாம். நன்மைகளுக்கு சிவிக்கை ஏறலாம். தீமைகளுக்கு மேல் வளைவுகள் உள்ள பாடை கட்டி அதன் மீது பச்சைப்பட்டு, புலியூர்பட்டு கட்டிக் கொள்ள லாம். நன்மை தீமைக்குப் பேரிகை கொட்டலாம்.

மூன்றாம் குலோத்துங்க சோழனும், விக்கிரம சோழனும் இவ்வுரிமையை கம்மாளர்களுக்கும் இடையர்களுக்கும் வழங்கியுள்ளார். பிற்படுத்தப்பட்ட சாதிகளான இவர்களுக்கு செருப்பு அணிதல் வீட்டுக்கு சுண்ணாம்பு அடித்தல், சன்னல் வைத்தல், கதவு அமைத்தல், இவற்றுக் கெல்லாம்கூட இப்போதுதான் உரிமை கிடைத்துள்ளதை அறியும்போது ஆச்சர்யமாக உள்ளது.

இராஜராஜ சோழனும், இராஜேந்திர சோழனும் நடத்திய கூட்டாட்சிக் காலத்தில் அவரது புகழ் விளங்கச் செய்யும் வகையில் சிறப்பாகப் பணியாற்றிய சேனாபதிகள் பற்றியும் அமைச்சர்கள் பற்றியும் அதிகாரிகள் பற்றியும் கல்வெட்டுகளில் நிறையக் குறிப்புகள் எழுதப்பட்டுள்ளன.

சேனாபதி குரவன் உலகளந்தானான இராஜராஜ மாராயன் :

இராஜராஜ சோழன் படைத் தளபதிகளில் ஒருவராக இவர் குறிப்பிடப்படுகிறார். இராஜராஜ சோழனின் ஆணைப்படி கி.பி. 1001ஆம் ஆண்டில் சோழ ராச்சியம் முழுவதையும் அளந்து எவ்வளவு நன்செய், புன்செய் காடுகளும் உள்ளன என்பதைத் தெளிவாகப் புலப்படுத்தி அவற்றுள் விளைநிலங்களுக்கு மாத்திரம் வரி விதிக்குமாறு ஏற்பாடு செய்தவன். இவன் இராச்சியம் முழுமையும் அளந்தமை பற்றி இவனுக்கு உலகளந்தான் இராசராச மாராயன் என்ற பட்டம் இராஜராஜனால் வழங்கப்பட்டது.

ஈராயிரவன் பல்லவரையன் ஆகிய மும்முடி சோழ போசன் :

இராஜராஜ சோழனுக்கு திருமந்திர ஓலை நாயகமாகத் திகழ்ந்தவர் இவர். ஆனைமங்கலச் செப்பேடுகளில் கையெழுத்திட்டுள்ள அரசியல் அதிகாரிகளுள் இவனும் ஒருவர். இவன் இராஜராஜ சோழன், இராஜேந்திர சோழன் ஆகிய இருவர் ஆட்சியிலும் உயர்நிலையில் இருந்தவர் ஆவார்.

இவர் பாம்புணிக் கூற்றத்து அரசகூரின் கண் வாழ்ந்து கொண்டிருந்த ஒரு தலைவன்.

தஞ்சைப் பெரிய கோயில் சண்டேசுவர தேவரை எழுந்தருளிவித்து வழிபாட்டிற்கு நிவந்தங்கள் அளித்தவர்.

வடஆர்க்காடு ஜில்லாவிலுள்ள திருவல்லம், மேற்பாடி என்னும் ஊர்களிலுள்ள கோயில்களுக்கும் நிவந்தங்கள் வழங்கியுள்ளனன் என்பது அக்கோயில்களில் காணப்படும் கல்வெட்டுக்களால் புலப்படுகிறது.

இவன் பல்லவர்குடித் தோன்றல், மும்முடி சோழப் போசன் என்னும் அரசாங்கப் பட்டம் பெற்ற பெருமையுடையவன்.

சேனாதிபதி கிருஷ்ணன் இராமனான மும்முடி சோழ பிரம்மராயன் :

இவன் வெண்ணாட்டு அமண் குடியினன். அந்தணர் குலத்தினன். இராஜராஜனுடைய படைத் தலைவர்களுள் ஒருவன். இவ்வேந்தன் ஆணையின்படி தஞ்சைப் பெரிய கோயிலின் திருச்சுற்று மாளிகையை எடுப்பித்தவன். இச்செய்தியை உணர்த்தும் மூன்று கல்வெட்டுக்கள் அக்கோயில் பிரகாரத்தில் மூன்று இடங்களில் வரையப்பட்டிருக்கின்றன.

இப்படைத் தலைவன் இராஜராஜன் ஆட்சியின் பிற்பகுதியில் திருமந்திர ஓலை நாயகமாகவும் இருந்தனன் என்பது ஆணை மங்கல செப்பேடுகளால் அறியப்படுகிறது. இவன் அரசனால் வழங்கப்பெற்ற மும்முடி சோழ பிரம்மராயன் என்னும் பட்டம் பெற்றவன் ஆவான்.

பொய்கை நாடு இழவன் ஆதித்தன் சூரியனாகிய தென்னவன் மூவேந்த வேளான் :

இவன் சோழ மண்டலத்தில் இராஜேந்திர சிங்க வளநாட்டின் உள்நாடுகளுள் ஒன்றாகிய பொய்கை நாட்டின் தலைவன். இராஜராஜ

சோழன் தஞ்சை மாநகரில் எடுப்பித்த பெரிய கோயிலில் இவ்வேந்தன் ஆணையின்படி ஸ்ரீகாரியம் செய்து வந்தவன். சிவபெருமானிடத்தில் சிறந்த பக்தியடையவன்.

இவன் இராஜராஜேஸ்வரத்தில் திருஞான சம்பந்த அடிகள், திருநாவுக்கரைய தேவர், நம்பியாரூரர், நங்கை பரவையார், மெய்ப் பொருள் நாயனார், சிறுத்தொண்ட நாயனார் என்போர்க்கு செப்புப் படிமங்கள் எழுந்தருளிவித்து அவற்றிற்கு அணிகலன்களும் அளித் துள்ளான். இச்செயல் இவன் சமய குரவர்களிடத்தும் சிவனடியார் களிடத்தும் வைத்திருந்த பேரன்பினை நன்குப் புலப்படுத்துவதாகும்.

இவன் ராஜராஜ சோழனிடத்து பேரன்புடையவன் என்பது தஞ்சைப் பெரிய கோயிலில் இராஜராஜ சோழன் உலோக மாதேவி ஆகிய இருவர் படிமங்களும் எழுந்தருளுவித்து அவற்றிற்கு அணிகலன்களும் கொடுத் திருப்பதனால் நன்கு விளங்கும்.

இவன் கி.பி. 995ம் ஆண்டில் திருச்சோற்றுத்துறைக் கோயிலில் நாள்தோறும் தேவாரப் பதிகம் பாடுவோருக்கு நிவந்தமாகப் பொன் அளித்துள்ளான். ஆகவே, இவன் தன் வாழ்நாளில் சிவனடியார் களிடத்திலும் அரசர்களிடத்திலும் ஒப்பற்ற அன்பு பூண்டொழுகியவன் என்பது ஒரு தலை.

இராஜராஜ சோழன் இவனது சிறந்த பண்புகளை உணர்ந்தே இராசராசேச்வரத்தில் ஸ்ரீகாரியம் செய்யும் வேலையில் இவனை அமர்த்தியிருந்தார்.

பரமன் மழபாடியானான் மும்முடி சோழன் :

இவன் தஞ்சாவூர் கூற்றத்து கருகாடி என்னும் ஊரைச் சேர்ந்தவன். இராஜராஜ சோழனின் படைத் தளபதிகளுள் ஒருவர். மன்னரின் ஆணைப்படி நெல்லூர் ஜில்லாவிலுள்ள சீப்புலி நாடு, பாகி நாடு என்பவற்றின் மேல் படையெடுத்துச் சென்று அவற்றைக் கைப்பற்றிய வராவார்.

பாளூர் இழவன் அரவணையான் மாலாரி கேசவன் :

இவன் இராஜராஜன் காலத்திலிருந்த அரசியல் அதிகாரிகளுள் ஒருவன். பாண்டி நாட்டுத் திருக்கானப் பேர்க் கூற்றத்துப் பாளூரின்

தலைவன். இராஜராஜேஸ்வரத்தில் ஸ்ரீகாரியக் கண்காணி நாயகமாக இருந்தவன்.

இராஜகேசரிநல்லூர் இழவன் காறாயில் எடுத்த பாதம் :

இவன் இராஜராஜ சோழன் பால் திருமந்திர ஓலை எழுதும் ஓர் அதிகாரியாக இருந்தவன். 'ஸ்ரீஇராஜராஜ தேவர்க்கு திருமந்திர ஓலையெழுதும் அருமொழி தேவ வளநாட்டு, இங்கண் நாட்டு இராஜ கேசரிநல்லூர் இழவன்காறாயில் எடுத்த பாதம்' என்ற கல்வெட்டுப் பகுதியினால் இவன் நாடும் ஊரும் மேற்கொண்டிருந்த அலுவலும் அறிய லாம்.

வேளாண் உத்தம சோழனாகிய மதுராந்தக மூவேந்த வேளாண் :

இவன் அருண்மொழி தேவ வளநாட்டு நென்மலி நாட்டு பருத்திக்குடி யிலிருந்த ஒரு தலைவன். இராஜராஜ சோழனிடத்தில் திருமந்திர ஓலை நாயமாக இருந்தவன். இவன் பெயர் ஆனைமங்கலச் செப்பேடுகளில் காணப்படுகிறது. இவன் மதுராந்தக மூவேந்த வேளாண் என்ற அரசாங்கப் பட்டம் பெற்றவன்.

விளத்தூர் இழவன் அமுதுன் தீர்த்தகரன் :

இவன் நித்தி விநோத வளநாட்டு ஆவூர்க்கூற்றத்து விளத்தூரினன். இராஜராஜ சோழனிடத்தில் திருமந்திர ஓலை எழுதும் அலுவலில் அமர்ந்திருந்தவன். நாகப்பட்டினத்துப் புத்த விகாரத்திற்கு இவ்வேந்தன் ஆனைமங்கலம் என்னும் ஊரைப் பள்ளிச் சந்தமாக அளித்த உத்தரவை எழுதியவன் இவனேயாவான்.

இராஜராஜன் காலத்தில் அரசியலில் பல துறைகளிலும் அதிகாரிகளாக அமர்ந்து அரசாங்க அலுவல்களைப் பார்த்து வந்தோர் பலர் ஆவர். அவர்களுள் மிகச்சிலரைப் பற்றிய செய்திகளே கல்வெட்டுக்களின் துணை கொண்டு அறிய முடிகிறது.

சோழப் பேரரசின் ஆட்சியின்போது, உத்தரமேரூர் கிராமம் 1200 கற்றறிந்த வைஷ்ணவ பிராமணர்களக்கு நிலக்கொடையாக வழங்கப் பட்டது. இவ்வாறு வழங்கப்பட்ட கிராமங்கள் சதுர்வேதி மங்கலம் அல்லது பிரம்மதேயம் அல்லது தேவதான கிராமங்கள் (பிராமண குடியிருப்புகள்) என்றழைக்கப்பட்டன.

உத்தரமேரூர் குடவோலை முறைக் கல்வெட்டுகள் என்பது தமிழ்நாட்டின் செங்கல்பட்டு மாவட்டம், காஞ்சிபுரம் வட்டம், உத்தரமேரூர் கிராமம் வைகுந்தப் பெருமாள் கோவிலில் முதலாம் பராந்தக சோழனின் (கி.பி. 907 - 955) 12ஆம் ஆட்சி ஆண்டிலும் கி.பி. 917ல் 14ம் ஆட்சி ஆண்டிலும் பொறிக்கப்பட்டுள்ள கல்வெட்டுகளைக் குறிக்கும்.

உத்தரமேரூரின் மையப் பகுதியில் தமிழர் கலைப் பாணியில் அமைந்துள்ள வைகுந்தப் பெருமாள் கோயில், பல்லவ மன்னன் இரண்டாம் நந்தி வர்மனால் (731 - 796) 8ஆம் நூற்றாண்டில் கட்டப்பட்டது.

இங்குள்ள கல்வெட்டுகளில் பல்லவ மன்னன் இரண்டாம் நந்தி வர்மன் (கி.பி. 750) பெயரே முதன் முதலில் இடம் பெற்றுள்ளது.

உத்தரமேரூர் வரலாற்று முக்கியத்துவம் வாய்ந்த ஒரு பெரிய கிராமம் ஆகும். உத்தரமேரூரில் நான்கு பல்லவ மன்னர்களின் ஆட்சிக் காலத்தைச் சேர்ந்த 25 கல்வெட்டுக்கள் கண்டறியப்பட்டுள்ளன.

ஒன்பதாம் நூற்றாண்டின் பிற்பகுதியில் சோழர்கள் இப்பகுதியைக் கைப்பற்றினர்.

முதலாம் பராந்தகச் சோழன் (கி.பி. 907 - 950)

முதலாம் இராஜராஜ சோழன் (கி.பி. 985 - 1014)

மற்றும் குலோத்துங்கச் சோழன் (கி.பி.1070 - 1120)

காலத்திய கல்வெட்டுக்கள் கோவில்களுக்கு வழங்கிய பல்வேறு கொடைகளைப் பதிவு செய்துள்ளன.

இவ்வூர் உத்தரமேரூர் சதுர்வேதி மங்கலம், ராஜசந்திர சோழ சதுர்வேதி மங்கலம், வடமேரு மங்கை, உத்தர மேலூர், பாண்டவவன, பஞ்சவ வரத க்ஷேத்திரம் ஆகிய பெயர்களில் அழைக்கப்பட்டுள்ளன.

பதின்மூன்றாம் நூற்றாண்டில் இந்த உத்தரமேரூர் கிராமமும் அதைச் சுற்றியுள்ள பகுதியும் பாண்டிய ஆட்சியின் கீழ் வந்தது. தொடர்ந்து தெலுங்கு சோழ மரபைச் சேர்ந்த விஜய கந்த கோபாலன் இப்பகுதியினைத் தனது கட்டுப்பாட்டிற்குள் கொண்டு வந்தார்.

இக்கிராமத்திற்கு கந்த கோபால சதுர்வேதி மங்கலம் என்றும் பெயர்

சூட்டினார். பிற்காலத்தில் இக்கிராமம் சம்புவராயர் மற்றும் குமார கம்பனாவின் ஆளுகைக்குட்பட்ட பகுதியாக இருந்தது.

விஜயநகரப் பேரரசர் கிருஷ்ண தேவராயர் (கி.பி. 1502 - 29) சுந்தர வரதப் பெருமாள் கோயில், சுப்பிரமணிய கோயில் மற்றும் கைலாசநாதர் கோயில் ஆகிய கோவில்களை விரிவாக்கம் செய்தார்.

இவ்வூர் உத்திரமேரூர் சதுர்வேதி மங்கலம் என்ற பெயரில் கி.பி. 9 முதல் 11ஆம் நூற்றாண்டு வரை பிராமண குடியேற்றமாகத் தொடர்ந்து இருந்துள்ளது. சோழர்களின் ஆட்சியின் கீழ் இது ஒரு புதிய பிராமண காலனியாக நிறுவப்பட்டது.

உத்தரமேருர் கல்வெட்டுகள் சோழர்களின் கிராமிய உள்ளாட்சி அமைப்புகள் குறித்த செய்திகளைப் பதிவு செய்துள்ளன.

உத்தரமேரூரில் மகா சபா மற்றும் ஊர் என்ற இரண்டு கிராம சபைகள் இருந்ததை இக்கல்வெட்டுகள் குறிப்பிடுகின்றன. மகா சபா ஒரு பிரத்தியேக பிராமணர்களுக்கான உள்ளாட்சி நிர்வாக அமைப்பாகும்.

சோழர்களின் தன்னாட்சி முறை இத்தகைய உள்ளாட்சி நிர்வாக அமைப்புகளின் மீது கட்டமைக்கப்பட்டிருந்தன. மகா சபைகள் என்பன கிராமங்களின் அதிகார மையங்களாக செயல்பட்டதால், கோவிலோடு இணைந்திருந்த மகா சபைகள் உள்ளாட்சி நிர்வாக மையங்களாக மாற்றம் கண்டன.

சோழர்களின் நிர்வாகம் மக்களாட்சி கொள்கைகளின் அடிப்படையில் செயல்பட்டு வந்தது.

வைகுந்தப் பெருமாள் கோவில் ஏகதள வேசர விமானத்துடன் அமைந்த கருவறை, அர்த்த மண்டபம் மற்றும் முக மண்டபத்துடன் கூடிய கற்றளியாகும். முக மண்டபம் 16 தூண்களுடன் அமைந்துள்ளது. கருவறை பாத பந்த அதிட்டானத்துடன் அமைந்துள்ளது.

இக்கோவிலில் மூலவர் வைகுந்தப் பெருமாள் மற்றும் தாயார் அனந்தவல்லித் தாயார் ஆவார்.

இங்கிருந்த முக மண்டபத்தில் கி.பி. 9ஆம் நூற்றாண்டு முதல் 11ஆம் நூற்றாண்டுவரை கிராம சபையானது செயல்பாட்டில் இருந்துள்ளது.

உத்தரமேரூர் மகாசபை கி.பி. 750 முதல் கி.பி. 1250 வரை மேற் கொண்ட நடவடிக்கைகள் மகாசபை மண்டபத்தின் அதிட்டானத்தில் கல்வெட்டுகளாகப் பொறிக்கப்பட்டுள்ளன.

இந்த மகா சபை மண்டபம் உத்தரமேரூர் சதுர்வேதி மங்கலத்துக்கான குடவோலை தேர்தல் முறை மற்றும் உள்ளாட்சி நிர்வாகம் குறித்த ஆவணக் காப்பகமாகத் திகழ்கிறது.

உத்தரமேரூர் மகாசபை கி.பி. 750 முதல் கி.பி. 1250வரை மேற்கொண்ட பல்வேறு மதச்சார்பற்ற நிர்வாக செயல்முறைகள், அரசாணைகள், விவாதங்கள், தீர்மானங்கள் ஆகியன மகாசபை மண்டபத்தின் அதிட்டானத்தில் கல்வெட்டுகளாக பொறிக்கப்பட்டுள்ளறன.

இவ்வூர் கி.பி. எட்டாம் நூற்றாண்டில் வைணவ ஆகம நூல்களில் பரிந்துரைக்கப்பட்டபடி மிகவும் திட்டமிடப்பட்ட அடிப்படையில் உருவாக்கப்பட்டதாகும்.

இந்த மகாசபை மண்டபம் உத்தரமேரூர் கிராமத்தின் மையத்தில் பிரம்மஸ்தானத்தில் சரியாக அமைந்துள்ளது. மேலும், இக்கிராமத்தி லுள்ள அனைத்துக் கோயில்களும் இந்த மையப் புள்ளியைச் சுற்றி அமைந் துள்ளது சிறப்பு.

முதலாம் பராந்தக சோழனின் ஆட்சிக்காலத்தில் கி.பி. 920ஆம் ஆண்டில் பொறிக்கப்பட்ட குடவோலை தேர்தல் முறை கல்வெட்டு இந்திய வரலாற்றில் ஒரு சிறந்த ஆவணமாகும். இது 1000 ஆண்டுகளுக்கு முன்பு செய்யப்பட்ட உத்தரமேரூர் மகா சபையின் எழுதப்பட்ட அரசியலமைப்பாகும்.

அரசியலமைப்பு மற்றும் குடவோலைத் தேர்தல் நடைமுறைகள் குறித்து 11 மற்றும் 14ஆம் ஆட்சியாண்டுகளில் வெளியிடப்பட்ட முதலாம் பராந்தக சோழனின் அரச ஆணைகள் தொடர்பாக உத்தர மேரூர் சதுர்வேதி மங்கலம் மகா சபையின் பொதுக்குழு கூட்ட அமர்வில் நிறைவேற்றப்பட்ட தீர்மானங்களை இரண்டு கல்வெட்டுகள் விவரிக்கின்றன.

தமிழ்நாட்டில் குடவோலை முறை பற்றிய செய்திகள் பாண்டிய நாட்டிலேயே முதலில் கிடைக்கப் பெற்றுள்ளன. கி.பி. 800 நூற்றாண்டிலேயே திருநெல்வேலி மானூரில் கண்டபிடிக்கப்பட்ட

மாறன் சடையனின் கல்வெட்டு ஒன்று பாண்டியநாட்டு பார்ப்பனர்கள் கிராமங்களில் குடவோலை வழக்கத்தில் இருந்ததாகக் கூறப்படுகிறது.

உத்தரமேரூரில் முதல் பராந்தகன் சோழன் காலத்தில் வைகுந்தப் பெருமாள் கோயில் கல்வெட்டு கி.பி. 919 - 921ல் வரையப் பெற்று உத்தரமேரூர் சதுர்வேதி மங்கலத்தில் கிராம நிர்வாகம் குடவோலை முறைப்படி நடைபெற்று வந்ததை உறுதி செய்கின்றது. ஆக, குடவோலை தேர்தல் முறையானது இராஜராஜ சோழன் காலத்திற்கு முன்பே இருந்து வந்ததாகத் தெரிகிறது.

இந்த வகையான குடவோலை முறை பார்ப்பனர்கள் அதிகம் வசித்த அவர்களுக்குத் தானமாக வழங்கப்பட்ட அகரம், சதுர்வேதி மங்கலம், பிரம்மதேயம் ஆகிய இடங்களில் கிராம சபை என்ற பெயரில் வழங்கப் பட்டது. வேளாண் மக்கள் வாழ்ந்து வந்த இடங்கள் ஊர் என்றும் அங்கு இருந்த சபைகள் ஊர்சபை என்றும் வழங்கப்பட்டது.

வரிவிதிப்பிலிருந்து விலக்கு அளிக்கப்பட்ட இடங்களாக கோவில், சுடுகாடு, ஊருக்குள் ஓடும் வாய்க்கால்கள், ஏரிகள், பறைச்சேரி, கம்மளன்சேரி, ஊர் நத்தம் ஆகியவை குறிக்கப் பெற்றுள்ளன.

ஊர் அல்லது கிராமம் பல குடும்புகளாகப் பிரிக்கப்பட்டது. உத்தர மேரூர் 30 குடும்புகளாகவும் தஞ்சை மாவட்டம் செந்தலைக் கிராமம் 60 குடும்புகளாகவும் பிரிக்கப்பட்டு இருந்ததாகத் தெரிகிறது.

உத்தரமேரூர் கல்வெட்டில் குடவோலை முறையில் கலந்து கொள்வதற்கான தகுதிகள் :

1. 35 முதல 70 வயதுக்குள் உள்ள ஆண் மக்கள்.

2. குறைந்த அளவு கால் வேலி நிலம் இருக்க வேண்டும். குடியிருக்க சொந்த வீடு இருக்க வேண்டும். ஆனால், இதற்கும் விதிவிலக்கு உண்டு. வேதப்படிப்பில் சிறந்தவன், நான்கு பாஷ்யத்தில் ஒன்றினையேனும் நன்கு கற்றிருந்தால் அவனுக்கு 1/8 வேலி இருந்தால் போதும்.

3. ஒருவர் மூன்று ஆண்டுகள் தொடர்ந்து உறுப்பினராக இருந்தால் அவர் அந்த வாரியத்திற்குத் தேர்ந்தெடுக்கப்பட முடியாது. ஊர் சபை யின் வேறு வாரியத்திற்குத் தேர்ந்தெடுக்கப்படலாம்.

4. ஒழுக்கமற்றவராகவும் சரிவரக் கணக்குக் காட்டாதவராகவும் இருந்தால் அவர் பெயர் குடத்திலிடப்பட மாட்டாது.

குடும்பினால் நியமிக்கப்பட்டவர்களின் பெயர்கள் ஓலை நறுக்குகளில் எழுதி ஒரு குடத்தில் இடப்படும். பிறகு அவை நன்கு குறிக்கப்படும். பிறகு ஒரு சிறுவனை அழைத்து எத்தனை உறுப்பினர்கள் தேவையோ அத்தனை ஓலை நறுக்குகள் எடுக்கப்படும்.

அவற்றில் உள்ள பெயர்கள் உரக்கப் படிக்கப்பட்டு அவரக்ள் சபை யின் உறுப்பினர்களாகத் தேர்வு செய்யப்படுவர். இதுவே குடவோலை முறையாகும்.

இச்சபையானது ஒரே அமைப்பாக வேலை செய்வது இல்லை. அதில் பல உட்பிரிவுகள் உண்டு. இவை வாரியங்கள் என வழங்கப்படும்.

இந்த உறுப்பினர்கள் அனுபவம் உள்ளவர்கள், வயது மூத்தவர்கள் ஆட்டை (ஆண்டு) வாரியத்துக்கும் மற்றவர்கள் ஏரி வாரியத்திற்கும் (6 பேர்) தோட்ட வாரியத்திற்கும் (12 பேர்) தேர்ந்தெடுக்கப்படுவார்கள்.

பஞ்ச வார வாரியம், பொன் வாரியம், உதாசீன வாரியம் போன்ற வாரியங்களும் உண்டு. இவை பெரும்பாலும் குளத்தங்கரையிலும் மரத்தடியிலும் கூடுவது வழக்கம்.

இவற்றிற்கு என்று எழுதப்பட்ட சட்ட விதிகள் கிடையாது. பாவ புண்ணியம் சமயச் சார்பு நம்பிக்கைகள் பண்டைய பழக்க வழக்கங்கள் இவற்றின் அடிப்படையிலேயே இவை இயங்கின. இவற்றின் முடிவுகள் ஊர் முழுவதையும் கட்டுப்படுத்தக்கூடியது.

கிராம சபையின் கடமைகள் வரி வசூல செய்வது, நிலம் தொடர்பான செய்திகளில் ஏற்படும் சிக்கல்களைத் தீர்ப்பது, நிலத்தின் விளைச்சலைக் கொண்டு வாயின் அளவை முடிவு செய்வது, தொடர்ந்து இரண்டு ஆண்டுகள் வரி செலுத்தாதவர்களின் நிலங்களைப் பறிமுதல் செய்து அவற்றை ஏலம் விட்டு வரியைப் பெறுவது, கோவிலுக்கு உரிய வரியினை வசூல் செய்வது ஆகியவை ஆகும்.

பார்ப்பனர்கள் அதிகம் உள்ள அகரம், சதுர்வேதி மங்கலம், பிரம்ம தேயம் ஆகிய ஊர்களில் பார்ப்பனர்களே சபைக்குத் தேர்ந்தெடுக்கப் படும் உரிமை பெற்றவர்கள். அவர்கள் பெயர்கள் மட்டுமே குடத்தில்

இடப்படும். சில ஊர்களில் வேளாண் மக்களும் பார்ப்பனர்களும் சேர்ந்து வாழும் நிலை ஏற்பட்டது.

அவ்வூர்களில் இருவரும் சபைக்குத் தேர்ந்தெடுக்கப்படுவர். ஆனால், பார்ப்பனர்களும் வேளாண் பெருமக்களும் சரிநிகர் சமமாக அமர்ந்து சபையினை நடத்தி வந்தனரா என்பது கேள்விக்குரியது.

அத்தகைய கிராமங்கள் ஒரே ஆட்சியின்கீழ் வர வேண்டும் என்ற எண்ணம் இராஜராஜ சோழனுக்குத் தோன்றியதாகத் தெரிகிறது.

அவ்வாறு செய்ய வேண்டுமானால் பார்ப்பனரையும் வேளாண் மக்களையும் சேர்த்து ஒரே சபையாக அமரச் செய்வதற்கு ஆணையிட வேண்டும். ஆனால், உறுப்பினர் தகுதி பற்றிய விதிகள் இதற்கு இடம் கொடுக்கவில்லை.

அதனால், பார்ப்பனர் வாழும் இடங்களில் பணியாளர்களுக்கு மானியமாகக் கொடுக்கப்பட்ட நிலங்களைத் தவிர வேளாண் வகையில் அனுபவித்து வரும் நிலங்களை வேளாண் வகையினர் பார்ப்பனருக்கு விற்றுவிட வேண்டும் என்ற உத்தரவு இட வேண்டிய சூழ்நிலை இராஜராஜ சோழனுக்கு ஏற்பட்டதாகத் தெரிகிறது.

இந்த உத்தரவை நிறைவேற்றும் பொருட்டு ஒரு அதிகாரியும் நியமிக்கப்பட்டான் என்பதைக் கருந்திட்டைக்குடிக் கல்வெட்டுக்கள் தெரிவிக்கின்றன.

குடவோலை தேர்தல் முறை :

தேர்தலுக்குத் தகுதியுள்ளவர்களை மட்டும் இவ்வாறு குறிப்பிடப் பட்ட முப்பது வார்டுகளில் குடவோலைகளுக்குப் பெயர்கள் எழுதப் படும்.

உத்தரமேரூரில் உள்ள இந்தப் பன்னிரண்டு தெருக்களில் உள்ள ஒவ்வொரு வார்டும் தனித்தனியாக கட்டப்பட்ட முப்பது வார்டு களுக்கும் தனித்தனி உறையிலிடப்பட்ட வாக்குச் சீட்டை தயார் செய்ய வேண்டும்.

இவ்வாறு தயாரிக்கப்பட்ட உறைகள் ஒரு குடத்தில் வைக்கப்பட வேண்டும்.

குடவோலைகளை எண்ணும்போது மகா சபையின் பொதுக்குழுக் கூட்டம், இளைஞர்கள் மற்றும் வயதான உறுப்பினர்கள் உட்பட எல்லோரும் கூட்டப்பட வேண்டும்.

அந்த நாளில் கிராமத்தில் இருக்கும் அனைத்து கோயில் பூசாரிகளும் எந்த விதிவிலக்குமின்றி பொதுக்குழு கூடும் உள் மண்டபத்தில் அமர வேண்டும்.

கோவில் பூசாரிகள் நடுவில் அவர்களுள் மூத்தவரான ஒருவர் எழுந்து நின்று எல்லா மக்களுக்கும் தெரியும்படி மேல் நோக்கி அந்தப் பானையைத் தூக்குவார்.

ஒரு வார்டு அதாவது அதைக் குறிக்கும் ஒரு பொட்டலம் அல்லது உள்ளே என்ன இருக்கிறது என்பதைத் தெரியாத, அருகில் நிற்கும் ஒரு சிறுவனால் வெளியே எடுக்கப்பட்டு, மற்றொரு காலியான பானைக்கு மாற்றப்பட்டு அசைக்கப்படும்.

இந்தப் பானையிலிருந்து சிறுவனால் ஒரு குடவோலை எடுக்கப்பட்டு நடுவரிடம் ஒப்படைக்கப்படும்.

இவ்வாறு அவருக்கு வழங்கப்பட்ட குடவோலைக்குப் பொறுப் பேற்கும்போது நடுவர் ஐந்து விரல்களைத் திறந்து உள்ளங்கையில் அதைப் பெறுவார்.

இவ்வாறு பெறப்பட்ட வாக்குச் சீட்டில் உள்ள பெயரை அவர் வாசிப்பார்.

அவர் வாசிக்கும் வாக்குச்சீட்டை உள் மண்டபத்தில் இருக்கும் அனைத்துப் பூசாரிகளும் படிக்க வேண்டும்.

இவ்வாறு வாசிக்கப்படும் பெயர் கீழே வைக்கப்பட்டு ஏற்றுக் கொள்ளப்படும். அதேபோல முப்பத்து வார்டுகளுக்கும் ஒரு ஆள் தேர்ந்தெடுக்கப்படுவார்.

குழுவில் உள்ள ஒருவர் ஏதேனும் குற்றத்தில் ஈடுபட்டதாகக் கண்டறியப்பட்டால் அவர் உடனடியாக நீக்கப்படுவார்.

இவர்கள் ஓய்வு பெற்ற பிறகு குழுக்களை நியமிப்பதற்காக உத்தர மேரூர் பனிரெண்டு தெருக்களில் உள்ள, நீதி மேற்பார்வைக் குழுவின்

உறுப்பினர்கள் நடுவரின் உதவியுடன் பொதுக்குழு குறியைக் கூட்ட வேண்டும்.

பஞ்ச வாரிய குழு மற்றும் பொன் வாரியத்துக்கு முப்பது வார்டுகளில் குடவோலைகளில் பெயர்கள் எழுதப்பட வேண்டும். உரையிலிடப்பட்ட குடவோலைகளுடன் கூடிய முப்பது உரைகள் ஒரு பானையில் இடப் படும். முப்பது குடவோலைகள் முன்பு விவரிக்கப்பட்டபடி குலுக்கப் படும்.

தேர்ந்தெடுக்கப்பட்ட இந்த முப்பது சீட்டுகளில், இருபத்து நான்கு பேர் பொன் வாரியக் குழுவிலும், மீதமுள்ள ஆறு பஞ்சவர் பஞ்சவார வாரியக் குழுவிலும் இடம்பெற வேண்டும்.

அடுத்த ஆண்டு இந்த இரண்டு வாரியங்களுக்கும் குடவோலை குலுக்கள் நடைபெறும்போது இந்தக் குழுக்களில் ஏற்கனவே குறிப்பிட்ட ஆண்டில் பிரதிநிதித்துவப்படுத்தப்பட்ட வார்டுகள் விலக்கப்பட்டு, மீதமுள்ள வார்டுகளில் கால வரைவதன் மூலம் குறைக்கப்படும்.

கணக்காளரின் தகுதி :

நேர்மையான வருமானம் உள்ள எந்தவொரு நடுவர் கிராமத்தின் கணக்குகளை எழுத வேண்டும்.

பெரிய கமிட்டியின் பெரிய மனிதர்களிடம் அவர் பதவியில் இருந்த காலத்துக்கான கணக்குகளைச் சமர்ப்பித்து நேர்மையானவர் என்று அறிவிக்கப்படுவதற்கு முன்பு அந்த அலுவலகத்தில் மீண்டும் எந்தக் கணக்காளரும் நியமிக்கக்கூடாது.

சபைக்குரிய பணி மக்கள் :

கிராம சபையார் பணித்தவற்றைச் செய்யும் பணி மக்கள் மத்தியஸ்தன், கரணத்தான், பாடிகாப்பான், தண்டுவான் (தண்டல்) அடிக்கீழ் நிற்பான் ஆவார். இதில் கரணத்தான் கணக்கு எழுதுபவன் ஆவான். பாடிக்காப்பான் என்பான். கலகம், திருட்டு முதலான குற்றங்கள் நிகழாதவாறு ஊரைக் காப்பான். இவர்களுக்கு சம்பளம் கொடுக்க பாடிகாவல் எனும் நாடுகாவல் வரி வசூலிக்கப்பட்டது. வரி வசூலிப் பவன் தண்டல் ஆவான். ஊர் சபையார்க்கு குற்றவேல் புரியும் பணி மகன் அடிக்கீழ் நிற்பான் ஆவான். மத்தியஸ்தன் கிராமசபைக் கூட்டத்தில்

செய்யப்படும் முடிவுகளை குறிப்பில் எழுதுபவன்.

உறுப்பினர்களின் கடமைகள் :

இவர்கள் கிராம காரியங்களையும் செய்து நல்லோர் வாழவும் தீயோர் ஒடுங்கவும் காண வேண்டும்.

நியாய விசாரணை செய்து முடிவு கூறுவதும் அறங்களை ஏற்று நடத்து வதும் அறநிலையங்களைக் காண்பதும், ஏரி, குளம், ஊருணி போன்ற நீர் நிலைகளைக் கண்காணிப்பதும், நன்செய், புன்செய் நிலங்களைத் தோட்டங்களைப் பாதுகாப்பதும் ஊரில் வழங்கும் பொன்னை ஆராய் வதும் நில வரியையும் பிற வரியையும் வாங்கி அரசுக்கு செலுத்தவும், கலிங்குகளில் நீரைத் தேக்கி முறைப்படி தண்ணீர் விடுவதும், நிலங்களை கோல் கொண்டு அளந்து பரப்பையும் விளையும் பொருள்களையும் கணக்கு கொண்டு கிராமக் கணக்கில் எழுதி வைக்கவும், வாரியங்கள் செய்து வந்தன என்பது கல்வெட்டுக்களால் அறியக் கிடக்கிறது.

இராஜராஜ சோழன் காலத்து வரலாற்றைக் கூறும் நூல் ஒன்று அந்நாளில் இருந்தது என்பது திருப்பூந்துருத்தியிலுள்ள ஒரு கல் வெட்டால் அறியப்படுகிறது.

அந்நூலின் பெயர் 'ஸ்ரீஇராசராச விஜயம்' என்பது. அதன் ஆசிரியர் சவர்ணன் நாரணன் பட்டாதித்தன் என்பார். அது வடமொழியில் எழுதப் பெற்ற நூலாகும்.

மேலும், 'இராசராசேசுவர நாடகம்' என்ற நாடக நூல் ஒன்றும் இருந்தது என்பது தஞ்சைப் பெரிய கோயிற் கல்வெட்டால் புலனாகிறது.

அது விழாக் காலங்களால் தஞ்சைப் பெரிய கோயிலில் நடிக்கப் பட்டிருத்தலால் அந்நாடகம் இராஜராஜ சோழன் தஞ்சையில் 'இராஜ ராஜேஸ்வரம்' என்னும் கோயில் எடுப்பித்த வரலாற்றைத் தன்பாற் கொண்டது.

அதனைத் தஞ்சை மாநகரில் ஆண்டுதோறும் விழாக் காலங்களில் நடிப்பதற்கு இரண்டாம் இராசேந்திர சோழன் நூற்றிருபது கல்நெல் நிவந்தமாக அளித்திருப்பது தெரிய வருகிறது. அவ்விரண்டு நூல்களுக்குக் காலத்தில் கிடைக்கவில்லை.

நீர்வரி, நிலாபடிவரி, பாய்ச்சல் வரி, புரவு, இரவு, குடிமை, கடலம், கண்ணால வரி, போர் வரி, தச்சுவரி, தளி வரி, ஆட்டு வரி, மாட்டு வரி, தரிசு வரி, அபராதம், அபராதம் என்று கொடுக்க முடியாவிட்டால் நிலம் பறிமுதல் என 400க்கும் மேற்பட்ட வரிகள் மக்களைப் பிழிந்தெடுத்தது.

குடிசைகள் மத்தியிலும் குமுறலும், கொந்தளிப்பும் வெடித்தன. கிளர்ச்சிகள், கலகங்கள் வலுத்தன. கோவில்களின் மதில் சுவர்களில் அவ்வப்போது வரி அறிவிப்பு குறித்த அரச கட்டளைகள் பொறிக்கப் பட்டிருந்தன.

சட்ட எரிப்பு போராட்டம்போல பாதிக்கப்பட்ட குடிமக்கள் அரசின் அறிவிப்பு தாங்கிய கோவில் மதில் சுவர்களை இடித்து தரை மட்ட மாக்கினர். கோவில் சிலைகள் சூறையாடப்பட்டன. கிராமங்கள் எரிக்கப் பட்டன.

உழு குடிமக்கள் கோயிலைத் தீ வைத்து கொளுத்தியது குறித்து மகேந்திர சதுர்வேதி மங்கலம் கல்வெட்டு விவரிக்கிறது.

நிலவரி உயர்த்தப்பட்டபோது எந்த வரியும் தர மாட்டோம் என்று உழவர்கள் அறிவித்தனர். இந்தக் கிளர்ச்சிக்குக் பிறகு வரிகள் குறைக்கப் பட்டன. சுற்றுப்பட்டு பாகனேரி உள்ளிட்ட 24 கிராமங்களில் பலர் கூலிக்காக குருதி சிந்தி போராட்டம் நடத்தினர்.

சபை கோயில் பணியாளர்கள் ஊதியம் தராமைக்கு எதிர்ப்பு தெரிவித்து பிராமணர்கள் தீக்குளித்தனர்.

நாடகக் கணிகையருக்கு ஜீவிதம் வழங்கப்பட்டது. ஜீவித உரிமையை நிர்ணயம் செய்ய சதுரி மாணிக்கம் என்ற நாடக கணிகை உச்சி கோபுரத்திலிருந்து குதித்து தற்கொலை செய்து கொண்டார்.

தேவதான நிலம் கோயிலுக்கு உரிமையானவை என்பதை உறுதி செய்ய திரிசூல வேளைக்காரர்கள் நால்வர் தீக்குளித்து தற்கொலை செய்து கொண்டதாக தஞ்சை புஞ்சை கல்வெட்டு கூறுகிறது.

பிராமணர், வேளாளர், வலங்கையினருக்கு மன்னரின் ஏராளமான சலுகைகள் கண்டு இடங்கையினர் பொருமினர். சுங்க வரியும் அவர்களை வாட்டியது. கலகங்கள் பெருகின. சுங்க வரி நீக்கிய முதலாம் குலோத்துங்கள் சுங்கம் தவிர்த்த சோழன் என்று அழைக்கப்படும்வரை

போராட்டம் தொடர்ந்தது.

சாகுபடி செய்யாத நிலங்களில் வரி வசூல் செய்யவில்லை என்பதற்காக புன்னைவாயில் என்ற ஊர் சபையினர் தண்டிக்கப்பட்டனர்.

வேளச்சேரி போன்ற இடங்களில் பார்ப்பனர் அல்லாதோரின் நிலங்கள் பிரிக்கப்பட்டன. எண்ணெய் கொடுக்கவில்லை என்பதற்காக இடையர்களின் நிலங்கள் பிடுங்கப்பட்டு கோயிலுக்கு வழங்கப்பட்டிருக்கிறது.

அரசர் போடும் வரிகள் தவிர ஊர்ச்சபை போன்ற உள்ளூர் அமைப்புகளும் வரி போட்டன. உயர் சாதியினரைக் காட்டிலும் தாழ்ந்த சாதியினர் அதிக வரிகள் செலுத்த நிர்ப்பந்திக்கப்பட்டனர்.

வரிச்சுமையை எதிர்த்த உழவர்களால வீர ராஜேந்திரன் சோழன் மகன் அதிராஜேந்திரன் 1070ல் கொல்லப்பட்டான். சோழர் காலம் முழுமுழுவதும் கிளர்ச்சிகள் தொடர்ந்தன. பிராமணர் வேளாளர் எதிர்ப்புக் கலவரங்களில் பிராமணர் வேளாளரை எதிர்த்து கலகம் செய்தால் இருபதாயிரம் காசு தண்டம் மூன்றாம் குலோத்துங்கன் தனி ஆணை பிறப்பித்தான்.

உழைக்கும் வர்க்கத்தினரின் அரைஞான், கோவணம் தவிர அனைத்தும் பிடுங்கப்பட்டு சோழராட்சியல் உடைமை வர்க்கத்திடம் ஒப்படைக்கப்பட்டன. பிராமணர்களுக்கு பாக்கி வைத்தவர்கள் சிவ துரோகி, பிராமண துரோகி என்று அழைக்கப்பட்டனர்.

ஒருமுறை காவிரி ஆற்றில் வெள்ளம் கரை புரண்டு ஓடியது. காவிரியின் கரைகள் உடைப்பெடுத்தன. பெருத்த சேதம் ஏற்பட்டது. அடித்தட்டு மக்களால் வரி கட்ட இயலவில்லை.

இராஜராஜ சோழனிடம் வரித் தள்ளுபடி கோரி உழைப்பாளிகள் விண்ணப்பித்தனர். அந்த மனுவில் இராஜராஜ சோழன் கூறிய தீர்ப்பு வரி தள்ளுபடியோ கால அவகாசமோ அல்ல.

வெள்ளப் பெருக்கால் காவிரி ஆறு உடைந்து நஞ்சை பயிர்கள் மண் மூடி சேதம் அடைந்த நிலையில் உழைப்பாளர்களின் நியாயமான விண்ணப்பத்தை இராஜராஜ சோழன் தள்ளுபடி செய்தார்.

வரியைக் கட்டு இல்லையெனில் நிலத்தை ஒப்படை செய் என்று நிலத்தைப் பறிமுதல் செய்ய தன் படைக்கு ஆணையிட்டார். இந்த வரியை வசூலிக்கும் அதிகாரம் படைத் தளபதியிடம் ஒப்படைக்கப்

பட்டது. வாள் முனையில்தான் வரி வசூல் நடந்தது. அனைத்து உழைப்பாளர் தலையிலும் வரி மூட்டைகள் சுமத்தப்பட்டன.

வெண்கலம் எடுத்து மண்கலம் உடைத்து வரி வசூலிக்கும் முறையை படை வீரர்கள் கையாண்டனர். வீடுகளில் இருந்த ஒரே ஆடம்பரம் சில வெண்கலப் பாத்திரங்கள்தான். அந்த வெண்கலப் பாத்திரங்களையும் வரி வசூலிக்கும் படையினர் பிடுங்கிச் சென்றதுடன் அவர்களின் வீடுகளில் உபயோகிக்க வைத்திருந்த சட்டிப் பானைகளையும் உடைத்து நொறுக்கி தூள் தூளாக்கினர்.

முதலாம் குலோத்துங்கனை எதிர்த்தும் வரிப்பளுவை எதிர்த்தும் மக்கள் தாமாகவே போராடினர். கி.பி. 1071ல் முதலாம் குலோத்துங்கன் காலத்தால் நடைபெற்ற கலகத்தில் ராச சதுர்வேதிமங்கலம் சுட்டு எரிக்கப் பட்டது. கோவில்களும் இடித்துத் தள்ளப்பட்டன. கோவில்களையும் கோவில் பண்டாரங்களையும் சூறையாடினர் என்று திருவரங்கம் கோயில் கல்வெட்டு செய்தி கூறுகிறது.

இதைப் போன்று காணியாட்சி நடத்தியவர்களுக்கு எதிராகவும், படை மானியம் பெற்றவர்களுக்கு எதிராகவும் பூசல்கள் நிகழ்ந்தன.

சமுதாய உரிமைகளைக் குறைக்கக் கொண்டு வரப்பட்ட சட்டங் களும், தாங்க முடியாத வரிகளும் தண்டங்களும் வரிகொடா இயக்கங் களை உருவாக்கின. அடக்குமுறையை மீறி கலவரங்கள் வெடிக்கச் செய்தன.

இராஜராஜ சோழன் ஆட்சியில்தான் வாய்க்கால் என்ற சொல்லும் நீர் நிலம் என்பதற்கு பதில் நஞ்சை என்ற வார்த்தையும் பயன்படுத்தப் பட்டது.

கோவில்கள் அரசு நிறுவனங்களாக மாறும்போது வழிபாட்டுத் தலம் என்பது அடிபட்டுப் போகிறது. கோயில்கள் நிலச்சுவன்தார்களாக ஆதிக்கம் செலுத்துவதை இன்றுவரை பார்க்க முடிகிறது.

கோவில் நிலங்களில் குத்தகை சாகுபடி செய்யும் விவசாயிகள், தவிர்க்க முடியாத சூழலில் வரி செலுத்த முடியாமல் பாக்கி வைத்து விடுவது எல்லை காலங்களிலும் இருந்து வருகிறது. ஆனால், இதற்காக இராஜராஜ சோழன் ஆட்சியிலும் குத்தகை விவசாயிகள் வெளியேற்றப்பட்டனர்.

கி.பி. 10ஆம் நூற்றாண்டு முதல் ஆட்சி புரிந்த சோழ மன்னர்கள் பல ஆறுகளையும் ஏரிகளையும் வெட்டியுள்ளனர் என்பது அவற்றிற்கு தொன்று தொட்டு வழங்கி வரும் பெயர்களாலும் கல்வெட்டுக்களாலும் நன்கு புலப்படுகிறது.

கடைச்சங்க காலத்தில் காவிரியிலும் அரிசிலாறும் சோழ மண்டலத்தைச் செழிப்பித்தன என்பது சங்கத்துச் சான்றோர் பாடல்களால் நன்கறியக் கிடக்கிறது.

மண்ணி, கொள்ளிடம், கடுவாயில், வெண்ணி என்ற சோழ நாட்டு ஆறுகளைப் பற்றி கி.பி. 7ஆம் நூற்றாண்டில் நிலவிய சைவ சமய குரவர்கள் தம் அருட்பாடல்களில் குறித்துள்ளனர்.

இவ்வாறுகள் கரிகாற்சோழன் காலத்திலேயே காவிரியின் நீர்ப்பெருக்கை வேறு ஆறு மூலமாகப் போக்கி நாட்டைக் காக்கவும் நாட்டை வளப்படுத்தவும் வெட்டப்பட்டிருக்கலாம் என்று தோன்றுகிறது.

கி.பி. முதல் நூற்றாண்டிலிருந்த சோழன் கரிகாற் பெருவளத்தானாகிய திருமாவளவனே காவிரியாற்றிற்கு முதலில் கரை அமைத்து சோழ மண்டலத்தை வளப்படுத்தயவன் என்று தெரிகிறது.

காடு கொன்று நாடாக்கி குளந்தொட்டு வளம் பெருக்கினான் என்று கடியலூர் உருத்திரங் கண்ணனார் தம் பட்டினப்பாலையில் பாடியுள்ளார். காவிரியாற்றின் வடகரையை கரிகாலக் கரை என்றே பத்தாம் நூற்றாண்டில் மக்கள் வழங்கி வந்தனர்.

தஞ்சாவூருக்கு வடபுறத்தில் ஓடும் வடவாறு வீரசோழ வடவாறு எனவும், திருப்பனந்தாளுக்கு வடக்கேயுள்ள கொள்ளிடப் பேரணையிலிருந்து பிரிந்து வடக்கே ஓடும் வடவாறு மதுராந்தக வடவாறு எனவும் கல்வெட்டுகளில் குறிக்கப்பட்டுள்ளது. இந்த இரண்டு ஆறுகளும் வீரசோழன் மதுராந்தக சோழன் என்ற சிறப்புப் பெயர் பெற்ற முதல் பராந்தக சோழனால் வெட்டப்பட்டிருத்தல் வேண்டும்.

திருச்சிராப்பள்ளியைச் சார்ந்த உய்யக்கொண்டான், கோனேரி ராசபுரத்திற்கு அண்மையில் ஓடும் கீர்த்திமான் ஆகிய ஆறுகள் இராஜராஜ சோழனாலும், குடமுருட்டி என வழங்கும் கருவாயிலிருந்து சுந்தரப்

பெருமாள் கோயில் பக்கத்தில் பிரியும் முடிகொண்டான் ஆறு முடி கொண்ட சோழன் என்ற சிறப்புப் பெயர் கொண்ட கங்கை கொண்ட சோழனாலும் வெட்டப்பட்டது.

கும்பகோணத்துக்கு கிழக்கே மணஞ்சேரி அருகிலுள்ள காவிரி யினின்று பிரியும் வீரசோழன் என்ற ஆறு வீரராசேந்தர சோழனாலும், காவிரியிலிருந்து குற்றாலத்திற்கு வடபால் பிரிந்து செல்லும் விக்கிரமனாறு விக்கிரம சோழனாலும் வெட்டப்பட்டுள்ளதாக கல்வெட்டுகள் தெரிவிக்கின்றன.

ஏரிகளை ஆண்டுதோறும் ஆழமாக வெட்டியும் கரைகளை உயரமாகக் கட்டியும் மழைக்காலத்தில் தண்ணீரால் நிரப்பியும் பொதுமக்களுக்குப் பயன்படுமாறு செய்து வந்தவர்கள் கிராம சபையாரால் தேர்ந்தெடுக்கப் பட்டவர்களே. அன்னார் ஏரி வாரியப் பெருமக்கள் என்று அக்காலத்தில் அழைக்கப்பட்டனர்.

இவ்வாறு ஏரிகளை ஒழுங்காகப் பாதுகாத்து வரும் பொருட்டு தனியாக இறையிலி நிலங்களும் பொருளும் அறம்புரியும் திறன் படைத்த பொதுமக்களால் வழங்கப்பட்டன.

இரண்டாம் பராந்தகன் எனும் சுந்தரச் சோழனாலும் அவரது புதல்வி குந்தவை நாச்சியாராலும் வடஆர்க்காடு ஜில்லாவிலுள்ள பிரதேசம் என்ற ஊரில் சுந்தரசோழப் பேரேரி, அந்தவைப் பேரேரி என்ற இரு பெரும் ஏரிகள் உருவாக்கப்பட்டன.

தான் புதிதாக அமைத்த தலைநகரமாகிய கங்கை கொண்ட சோழபுரத்திற்கு மேற்கே சோழகங்கம் என்ற பேரேரி ஒன்றை அமைத்து சிறப்பித்தான் இராஜேந்திரச் சோழன்.

சுந்தரச்சோழனுடைய அரசாங்க அதிகாரிகளில் ஒருவரும், சோழநாட்டுப் புறங்களும் வைநாட்டு மருதூருடையானும் ஆகிய அருள்நிதி கலியன் என்பவன், மதுரை ஜில்லா ஆனைமலை பக்கத்தி லுள்ள நரசிங்க மங்கலத்தில் கலியனேரி எனும் ஏரியொன்றை அமைத்து அதிலிருந்து நிலங்களுக்கு நீர் பாய்ந்து ஆண்டுதோறும் நெல் விளையுமாறு செய்தான் என்று அவ்வூர்க் கோயிலின் கல்வெட்டு கூறுகிறது.

சுந்தரச்சோழன் ஆட்சிக்குட்பட்டிருந்த காலத்தில் இவ்வேரி கட்டப் பட்டது.

தென்னாற்காடு ஜில்லா உலகபுரத்திலுள்ள கண்டராதித்த பேரேரியும், திருமழபாடிக்கு அண்மையிலுள்ள செம்பியன்மாதேவிப் பேரேரியும் முதற் பராந்தகன் புதல்வனாகிய கண்டராதித்த சோழனும் அவனது மனைவி செம்பியன் மாதேவியும் ஏற்படுத்தியதாகும்.

செங்கற்பட்டு ஜில்லா மதுராந்தகத்திலுள்ள மதுராந்தகப் பேரேரியும் புதுச்சேரி திரிபுவனியிலுள்ள மதுராந்தகப் பேரேரியும் வெட்டியவன் கண்டராதித்த சோழன் புதல்வன் உத்தமசோழன் ஆவான். இவனுக்கு மதுராந்தகன் என்ற பெயரும் உண்டு.

வடஆர்க்காடு ஜில்லா சோழசிங்கபுரத்திற்கு அண்மையிலுள்ள சோழவாரிதி என்ற ஏரியும், தென்னார்க்காடு மாவட்டத்தில் சிதம்பரத் திற்கு மேற்கே பனிரெண்டு மைல் தூரத்திலுள்ள வீரநாராயணன் ஏரியும் (வீராணம் ஏரி) முதல் பராந்தகச் சோழனால் வெட்டப்பட்டது.

வீர நாராயணன் மதுராந்தகன் என்பது முதற் பராந்தகச் சோழனது சிறப்புப் பெயராகும்.

சித்தூர் ஜில்லா புங்கனூரில் இராஜேந்திர சோழப் பெரியேரி என்ற ஏரி முதற் குலோத்துங்க சோழன் ஆட்சிக்காலத்தில் வெட்டப்பட்டது.

தஞ்சாவூர் ஜில்லா பாபநாசம் தாலுகாவிலுள்ள முனியூரில் குலோத் துங்க சோழப் பேரேரி இவ்வேந்தன் ஆட்சிக்காலத்தில் வெட்டப்பட்டது.

ஒரு மன்னன் காலத்தில் வெளியிடப் பெற்று அவன் ஆட்சியில் வழங்கி வந்த காசு அன்றாடு நற்காசு எனவும், அவனுக்கு முன் ஆட்சி புரிந்த அரசர்களின் காசு பழங்காசு எனவும் வழங்கி வந்தன என்பதும் கல்வெட்டுக்களால் அறியப்படுகிறது.

சோழ மன்னர்களின் ஆட்சிக் காலங்களில் பொன்னாலும் வெள்ளி யாலும் செம்பாலும் செய்யப் பெற்ற நாணயங்கள் வழங்கி வந்தன என்பது கல்வெட்டுக்களால் அறியப்படுகின்றது. அவற்றுள் சில இக்காலத்திலும் ஆங்காங்கே அகப்படுகின்றன.

செப்புக் காசுகளே யாண்டும் மிகுதியாகக் கிடைக்கின்றன. பொற்காசுகள் கிடைப்பின் ஒருவருக்கும் சொல்லாமல் அவற்றை உருக்கி அணிகலன்களாகச் செய்து அணிந்து கொள்வது நம்நாட்டு மக்களின் இயற்கை குணமாக இருத்தலால் வரலாற்றாராய்ச்சிக்கு பயன்பட

இயலாது போகிறது.

சோழ மன்னர் காலத்து நாணயங்களுக்கு இதுகாறும் கிடைத்துள்ளதில், உத்தமச் சோழன் ஆட்சிக் காலத்தில் வெளியிடப்பட்டுள்ள பொற்காசுதான் மிகப்பழமை வாய்ந்தது என்பது ஆராய்ச்சியாளர் கருத்தாக உள்ளது.

சோழர்களின் ஆட்சிக்காலங்களில் வெளியிடப் பெற்ற நாணயங்கள் யாவற்றிலும் அந்த மன்னர்களின் இயற்பெயராலும் சிறப்புப் பெயராலும் வழங்கப்பட்டு வந்ததாகக் கல்வெட்டுக்கள் கூறுகின்றன.

மிகவும் பழமையான நாணயமாகக் கூறப்படும் உத்தம சோழன் காலத்து நாணயம் நடுவில் புலியுருவமும் அதன் வலப்பக்கத்தில் மீன் உருவமும் பொறிக்கப் பெற்றது.

ஓரத்தில் கிரந்த எழுத்தில் வரையற் பெற்ற உத்தம சோழன் என்ற அரசன் பெயர் பொறிக்கப்பட்டுள்ளது. வட்டமான வடிவத்தை உடையது.

மதுராந்தக தேவன் மாடை என்ற பொற்காசு ஒன்று, முதலாம் இராஜராஜ சோழன் காலத்திற்கு முன்னரே வழங்கியுள்ளது தெரிகிறது. எனவே, அஃது உத்தமசோழன் என்று வழங்கும் மதுராந்தக சோழன் காலத்தில் நிலவிய பொற்காசு என்பது தெளிவாகிறது.

இராசராசன் மாடை என்றும் இராச ராசன் காசு என்றும் இராஜேந்திரன் மாடை என்றும் இராஜேந்திரன் காசு என்றும் கல்வெட்டு களில் காணப்படும் நாணயங்களின் பெயர்களைக் கூர்ந்து கவனிக்கும் போது ஒரு வேந்தன் ஆட்சியிலேயே மாடை, காசு என்ற இருவகை நாணயங்கள் வழங்கியிருத்தல் வேண்டும் என்பது தெளிவாகப் புலப்படுதல் காணலாம்.

இவ்விரு நாணயங்களும் குலோத்துங்க சோழனுக்கு முன் ஆட்சி புரிந்த எல்லாச் சோழ மன்னர்களின் காலங்களிலும் வழக்கத்தில் இருந்தது எனத் தெரிகிறது.

மாடை என்பது ஒரு கழஞ்சு எடையுள்ளதும், ஒன்பதரை மாற்று டையதுமாக பொன்னால் அமைந்த நாணயம் என்று ஆராய்ச்சியாளர்கள் கூறுகின்றனர். இரண்டு குன்றிமணிகள் கொண்டது ஒரு மஞ்சாடி எனவும்

இருபது மஞ்சாடிகள் கொண்டது ஒரு கழஞ்சு எனவும் அறியப்படுகிறது.

திருப்புகலூரிலுள்ள முதற்குலோத்துங்க சோழன் காலத்து கல்வெட்டொன்று, ஒன்பதரை மாற்று ஒரு கழஞ்சு எடையுடைய மதுராந்தகன் மாடை என்னும் நாணயம் இரண்டு காசுகளுக்குச் சமமானது என்று கூறுகிறது.

மைசூர் நாட்டிலுள்ள கோலாரிலுள்ள முதலாம் குலோத்துங்க சோழன் காலத்து கல்வெட்டொன்றில் மாடை ஒன்றுக்கு காசு இரண்டாக என்ற தொடர் காணப்படுவதாக இரண்டு காசு கொண்டது ஒரு மாடை என்பது தெளிவாகப் புலனாகிறது.

ஒரு மாடை ஒரு கழஞ்சு எடையுடையது. எனவே, காசு என்பது இருபது குன்றிமணி எடையுடைய பொன் நாணயம் ஆகும்.

ஈழக்காசு என்று ஒருவகைப் பொற்காசு சோழர்களின் ஆட்சிக் காலத்தில் வழங்கியுள்ளமை கல்வெட்டுக்களால் அறியப்படுகிறது. ஈழம் என்பது பொன் என்று பொருள்படுதலால் அது சோழ மன்னர்களின் பொற்காசாக இருத்தல் வேண்டும் என்று கூறுகின்றன.

முதல் பராந்தகச் சோழன், இராஜராஜ சோழன், கங்கை கொண்ட சோழன் முதலான மன்னர்கள், தம் ஆட்சிக் காலத்தில் ஈழநாட்டின் மேல் படையெடுத்துச் சென்று பொன்னும் மணியும் அணிகலன்களும் கொணர்ந்த செய்தி கல்வெட்டுக்களில் காணப்படுகின்றது.

எனவே, சோழ இராஜ்ஜியத்தில் வழங்கிய ஈழக்காசுகள் எல்லாம் அப்பெருவேந்தர்கள் ஈழநாட்டை வென்று திரைப் பொருளாகப் பெற்ற பொன் நாணயங்களாகவே இருத்தல் வேண்டும் என்று கருதுவதற்கு இடமுள்ளது.

ஈழக்காசுகள் எல்லாம் அரைக் கழஞ்ச எடையும் மாடையைப் போன்ற மாற்றும் உடையனவாயிருந்தமை அறியத்தக்கது.

ஈழக்கருங்காசு என்ற நாணயமும் அந்நாளில் வழங்கியமை கல்வெட்டுக்களில் உணரப்படுகின்றது. அந்நாணயம் வெள்ளிக் காசாக இருத்தல் கூடும் என்கின்றனர் ஆராய்ச்சியாளர்கள்.

ஒரு கழஞ்சு எடையுள்ளதும் அதில் பாதி எடையுள்ளதுமான வெள்ளி நாணயங்கள் சோழர் ஆட்சியில் வழங்கப்பட்டதற்கும் ஆதாரம் உள்ளது.

அக்கம் என்ற சொல்லில் நாணயம் புழக்கத்திலிருந்தது பற்றி முதலாம் பராந்தகச் சோழனது கி.பி. 939ஆம் ஆண்டு கல்வெட்டிலிருந்து அறியப்படுகிறது.

தஞ்சை இராஜராசச்சுரக் கல்வெட்டுகளில் அக்கம் என்ற நாணயத்தின் பெயர் மிகுதியாகப் பயின்று வருவதைக் காண முடிகிறது. எனவே, இது முதுலாம் இராஜராஜ சோழன் காலத்தில் வழங்கப்பட்டிருக்க வேண்டும் என்பது திண்ணமாகிறது.

தஞ்சைப் பெரிய கோயிலில் உள்ள கல்வெட்டில், "திருப்பள்ளித் தாமத்துக்கு நிசதம் அக்கம் அரையாக ஓராட்டைக்கு அக்கம் நூற்று எண்பது இவை காசு ஒன்றுக்கு அக்கம் பன்னிரண்டாக வந்த காசு பதினைஞ்சும்" என்று உணர்த்துகிறது. இதனால் பன்னிரண்டு அக்கம் கொண்டது இராசராசன் காசு என்பது தெளிவாகப் புலனாகிறது.

ஆணைமலைக் கல்வெட்டில், ஒரு ஈழக்காசுக்கு புத்தகம் ஏழரையாக என்ற தொடரால் ஏழரைப் புதிய அக்கம் கொண்டது ஓர் ஈழக்காசு என்ற செய்தி புலப்படுகின்றது.

காஞ்சிபுரம், தஞ்சாவூர் ஜில்லாவில் உள்ள உடையார்குடி, திருப் புகலூர் ஆகிய ஊர்களில் வரையப்பட்டுள்ள சோழர் கல்வெட்டுக்களில் திரமம் எனும் பெயரில் நாணயம் குறித்த செய்திகள் உள்ளன.

சோழர்களின் கல்வெட்டுக்களில் கச்சாம், அக்கம், திரமம், மசபாலன் மாடை, கண்ட கோபாலன் மாடை ஆகிய வேறு நாணயங்களின் பெயர் களும் காணப்படுகின்றன.

இவற்றுள் கச்சாணம் என்பது வீரராசேந்திர சோழனுடைய திருமுக் கூடல் கல்வெட்டில் 'குமாரக்காணம்' என்ற வரியின் பெயராகவும் உள்ளது.

சோழர்களது ஆட்சிக்காலத்தில் காணம் என்ற பெயரில் நாணயம் புழக்கத்திலிருக்கிறது. இச்செய்தியை தொண்டை மண்டலத்திலுள்ள காஞ்சிபுரத்திலும் சீய மங்கலத்திலுள்ள சோழ மன்னர்களின் கல் வெட்டுக்கள் உறுதிப்படுத்துகின்றன. சோழர் காலத்து செப்பேடுகளிலும் கண்ணாலக் காணம், சேக்காணம் என்ற வரிகள் காணப்படுகிறது.

முற்காலத்தில் 'காணம்' என்ற நாணயம் சேர நாட்டிலும் பெருவழக்கில்

இருந்துள்ளமை தெரிகிறது. அது பொன்னாலாகிய நாணயம் என்று கல்வெட்டுச் செய்தி கூறுகிறது.

கடைச்சங்க காலத்தில் ஆடு கோட்பாட்டுச் சேரலாதன் காக்கைப் பாடினியார் நற்செள்ளையார்க்கு நூறாயிரங் காணமும், செல்வக் கருங்கோ ஊழிபாதன் கபிலர்க்கு நூறாயிரம் காணமும், தகடூரெறிந்த பெருஞ்சேரல் இரும்பொறை அரிசில் கிழார்க்கு ஒன்பது நூறாயிரங் காணமும், இளஞ்சேரல் இரும்பொறை பெருங்குன்றூர் கிழார்க்கு முப்பத்தீராயிரம் காணமும் பரிசிலாக வழங்கிப் பாராட்டிய செய்தி உள்ளது.

கி.பி. 8ஆம் நூற்றாண்டின் தொடக்கத்தில் நிலவிய சைவ சமய குரவராகிய சுந்தரமூர்த்தி சுவாமிகள் தம் கச்சித்திருவோணகந்தன் தளிப் பதிகத்தில், "கையிலொன்றுங் காணமில்லைக் கழலடி தொழுதுய் யினல்லால்" என்ற அடியில் காணம் எனும் நாணயத்தைக் கூறியிருப்பது அறிய முடிகிறது.

கிழக்கு கோதாவரி ஜில்லாவிலுள்ள தவளேசுவரத்தில் கிடைக்கப் பெற்ற சோழர் காலத்து செம்பொன் நாணயங்கள் பல செய்திகளை உள்ளடக்கியுள்ளது.

அவற்றில் முப்பத்திரண்டு பொன் நாணயங்களில் 'கங்கை கொண்ட சோழன்' என்ற பெயர் கிரந்த எழுத்துக்களில் பொறிக்கப்பட்டுள்ளது.

இவை பேரரசனாகிய ராஜேந்திர சோழனது ஆட்சியில் கி.பி. 1040 - 45க்கும் இடைப்பட்ட காலத்தில் வெளியிடப்பட்டவை என்று அறியப்படுகிறது.

அந்த நாணயங்களில் அரசனது ஆட்சியாண்டிற்கு மேலே சில இலக்கங் களும், நடுவிலுள்ள இலச்சினையோடு சில எழுத்துக்களும் காணப்படு கின்றன.

மேலும், தவளேசுவரத்தில் கிடைக்கப் பெற்ற 46 பொன் நாணயங் களில் மலை நாடு கொண்ட சோழன் என்ற பெயர் கிரந்த எழுத்துக்களில் பொறிக்கப்பட்டுள்ளது. அவற்றில் குறிக்கப்பட்டுள்ள சோழ மன்னன் முதல் ராஜேந்திர சோழனுடைய முதல் மகனாகிய முதல் இராஜாதிராஜ சோழன் ஆவான்.

அவன் கி.பி. 1018ல் இளவரசுப் பட்டம் பெற்று கி.பி. 1044 முதல் சோழ ராச்சியத்தின் சக்கரவர்த்தியாக இருந்து ஆட்சி புரிந்து கி. பி. 1054ல் மேலைச் சாளுக்கிய மன்னனாகிய ஆகவமல்லனுடன் நிகழ்த்திய கொப்பத்துப் போரில் உயிர் துறந்த பேரரசன் ஆவான்.

தன் தந்தையர் ஆட்சிக் காலத்தில் இளவரசனாயிருந்தபோது சேர நாடாகிய மலைநாட்டை வென்று தன்னடிமைப்படுத்திய செய்திகளை அவன் மெய்கீர்த்திகளில் காணலாம். இந்த நாணயங்கள் கி.பி. 1052க்கும் 1054க்கும் இடையில் வெளியிடப்பட்டவையாகும்.

இராஜராஜன் காலத்தில் தமிழ் எழுத்துக்களைப் போலவே கிரந்த எழுத்துக்களும் பயன்படுத்தப்பட்டது.

கல்வெட்டுக்கள் எழுதப்பட்ட காலத்தில் மக்களிடம் இயல்பாகப் புழங்கிய மொழிகளில் கல்வெட்டுக்கள் எழுதப்பட்டன என்பதும், அதனாலேயே ஒன்றுக்கு மேற்பட்ட மொழிகள் ஒரே கல்வெட்டில் இடம் பெற்றுள்ளதும் தெரிய வந்துள்ளது.

இராஜராஜன் தன் ஆட்சிக்காலத்தில் நடைபெற்ற வரலாறுகளையும், கொடைகளையும் அரசியல் செய்திகளையும் நாட்டுப் பிரிவுகள், நில அளவுகள் ஆகியவற்றையும் எழுதச் செய்தான்.

இவற்றோடு தன்னையும் தன் போர் வெற்றிகளையும் தமிழில் எழுதச் செய்தான். இந்தக் கல்வெட்டுகள் எல்லாம் கோயில்களில் தான் இடம் பெற்றன என்பதிலிருந்து அன்றைய ஆவணங்கள் அல்லது அரசு நிர்வாகம் கோயில்களைச் சார்ந்துதான் இருந்தது என்பது வெளிப்படையானது.

கோயில்களில் இருந்த இந்த நிர்வாகம் படிப்படியாக சமயவாதி களாகிய வைணவ சைவ பிராமணர்கள் மட்டும் கைப்பற்றி நிர்வாகத்தை ஆரிய மொழியில் வழிநடத்திய போதுதான் தமிழ்மொழி கோயில்களில் வீழ்ச்சி அடைந்தது.

இந்தத் தமிழ் வீழ்ச்சி இராஜராஜன் காலத்தில் முழு அளவில் நடந்தேறியது. கோயிலில் ஆவணங்கள் அனைத்தும் ஆரிய மொழியில் இருந்தன. ஆனால், வெகு மக்களைத் தொடர்ந்து வழிபாட்டில் தொடர்புபடுத்த மட்டும் தேவாரம், திருவாசகம் பாட கோயில்களில்

அனுமதிக்கப்பட்டன. அதற்கு இராஜராஜசோழன் பெரும் முயற்சி செய்ய வேண்டியதாக இருந்தது.

சைவ மதக் கோட்பாடும் வடநாட்டிலிருந்து வந்த பாசுபத பூசாரி களின் கையில் சென்றுவிட்டது. இந்த சைவ பாசுபத பூசாரிகள் இராஜ ராஜன் காலத்தில் முக்கிய அரசியல் ஆலோசகர்களாகவும் ஆனார்கள்.

ஈசான சிவப்பண்டிதர் என்பவர் இராஜராஜ சோழன் மற்றும் இராஜேந்திர சோழன் காலத்தில் தஞ்சைக் கோயிலின் தலைமைக் குருக்கள் ஆவார். இவரே இராஜராஜன் இராஜேந்திர சோழன் காலத்தில் இவர்களது ஆசாரிய புருசன் என்று கூறப்பட்டது.

வைணவர்கள் தன்னிச்சையான நிலையை அடைந்து சிதம்பரம் கோயிலில் இருந்த தேவாரம், திருவாசகம் போன்ற தமிழ்ப் பாடல்களைப் பாட தடைபோட்டனர்.

மேலும், முதலாம் குலோத்துங்கன் காலத்தில் அங்கு லவரம் ஏற்பட இராமாநுஜன் என்ற வைஷ்ணவன் காரணமாக இருந்தார். இராமாநு ஜரை திருவரங்கம் கோயிலில் தெய்வமாக வணங்கவும் செய்தனர்.

இவ்வாறு கோயில்கள் எதிரும் புதிருமாக ஒரு சமய ஆதிக்க இடங் களாகவும், சமயம் சார்ந்தவர்களின் தேவைகளை நிறைவேற்றும் இடங் களாகவும் ஆக்கப்பட்டபோது கோயில்களில் இருந்த கல்வெட்டுகள் போன்ற வரலாற்றை அறிய உதவும் ஆவணங்கள் பலவும் அழிக்கப்படும் நிலை ஏற்பட்டு விட்டது என்று கூறப்படுகிறது.

இராஜராஜ சோழன் காலத்தில் இராஜராஜ விஜயம், இராஜ ராஜேஸ்வர நாடகம் ஆகியவை பெரிய ஆலயங்களில் மட்டும் நடித்துக் காட்டப்பட்டன.

இவை தமிழில் இருந்ததால் பிற்காலத்தில் கிடைக்காமல் அழிக்கப் பட்டிருக்க வேண்டும் எனக் கருத இடமளிக்கிறது.

சுந்தர சோழன், உத்தம சோழன், இராஜராஜன் காலத்திய இலக்கியங் களில் பலவும் இன்றளவும் கிடைக்காத நிலைக்கு மேற்கண்ட அழித் தொழிப்பும் ஒரு முக்கியக் காரணமாக இருந்திருக்கக்கூடும் என்று தெரிகிறது.

எனவேதான் புகழ் பெற்ற பௌத்த, சமண இலக்கியங்கள் பலவும் இன்றுவரை கிடைக்காத நிலை ஏற்பட்டுள்ளது.

பிற சமய இலக்கியங்களான அவை குறித்து, நாம் பிற நூல்களில் உள்ள குறிப்புகளின் மூலம் அறியும் அவல நிலை ஏற்பட்டுள்ளது என்றுணரலாம்.

உத்தமசோழன் வெளியிட்ட காசில் நடுவில் புலி உருவமும் ஓரத்தில் உத்தமசோழன் என்று ஆரிய மொழியிலும் பொறிக்கப்பட்டு உள்ளது. இந்தக் காசே மிகவும் பழமையான சோழர் கால காசு ஆகும்.

இதனால் உத்தம சோழன் காலத்திலேயே மக்கள் தமிழ்மொழியோடு ஆரிய மொழியின் தாக்கத்தை உணர வேண்டியவர்களாக இருந்தனர் என்று அறியலாம்.

இந்த நாணய முறை இந்தியா முழுவதும் சோழர்களின் அரசியல் செல்வாக்கு இருந்ததை வெளிப்படுத்துகிறது என்றாலும் தமிழின் சீரழிவைத் தொடங்கியதை காண முடிகிறது.

சோழ அரசர்கள் செப்பேட்டில் ஆரிய மொழியில் எழுதி வைத்து ஆவணமாக்கியதை இராஜேந்திரச் சோழனைப் பற்றிக் கூறும் கரந்தைச் செப்பேட்டில் ஆரிய மொழியில் எழுதப்பட்டுள்ளதில் இருந்து நாம் அறியலாம்.

சோழர்கள் ஆட்சிக் காலத்தில் உயர்ந்த நோக்கங்களுக்காகக் கட்டப் பட்டும் அரசர்களால் ஆதரவளிக்கப்பட்டு பாதுகாக்கப்படும் வந்த கோயில்கள் பின்னாளில் பிராமணர்களின் ஆதிக்கத்துக்குள் வந்த பிறகே தமிழில் பூசைகள் செய்யும் வழக்கம் தவிர்க்கப்பட்டும், கருவறைகளில் பிராமணர்களைத் தவிர்த்து வேறு யாரும் செல்ல முடியாத நிலையும் ஏற்பட்டுள்ளது.

சோழ நாட்டில் கட்டப்பட்ட கோயில்களில் தேவதாசி என்ற பெயரில் பெண் சேவகர் இருந்த நிலை அறியப்படுகிறது.

கிரேக்கத்தில் கடவுளின் பணிப்பெண் என்ற பொருளில் கெய்ரோ துலாய் என்றும் பாபிலோனில் இறைவனின் மணமகள் என்ற பொருளில் எந்து என்றும் அழைக்கப்பட்டது அந்நாட்டு பண்பாட்டுக் குறிப்பேடு களில் தெரிய வருகிறது.

வேத இலக்கியங்கள் தேவதாசிகளை சாதாரணீ, கச்ரா, வ்ரா, யதிபும் சலி முதலிய பெயர்களால் குறிக்கப்படுகின்றனர். ரிக் வேதமானது அதிகாலை தெய்வமாகிய உசையைக் குறிப்பிடும்போது பூவேலைப்பாடு களுடைய ஆடையை அணிந்த ஒரு நாட்டியப் பெண்ணாக வருணிக் கிறது.

அதர்வண வேதத்தில் இக்கணிகையர்களைக் கவர்ந்த க்ருகீதர்கள் அல்லது காந்தர்வர்ளை தம்மோடு வைத்துள்ள பெண்கள் என்று குறிப்பிடுகிறது.

ஆகமங்கள் இந்த தேவதாசிகளைக் கணிகை என்ற பெயரால் அழைக்கின்றன. காணும்தோறும் புதுப்பெண்ணாக எத்தனைப் பேருக்கு மனைவியானாலும் ஒவ்வொருவருக்கும் இவள் புதிய கன்னிப் பெண்ணாகத் தோற்றம் தருவதால் இந்த ‘தேவதாசியர் கணிகை’ அல்லது ‘தேவகன்னிகை’ என்ற பெயரால் அழைக்கப்பட்டாள்.

வைசாலி நகரத்தில் அக்காலத்தில் கணிகாத் யட்சகர்கள் என்ற அதிகாரிகள் பொது மகளிர்களாக இருந்த பெண்களைக் கவனிக்க இருந்தனர்.

சிவனிற்கு தொண்டு செய்ததால் தேவடியார் என்றும் நாட்டியத்தில் வல்லவராய் இருந்ததால் நாடகக் கணிகையர் என்றும், மானிடர் யாரையும் மணந்து கொள்ளாமல் இறைவனையே பதியாகக் கொண்ட மையால் பதியலார் எனவும் அழைக்கப்பட்டனர்.

கோயிலிலுள்ள பணியாளர்களுக்கு அம்பட்டன் மானியம், கணக்கன் மானியம், கருமான் மானியம், தச்சன் மானியம், தேவரடியாள் மானியம், தோட்டி மானியம், பண்டார மானியம், வண்ணார மானியம் என்று தன்நிலப் பகுதியைப் பிரித்துக் கொடுத்துள்ளார் குந்தவை நாச்சியார்.

தேவரடியாள் மானியம் என்பது தற்போது தாதாபுரத்துக்கும் வடக்கே 16 கி.மீ. தொலைவில் உள்ளது. இந்த மானியம் என்பது 5 ஏக்கர் நிலமாகும். இந்த மானியம் அம்மணம்பாக்கத்தாள் மானியம் என்றழைக்கப்படுகிறது. இம்மானியம் அடங்கியுள்ள ஊருக்கு அம்மணம்பாக்கம் என்று பெயர்.

குந்தவை நாச்சியாரின் தம்பி இராஜ ராஜ சோழன் காலத்தில் கட்டிய கோயிலில் நடனப் பெண்களை தேர்ந்தெடுக்கும் முறை தகுதி

அடிப்படையாக இருந்தது என்று கூறப்படுகிறது.

நடனப் பெண்கள் அரசவை நடனம், கோயில் நடனம் என இருவகை நடனங்களிலும் தேர்ச்சி பெற்றவர்களாக இருந்தனர். ஐந்து வயதிலிருந்து பன்னிரண்டு வயதுவரை ஏழு ஆண்டுகள் பயிற்சி பெற்ற பிறகு இவர்கள் அரசர் முன் தங்கள் நாட்டியத்தை அரங்கேற்றினர். அதில் தேர்ச்சி பெற்றவர்களே அரசவை நாட்டிய மங்கையாகத் தேர்ந்தெடுக்கப் பட்டார்கள்.

மன்னரும் மற்ற கலைகளோடு நாட்டியத்திலும் பயிற்சி தேர்ச்சி பெற்று இருந்தனர். மன்னர் தனது பொழுது போக்கிற்காகவும் வெளிநாட்டு வணிகர்களுக்கும் தூதுவர்களுக்கும் பயணிகளுக்கும் இந்த நடன மங்கைகள் நடனம் ஆடி மகிழ்விக்கப் பயன்பட்டு இருப்பார்கள்.

கோயில் பணியாளர்களாக இருந்த நடனப் பெண்கள் கோவிலில் நடனம் ஆடுவதோடு கோவிலில் சிலை வடிக்கும் சிற்பிக்கு நடன அசைவு களுடன் காட்சி தந்து அழகிய சிலைகளை வடிக்க உதவினர்.

ஆன்மீகம் என்ற பொய் முகமூடி அணிந்து கொண்டு ஆலயத்துக்குள் அதிகாரம் செலுத்தியவர்கள் நடன நங்கையர்களுடன் கள்ளத் தொடர்பை ஏற்படுத்திக் கொண்டனர்.

அரசனுக்கு முன் ஆடுபவர்கள் இராஜ தாசிகள் என்று கூறுவர். இவர்கள் அரண்மனைகளில் தங்கி இருப்பார்கள். கோயில் திருவிழாவின் போது அரசர் கோயிலுக்கு வரும்போது மட்டும் அரசருடன் வருவார்கள்.

மௌரிய ஆட்சியில் அந்தப்புரத்தில் நூற்றுக்கணக்கான கணிகையர் இருப்பர். கணிகைக்கு அரசின் செலவிலிருந்து இசை, இசைக்கருவிகள், நடனக் கருவிகள் யாவும் சொல்லித் தரப்படும்.

இவர்களுக்கு மாதம் இவ்வளவு என்று சம்பளம் வரையறுக்கப் பட்டது. கணிகையர் குடியில் அல்லது வேறு குலப்பெண், அழகு, இளமை, ஆடல் பாடல் முதலிய கலைகளில் பயிற்சியுள்ள மகளிரை 1000 பணம் கொடுத்து கணிகையராக மௌரிய அரசு நியமனம் செய்தது.

அரண்மனைக்கு வரும் விருந்தினர்களையும் திருப்திப்படுத்த கடமைப்பட்டவர்கள். மௌரிய ஆட்சியில் அரசனின் கட்டளையுடன் வரும் ஆடவனைக் கட்டாயமாக சேர வேண்டும்.

அரசனுடைய கட்டளையுடன் வந்த ஆடவனைச் சேராத கணிகைக்கு ஆயிரம் கசையடி அல்லது ஐயாயிரம் பணம் அபராதமாக விதிக்கப் பட்டது. அதற்காகவே தேவதாசி தண்டனை சட்டம் இருந்ததைக் கௌடில்யம் கூறுகிறது.

காஞ்சிபுரத்தில் வலக்கை இடக்கை தேவரடியார்கள் என்ற பாகுபாடு அதிகம் காணப்பட்டது. வலக்கை, இடக்கை கலவரத்தால் தேவதாசி களின் வாழ்வு நிச்சயமற்ற தன்மையாக மாறியதால் கோயில்களில் பணி புரிவதைப் பகுதி நேரமாகவும் ஏனைய கலை நிகழ்ச்சிகளில் அல்லது சமூகத்தில் மற்ற பிரிவுகளில் கலைகளைப் பயிற்றுவிப்பதில் முழு நேரம் செலவிட்டார்கள்.

தஞ்சைக் கோயிலில் நிலையாக இரண்டு கருவூலங்கள் இயங்கி வந்ததையும், அக்கருவூலங்கள் பொது வங்கியாக செயல்பட்டு மன்னனிடமிருந்தும், மக்களிடமிருந்தும் பெரும் பொருள்களை (வரிகொடை மற்றும் இதர வருமானங்கள்) பன்னிரண்டரை சதவீதம் வட்டி விகிதத்தில் வணிகர்களுக்கும், ஊர்ச்சபைகளுக்கும் தனியார் களுக்கும் கடனாகக் கொடுத்து வந்ததையும் கல்வெட்டுகள் உறுதி செய்கின்றன.

விவசாயிகளும் தங்கள் தேவைக்கும் பெண்களுக்குச் சீதனம் தரவும் கடன் வாங்கினர். இந்தக் கடனைப் பல ஊராட்சி மன்றங்களும் சபைகளும் கொடுத்தன.

வேலூர் மாவட்டம், காட்பாடி வட்டத்தில் திருவல்லத்தில் உள்ள சிவன் கோயிலுக்காக மதுராந்தகன் கண்டராதித்தன் (கி.பி. 1991) ஐப்பசி முதல் தேதி சனிக்கிழமை அன்று ஏழு கழஞ்சு பொன் ஐந்து மன்றாடி பொன்னையும் வைப்பு நிதியாக வைத்து இதிலிருந்து கிடைக்கும் வட்டியிலிருந்து கோயில் திருப்பணிகள் எவ்வாறு நடக்க வேண்டும் என்று உத்தரவிட்டான்.

குந்தவை நாச்சியார் தஞ்சைக் கோவிலில் பிற்காலத்தில் தான் எழுந்தருளிவித்த பொன்மாளிகைத் துஞ்சின தேவர் திருமேனிக்கு இருவேளை திருவமுது படையலுக்காக 520 காசுகள் முதற்பொருளாய்த் தந்தாள்.

இதனை வடகரை இராசேந்திர சிங்க வளநாட்டுப் பொய்கை நாட்டுக் கண்டராதித்ய சதுர்வேதி மங்கலத்துச் சபையார் இராஜராஜ சோழனின் 29ஆம் ஆண்டு முதல் வட்டிக்குக் கொண்டு 130 கலம் நெல் செலுத்தினர்.

குந்தவை நாச்சியார் தனது ஆளுகைக்கு உட்பட்ட நிலப்பகுதியில் இருந்து கிடைத்த நிலவரி மூலமும் போரின்போது தனது கணவன் மூலம் அடைந்த, பொன் நகை, நாணயம் மூலம் பெற்ற தெய்வத்தில் இருந்தும் வைணவ பிராமணர்கள் தங்கி வாழ்ந்த சதுர்வேதி மங்கலத்தில் இருந்த பிராமணர்களைக் கொண்டு வட்டிக்குப் பணம் கொடுத்தாள் என்பது தெரிய வருகிறது.

இந்தப் பணத்தைத் தமிழகத்தில் இருந்த விவசாயிகளுக்கு வட்டிக்குக் கொடுத்து வாங்கினார் பிராமணர்கள்.

இன்றைக்கு வங்கிகள் வட்டிக்குக் கொடுத்து வாங்குவதுபோல அன்றைய நாளில் கோயிலின்பேரில் கடன் கொடுத்து வாங்கி இருக்கின்றனர். அன்றைய நாளிலும் இன்றைய நாளைப் போலவே கோயில் பணத்தை வாங்கி வட்டிக்கு விட்டவர்கள் பெரும்பாலும் அந்தணர்களாகவே இருந்தனர்.

விவசாயிகளிடமிருந்து காணிக் கடனாக ஆண்டு ஒன்றுக்கு நெல் 1 லட்சத்து 20 ஆயிரம் கலம் வந்தது. இதைத் தவிர பொன்னாகக் கழஞ்சு 300 காசுகள் 2 ஆயிரம் வரை வந்தது.

இப்படி நாட்டில் பெரும்பான்மை மக்களாக இருந்த விவசாயிகளிடம் வட்டிக்குக் கொடுத்து நெல் விளைவில் இருந்து கடனைக் கொடுக்க முடியாமல் கோயிலுக்கு அடிமையாகப் பிணைக்கப்பட்டனர் சோழ நாட்டு விவசாயிகள்.

அடிமையான இவர்கள் விவசாய சாகுபடி நாட்களிலும் மற்றைய நேரங்களில் கல்லுடைப்பது, பல்லக்கு சுமப்பது என பயன்படுத்தப் பட்டனர்.

இராஜராஜ சோழன் காலத்தில்தான் ஊருக்கு வெளியே தீண்டாச் சேரியும், பறைச்சேரியும் முதன் முதலாக இருந்ததாகக் கூறப்படுகிறது.

ஆதிசங்கரர் காலத்தில் நான்கு மடங்கள் ஏற்பட்டது. இதற்குக் காரணமாக அமைந்தத திருவரங்கம் கோயிலிலும் சோழர்கள் காலத்தில்

அத்தகைய தீண்டா நிலையைக் கோயில் பணிக்குழு கடைப்பிடித்ததைப் பார்க்க முடிகிறது.

கோயில் சார்ந்த அடிமைகளும் நில உடைமை உடையவர்களும் குத்தகைக்கு விடும் வேளாளர்களும் தோன்றியதால் விவசாயிகள் பல்வேறு நிலைகளில் பிரிக்கப்பட்டு அந்தந்த நிலைகளில் நிலம் உடமை யுடன் இருப்பவன் இல்லாதவன் என்ற நிலை உருவாகி இருந்ததால் சாதி நிலை நிலைத்து இருக்குமாறு செய்தது.

சோழர்கள் காலத்தில் சிவன் கோயில்களில் வீணை வாசிக்கும் முறை இருந்துள்ளது. தினமும் இறைவன் முன் வீணை வாசிக்க விக்கிரம சோழன் வீணைக் காணியாக நிலங்கள் அளித்தான் என்று திருந்துதேவன்குடி கல்வெட்டு கூறுகிறது.

திண்டிவனம் சிவன் கோயிலில் தினமும் வீணை வாசிக்க இராஜராஜ சோழன் கி.பி. 995ல் நிலங்கள் அளித்துள்ளான்.

நாகை மாவட்டம் திருக்கடவூர் மயானம் கோயிலை வேத வீணை வாசிக்க மூன்றாம் குலோத்துங்க சோழன் கி.பி. 1189ல் நிவந்தங்கள் அளித்துள்ளான்.

சதுர்வேதிமங்கலம் என்ற பெயரில் வைணவ பிராமணர்களுக்கு இந்நாட்டின் வளமான பெரும் நிலப்பரப்பை அளித்த சோழர்கள் இசைக்கு என்று தனியாக மானிய நிலங்களை அளித்தனர்.

சோழர்கள் கிராமங்கள்தோறும் நிலங்களைச் சாதிவாரியாகப் பிரித்துக் கொடுத்தனர். குந்தவை நாச்சியார் தன் ஆளுகைக்குள் இருந்த நாட்டில் பல ஊர்களில் சாதிவாரியாக நிலங்களைக் கொடுத்துள்ளார்.

தனது சகோதரன் ஆதித்த கரிகாலன் நினைவாகக் கட்டப்பட்ட மாணிக்க ஈசுவரம் கோயிலில் உள்ள தாதாபுரத்தில் சாதி அடிப்படையில் நிலங்கள் பிரித்துக் கொடுக்கப்பட்டதையும் அறிய முடிகிறது.

தஞ்சைப் பெரிய கோயிலுக்கு நந்தாவிளக்கு எரிக்க இடையர்கள் 400 பேர்க்கு ஆடு, மாடு, எருமைகள் வழங்கப்பட்டது என்று தெரிகிறது. இந்தச் செயலும் சோழர்கால சாதிய பிரிவினை அடையாளங்களைக் காட்டுகிறது.

இன்றைய இந்திய அரசு ஆட்சிப் பணியினர் தேர்வில் இந்தி தெரிந்தவர்களுக்கும் ஆங்கிலம் தெரிந்தவர்களுக்கும் முன்னுரிமை கொடுப்பதுபோல அன்றைய ஆட்சி மொழி தெரிந்த வைணவர் களுக்கும், சைவர்களுக்கும் முக்கியத்துவம் கொடுத்து வந்தனர் சோழ அரசர்கள்.

வடஇந்தியாவில் இருந்து கொண்டு வரப்பட்ட பாசுபத சைவ வைணவ அந்தணர்களை அன்றைய தமிழகம் முழுவதும் குடி அமர்த்தினர்.

இவர்கள்,

1. வடகரை ப்ரமதேயம் திருவீர நாராயணச் சதுர்வேதி மங்கலம்.

2. இராசேந்திர சிங்கவள நாட்டுப் பொய்கை நாட்டுக் கண்டராதித்ய சதுர்வேதி மங்கலம்.

3. வடகரை இராசேந்திர சிங்கவள நாட்டுப் பொய்கை நாட்டு கண்டராதித்ய சதுர்வேதி மங்கலம்.

4. இராசேந்திர சிங்கவள நாட்டுத் தனியூர் வீரநாராயணச் சதுர்வேதிமங்கலம்.

5. இராசேந்திர சிங்கவள நாட்டு தனியூர் திருபராந்தகச் சதுர்வேதிமங்கலம்.

6. நித்த விநோத வளநாட்டு மும்முடிச் சோழநாட்டுப் பிரும்மதேயம் சனநாத சதுர்வேதிமங்கலம்.

7. நித்த விநோத வளநாட்டு மும்முடிச் சோழ நாட்டு ஆவூர்க் கூற்றத்துப் பிரும்ம தேயமான இரும்புதலாகிய மனுகுல சூளாமணிச் சதுர்வேதிமங்கலம்.

8. சேரளாந்தக வளநாட்டு உறையூர் கூற்றத்து பிரம்ஹ தேயம் ராசாச்ரய சதுர்வேதிமங்கலம்.

9. சோழ மாதேவி சதுர்வேதிமங்கலம்.

10. மகேந்திர சதுர்வேதிமங்கலம்

முதலிய இடங்களில் அமர்த்தப்பட்டு நான்கு மறைகள் என்ற ஆரிய

மொழி வைணவ பாடங்கள் போதிக்கப்பட்டன.

இதில் உணவு, உறைவிட வசதிகளுடன் ஆரம்பிக்கப்பட்ட இப்பாட சாலையில் மாணவர்களுக்கு ஆண்டு ஒன்றிற்கு 6 கலம் நெல்லோடு 1 பொன் உபகாரச் சம்பளமாகவும் கொடுக்கப்பட்டது.

ஆனால், தமிழ்மொழியில் கல்வி சாலைகள் ஏற்படுத்தவோ தமிழ்வழி மதக்கல்வி கற்பிக்கவே இராஜராஜச் சோழனோ இராஜேந்திர சோழனோ முக்கியத்துவம் கொடுக்கவில்லை.

✶